அதே விநாடி

நாகூர் ரூமி

சிக்ஸ்த்சென்ஸ் பப்ளிகேஷன்ஸ்
10/2 (8/2) போலீஸ் குவார்ட்டர்ஸ் சாலை
(தியாகராயநகர் பேருந்து நிலையத்திற்கும்
காவல் நிலையத்திற்கும் இடைப்பட்ட சாலை)
தியாகராயநகர், சென்னை – 600 017
Phone: 2434 2771, 65279654 Cell: 72000 50073
Sixthsense Publications 6 th sense_karthi
e-mail : sixthsensepub@yahoo.com
Website: sixthsensepublications.com

Title:
Athae vinadi

Author:
Nagore rumi

Publisher
K.S. Pugalendi

Managing Editor
P. Karthikeyan

Layout
Mathi

Address:
Sixthsense Publications
10/2(8/2) Police Quarters Road,
(Between Thiyagaraya Nagar Bus Stop & Police Station)
Thiyagaraya Nagar, Chennai - 17
Phone: 2434 2771, 29860070
Cell: **72**000 **5**00**73**

Sixthsense Publications
6 th sense_karthi
e-mail : sixthsensepub@yahoo.com
Website: sixthsensepublications.com

First Edition	: **September, 2015**
Second Edition	: **January, 2016**
Third Edition	: **April, 2017**
Fourth Edition	:**February, 2018**
Fifth Edition	: **July, 2019**
Sixth Edition	: **February, 2020**

Pages : 200

Price : Rs.244

© **Nagore Rumi**

தலைப்பு : **அதே வினாடி**

நூலாசிரியர் : **நாகூர் ரூமி**

பக்கங்கள் : 200

விலை : ரூ.244

உரிமை : நாகூர் ரூமி

முதற்பதிப்பு	: **செப்டம்பர், 2015**
இரண்டாம் பதிப்பு	: **ஜனவரி, 2016**
மூன்றாம் பதிப்பு	: **ஏப்ரல், 2017**
நான்காம் பதிப்பு	: **பிப்ரவரி, 2018**
ஐந்தாம் பதிப்பு	: **ஜூலை, 2019**
ஆறாம் பதிப்பு	: **பிப்ரவரி, 2020**

சிக்ஸ்த்சென்ஸ் பப்ளிகேஷன்ஸ்
10/2 (8/2) போலீஸ் குவார்ட்டர்ஸ் சாலை
(தியாகராயநகர் பேருந்து நிலையத்திற்கும் காவல் நிலையத்திற்கும் இடைப்பட்ட சாலை)
தியாகராயநகர், சென்னை – 600 017
தொலைபேசி : 24342771, 29860070
கைபேசி: **72**000 **5**00**73**
மின்னஞ்சல்: sixthsensepub@yahoo.com

இந்தப் புத்தகத்திலுள்ள எந்த ஒரு பகுதியையும் பதிப்பாளர் மற்றும் எழுத்தாளர் அனுமதியை எழுத்து மூலம் பெறாமல் பதிப்பிக்கக் கூடாது

No part of this book may be reproduced or transmitted in any form without permission in writing from the author or publisher

நீங்கள் Smart Phone உபயோகிப்பவராக இருந்தால் QR Code Reader Application மூலம் இதை Scan செய்தால் நேரடியாக எமது இணையதளத்திற்கு சென்று மேலும் எங்கள் வெளியீடுகள் பற்றிய விவரங்களைப் பெறலாம்.

A2 ISBN : 978-93-83067-39-8

பதிப்புரை

பூமியிலேயே சொர்க்கத்தை நம்மால் ஏற்படுத்த முடியுமா என்றால்... முடியும் என்பதுதான் பதில். அந்த சொர்க்கம் என்பது நம் மூச்சில் தான் உள்ளது. மூச்சுவிடும் முறையைத் திட்டமிட்டு மாற்றுவதன் மூலம் வறுமையிலிருப்பவரைச் செல்வந்தராகவும், கோபமானவரை அமைதியானவராகவும், பயந்தவரை துணிச்சல் காரராகவும், தோல்வியடைந்துகொண்டே இருப்பவரை வெற்றி யாளராகவும் நம்மால் நிச்சயமாக மாற்ற முடியும்.

மூச்சு ஓர் அற்புதம். மூன்று நிமிடம் மூச்சுவிடாமல் இருந்தாலே மூளை பாதிக்கப்பட்டுவிடும். அதுவே ஆறு நிமிடங்கள் ஆனால் உயிரே போய்விடும் என்கிறது மூளை விஞ்ஞானம். ஆனால் பயிற்சியால் எந்த விஷயத்தையும், திறமையையும் கால நீட்சிக்கு உட்படுத்தலாம். மூச்சுப் பயிற்சி என்பது கடிகாரத்துக்கு சாவி கொடுப்பது மாதிரி. ஒருமுறை அதற்கு சாவி கொடுத்தால் நாள் முழுவதற்கும் அது சரியாக வேலை செய்து கொண்டிருக்கும்.

மன அமைதி உள்ளவனுடைய மூச்சோட்டம் எப்படி இருக்கும் என்பதைத் தெரிந்துகொண்டு அதைப்போலவே நமது மூச்சோட் டத்தின் தன்மையையும் மாற்றுவதற்கு தினமும் கொஞ்ச நேரம் முயன்றால் போதும். ஏனெனில் மனதில் அமைதி என்பது இல்லாமல் ஒருவன் வெற்றி அடைந்ததாக வரலாறு கிடையாது. இரண்டு உள்ளங்கள் இணைவது என்பது இரண்டு மூச்சோட்டங்கள் இணைவதனால் ஏற்படும் அற்புதம் என்று சொல்லலாம்.

மனிதர்கள் முறைப்படி மூச்சு விடாமல் இருப்பதற்குப் பல காரணங்கள் இருக்கின்றன. அவற்றில் முதன்மையான காரணம் அது பற்றிய கல்வி அவர்களுக்குக் கிடைக்காததுதான்.

சொர்க்கத்திலிருந்து பூமி வரை தொங்கும் கயிறு போன்றது இந்த மூச்சு. இதைப் பிடித்துக் கொண்டே மேலேறிச் சென்று விடலாம். இதை சூஃபிகள் 'புராக்' என்று கூறினர். இந்தியப் பாரம்பரியத்தில் இதுதான் 'ப்ராணன்' என்றும் நாராயணனின் வாகனமான 'கருடன்' என்றும் கூறப்படுகிறது. கருடன் புராணத்தில் வரும் ஒரு பறவையின் பெயர் மட்டும் இல்லை. நம்மையும், நம் வாழ்வையும் கற்பனைக்கு எட்டாத உயரங்களுக்குக் கொண்டு செல்லக் கூடிய வாகனமான மூச்சைக் குறிப்பதுதான் அது என்பதை நாம் புரிந்து கொள்ள வேண்டும். அறிவாளிகளில் பலரால் வாழ்வில் வெற்றி பெறமுடிவதில்லை. சரியான முடிவுகளை எடுக்க அவர்கள்

தவறிவிடுவதுதான் அதற்குக் காரணம். அவர்களுடைய அறிவே அவர்களை சரியான முடிவுகளை எடுக்க முடியாதபடி தடுத்து விடுகிறது.

அவர்கள் ஆன்மிகவாதிகளாக இருந்தாலும் சரி, அவர்களுக்கும் இதுதான் முடிவு. ஆப்பிளின் ஸ்டீவ் ஜாப்ஸ், ஆச்சி மசாலா ஐசக் என்று யாராக இருந்தாலும் சரி, தோல்வி, பயம், நடுக்கம், கோபம் போன்ற எதிர்மறை உணர்ச்சிகளினூடே வெளிவரும் மூச்சு விகிதத்திலேயே தொடர்ந்து ஒருவர் மூச்சுவிட்டுக்கொண்டிருந்தால், சீக்கிரத்திலேயே அவர்கள் பிச்சைக்காரர்களாக ஆகிப்போவார்கள்.

ஆறு ஆண்டுகள் புத்தரும், பனிரண்டு ஆண்டுகள் மகாவீரரும் காட்டில் அலைந்து திரிந்தபின் அவர்களுக்கு எது கிடைத்ததோ அதை... பல மாதங்கள் முஹம்மது நபி ஹீராக் குகையில் தியானித்து எந்த உண்மையை உணர்ந்துகொண்டார்களோ, அதை... அவர்களைப் போலவெல்லாம் சிரமப்படாமல், வீட்டில் இருந்த படியே நம்மாலும் உணர்ந்துகொள்ள முடியும்.

நோய் அல்லது மரணம் பற்றி நாய், பூனை, குதிரை ஆகிய மிருகங்கள் தங்களுக்கிருக்கிற உள்ளுணர்வால் அறிந்து கொள்கின்றன. ஏனெனில் அவை இயற்கையுடன் இணைந்தே வாழ்கின்றன; வளர்கின்றன. மனம் என்ற ஒன்று அவற்றிற்கு இல்லை என்று விஞ்ஞானம் கூறுகிறது. ஆனால் அவற்றிற்கு இருக்கும் திறன்கூட மிகச்சிறந்த படைப்பு என்று கருதப்படும் மனிதனுக்கு ஏன் இல்லை என்பது பற்றி நாம் ஆழமாக சிந்திக்க வேண்டும்.

ஒரு வேலையை ஒரு குறிப்பிட்ட இடத்திலும் நேரத்திலும் தொடர்ந்து செய்வதால் அங்கு ஒரு அதிர்வலைச் சூழல் - **vibratory field** - உருவாகிறது நம் கண்ணுக்குத் தெரியாமலே. சமைக்கும்போது சட்டியிலிருந்து வாசனை வருவது போலத்தான் இது. ஒரு குறிப்பிட்ட இடத்தில் அமர்ந்து ஒருவன் தூங்கிக்கொண்டே இருப்பானானால் அந்த இடத்தில் வேறு யாராவது போய் உட்கார்ந்தால் அவனும் தூங்குவான் அல்லது கொட்டாவியாவது விடுவான். திரும்பத்திரும்ப ஒரு செயலைக் குறிப்பிட்ட நேரத்திலும், குறிப்பிட்ட இடத்திலும் தொடர்ந்து செய்து வந்தால் அங்கு ஒரு பேராற்றல் தோன்றிவிடும். அதனால்தான் கோயில்களுக்கும், தேவாலயங்களுக்கும், பள்ளிவாசல்களுக்கும்சென்று வருபவர்களின் மனம் அவர்களுக்கே தெரியாமல் அமைதி யடைகிறது.

ஜெரோ, எவ்லின், ஹாரிசன், ஒரு அருங்காட்சியகப் பொறுப்பாளர் - இந்த மூவரும் ஒரு சிலை பற்றி கருத்து சொல்ல எடுத்துக் கொண்ட

நேரம் இரண்டு வினாடிகளுக்கும் குறைவு! பதினான்கு மாத ஆராய்ச்சிக்குப்பின் அந்த சிலையைப்பற்றி உறுதிசெய்யப்பட்ட ஒரு கருத்துக்கு எதிராக சில கருத்துக்களை இவர்கள் உதிர்த்தார்கள். எனவே அந்தச் சிலையை ஏதென்ஸிலுள்ள நிபுணர் குழுவிடம் ஒப்படைத்தார்கள். பின்னர்தான் அதில் நடந்த தகிடுதத்தங்கள் ஒவ்வொன்றாக வெளிவந்தன. இரண்டே வினாடிகளில், அதைப் பார்த்தவுடனேயே அந்த சிலைக்கு எதிராக அவர்கள் மனதில் உதித்த கருத்துக்கள்தான் கடைசியில் நூற்றுக்கு நூறு சதவிகிதம் சரியாக இருந்தது.

உடலில் கோடிக்கணக்கான உயிரணுக்கள் உள்ளன. ஒவ்வொன் றும் ஒவ்வொரு வேலையைச்செய்து கொண்டிருக்கிறது. ஒரு உயிரணுவுக்கும் இன்னொன்றுக்கும் நேரடியாகத் தகவல் தொடர்பு இல்லையென்றாலும் ஒவ்வொரு உயிரணுவுக்கும் தனக்கு அடுத்திருக்கும் உயிரணு அடுத்து என்ன செய்யப் போகிறது என்பது முன்கூட்டியே தெரியும். ஏதோ ஒரு வகையில் உயிரணுக்களுக்கு மத்தியில் இந்தத் தகவல் தொடர்பு சாத்தியப்படுகிறது. ஒளியின் வேகத்தில் இவை நடப்பதால் இவை நம் கண்களுக்குத் தெரிவதில்லை. ஆனால் ஒளியைப் படைத்த, ஒளிகளின் ஒளியாக இருக்கும் இறைவனுக்கு அது சாத்தியம் என்பதை நாம் புரிந்து கொள்ள வேண்டும்!

முதலில் தற்செயலாக நடப்பவைகளை நாம் புரிந்து கொள்ள வேண்டும். அதே சமயத்தில் நம் வாழ்க்கை தொடர்பான பொதுவான ரகசியங்களின் முடிச்சுக்களை அவிழ்க்கவும் முயலவேண்டும். அப்போதுதான் நாம் நினைக்கும் சிகரங்களை எளிதாக நம்மால் எட்ட முடியும். அது பணமாக, பணியாக, பதவியாக, அந்தஸ்தாக, குடும்ப மகிழ்ச்சியாக, சொத்தாக, செல்வாக்காக, காதலாக, கல்யாணமாக - எதுவாகவும் இருக்கலாம். தற்செயல்களைப் புரிந்து கொள்வது, நாம் விரும்புவதை அடைவதற்கான முதல்படி என்பதால் தற்செயல் எனும் அற்புத மாளிகைக்குள் கட்டாயம் பிரவேசித்து அங்கு என்னதான் நடக்கிறது என்பதை நாம் கட்டாயம் புரிந்து கொள்ள வேண்டியுள்ளது. இதற்கான வழியின் நுழைவாயில்வரை உங்களை இந்நூலாசிரியர் இந்தப் புத்தகத்தின் மூலம் கொண்டு வந்து விட்டிருக்கிறார். இனி நீங்களாக உள்ளே போக வேண்டியதுதான்.

வாழ்த்துகள்
பதிப்பகத்தார்

பொருளடக்கம்

1.	முதல் பொக்கிஷம்	7
2.	மூச்சின் இரகசியங்கள்	15
3.	மூச்சின் வகைகள்	31
4.	அந்த இரண்டு விநாடிகள்	51
5.	அடாப்டிவ் அன்காஷியஸ்	61
6.	உடலாகிய சத்குரு	81
7.	அச்சம் என்பது	93
8.	புள்ளிகள் கொண்ட ஆடுகள்	107
9.	வண்ணத்துப்பூச்சி என்ன சொல்கிறது?	123
10.	எல்லாமே விதி!	137
11.	நீங்கள்தான் அது	161
12.	வெளியே வாருங்கள்	168
	பயிற்சிகள்	181

1

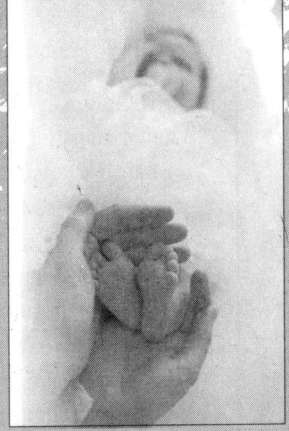

முதல் பொக்கிஷம்

> நமது மூச்சில் இறைவன் ஏகப்பட்ட பொக்கிஷங்களை மறைத்து வைத்துள்ளான். முறையாக மூச்சுவிடக் கற்றுக்கொள்வதன் மூலம் அப்பொக்கிஷங்களை நாம் பெறலாம்.
>
> –ஹஸ்ரத் மாமா

"எல்லோரும் சொர்க்கத்துக்குப் போக விரும்புகிறார்கள். ஆனால் யாருமே இறக்க விரும்புவதில்லை" என்று ஒரு கூட்டத்தில் சொன்னார் ஒரு பேராசிரிய அண்ணன்! எல்லோரும் சிரித்தார்கள். ஆனால் அந்த நகைச்சுவையின் பின்னால் இருந்த செய்தி எத்தனை பேருக்குப் புரிந்தது என்று தெரியவில்லை. அவர் சொன்னது உண்மைதான். சொர்க்கம் நரகம் என்ற சமாச்சாரங்களெல்லாம் செத்தபிறகுதானே! ஆனால் இறப்பதற்கு யார்தான் விரும்புவார்கள்? *(தற்கொலை செய்துகொள்ள முயல்பவர்களைத்தவிர)* நிற்க, தற்கொலை செய்துகொள்வது ஒரு முட்டாள்தனமே தவிர வேறில்லை. ஏனெனில், எப்படியும் நாமாகப் போகத்தான் போகிறோம்! அதற்குள் என்ன அவசரம்!

அவர் சொல்ல வந்தது இதுதான். மனிதனுக்கு ஆசை இருக்கிறது. ஆனால் அதை அடைவதற்காகச் செய்ய வேண்டிய எதையும் செய்ய அவன் தயாராக இல்லை! அவர் சொல்ல வந்ததும் நான் சொல்லவரும் விஷயமும் வாழ விரும்புபவர்களுக்கானது. எப்போதும் வெற்றியோடும் சந்தோஷத்தோடும் வாழ விரும்புபவர்களுக்கானது. பூமியிலேயே சொர்க்கத்தை நம்மால் ஏற்படுத்த முடியும். ஆமாம். அதற்கு நம் வாழ்க்கை நிம்மதியானதாகவும், சந்தோஷமானதாகவும், வெற்றிமேல் வெற்றி கொடுக்கக்கூடியதாகவும் இருக்கவேண்டும். அதற்கு நாம் என்ன செய்யவேண்டும்? அதற்கான பாலபாடம்தான் இந்த அத்தியாயம்.

நாசுவர் ஞூமி

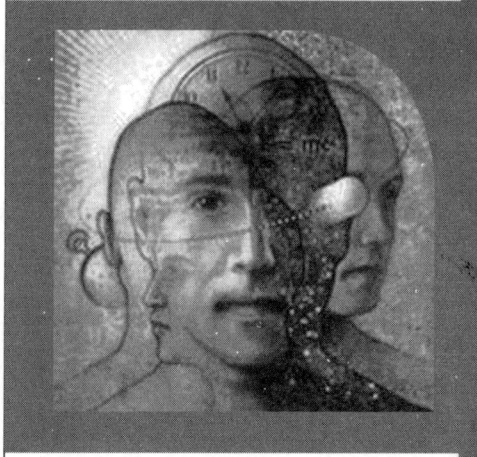

சொர்க்கம் நரகமென்ப தெல்லாம் முதலில் மனம் சார்ந்த விஷயங்களே. ஒரு மனைவி தன் கணவனிடம் கேட்டாள், "ஏங்க, சொர்க்கத்துல பெண்களே இருக்க மாட்டாங்களாமே, உண்மையா?"

அதற்கு கணவன் சொன்னான்: "பின்னே, அதனால்தான் அதற்கு சொர்க்கமென்றே பெயர்!"

இது ஒரு நகைச்சுவைக் கதைதான் என்றாலும், சொர்க்கம், நரகம் என்பதெல்லாம் இடம் சார்ந்த சமாச்சாரமல்ல, மனம் சார்ந்தவை என்பதை அழகாக எடுத்துச் சொல்லும் கதைகளாகும்.

"டாக்டர் ஃபாஸ்டஸ்" என்ற புகழ்பெற்ற ஆங்கில நாடகத்தில் அதன் கதாநாயகன் மெஃபிஸ்டோஃபிலிஸ் என்ற ஒரு குட்டிச் சாத்தானை வசியப்படுத்தி அதனிடம் சில கேள்விகள் கேட்பான். அவற்றில் சொர்க்கம், நரகம் பற்றிய கேள்விகளும் உண்டு.

சொர்க்கமென்றால் என்ன என்று கேட்பான். அதற்கந்த சாத்தான், "எதெல்லாம் நரகமில்லையோ அதெல்லாம் சொர்க்கம்" என்று சொல்லும். அப்படியானால் நரகமென்றால் என்ன என்று கேட்பான்.

நமக்கும் பிரபஞ்சத்துக்குமான உரையாடல் தானாகவே நிகழ்ந்து கொண்டிருக்கிறது நம்மைக் கேட்காமலேயே

அதே விநாடி

''எதெல்லாம் சொர்க்கமில்லையோ அதெல்லாம் நரகம்'' என்று அதற்கும் குதர்க்கமாக பதில் சொல்லும்.

''ம்ஹூம் இந்த பதில் சரியில்லை. நீ வார்த்தைகளில் விளையாடிக் கொண்டிருக்கிறாய். சரி, இப்போது சொல். நீ ஒரு சாத்தான். நீ நரகத்தில்தானே இருக்கவேண்டும்? எப்படி இப்போது இங்கே என் முன்னால் இருக்கிறாய்?'' என்று கேட்பான். அதற்கு அற்புதமான ஒரு பதிலை மெஃபிஸ்டோஃபிலிஸ் சொல்லும். அதில்தான் நமக்கான செய்தி உள்ளது. அது என்ன பதில்?

''அப்படி இல்லை ஃபாஸ்டஸ், நான் எங்கே இருக்கிறேனோ, அதுதான் நரகம்!''

ஆஹா, அற்புதமான பதில். இது நரகத்துக்கு மட்டுமல்ல, சொர்க்கத்துக்கும் பொருந்தும். மனசானது ''சொர்க்கத்தை நரகமாக்கும், நரகத்தை சொர்க்கமாக்கும்'' என்று சாத்தான் சொல்வதாக தனது ''பாரடைஸ் லாஸ்ட்'' என்ற காவியத்தில் கவிஞர் ஜான் மில்டன் சொன்னதுதான் எவ்வளவு உண்மை! இதில் விஷேஷம் என்னவென்றால் சொர்க்கம் பற்றி நரகத்தில் வாழும் சாத்தான்களிடமிருந்துதான் தெரிந்துகொள்ள வேண்டியிருக்கிறது! அதுசரி, நிழலின் அருமை வெயிலில்தானே தெரியும்!

சரி விஷயத்துக்கு வருவோம். நாம் புரிந்துகொள்ளவேண்டியது இதுதான். சந்தோஷமோ, துக்கமோ அது நம் கையில்தான் உள்ளது. இறந்துபோவதற்கு முன்பே சொர்க்கத்தை நாம் வாழும் காலம் பூராவும் நம்மால் இங்கே உருவாக்க முடியும். அது நம் கையில்தான் உள்ளது. இன்னும் சரியாகச் சொன்னால் நம் மூக்கில்தான் உள்ளது!

ஆமாம். மூச்சைத்தான் நான் மூக்கென்று சொல்கிறேன். மூக்கும் மூச்சும் பிரிக்கமுடியாதவையல்லவா? மூக்கென்பது மூச்சுக்கு ஆகு பெயர். ஊர் சிரித்தது என்றால் ஊரில் உள்ள மக்கள் சிரித்தார்கள் என்று பள்ளிக்கூடத்தில் படிக்கவில்லையா?! எனவே சொர்க்கம் என்பது நம் மூக்கில்தான், ஐ மீன், நம் மூச்சில்தான் உள்ளது.

நாம் உயிர் வாழ்வது மட்டுமல்ல, நம் வெற்றி, நம் தோல்வி, நம் மகிழ்ச்சி, நம் துக்கம், நம் நோய், நம் ஆரோக்கியம் எல்லாமே மூச்சைச் சார்ந்தே உள்ளது. மூச்சால் உள்ளது. மூச்சாய் உள்ளது.

அப்படீன்னா? என்று நீங்கள் கேட்பது என் காதில் விழுகிறது. எல்லாவற்றுக்கும் ரொம்ப யோசிக்கக் கூடாது. யோசிக்க வேண்டிய நேரத்தில் யோசிக்காமல், தேவையில்லாத சமயத்தில்தான் நாம் அளவுக்கு அதிகமாக யோசிக்கிறோம்.

எப்படி என்கிறீர்களா?

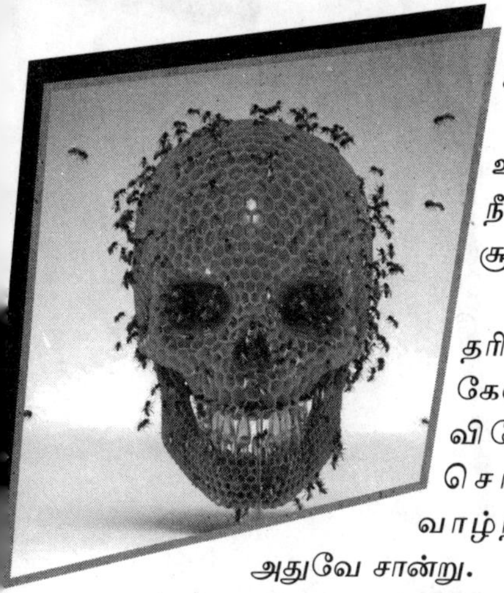

நாகூர் ரூமி

தலையா? இதயமா?

"அமுதம் நிறைந்த ஒரு கோப்பை உன் எதிரே இருக்கிறது. ஆனால் நீயோ ஒரு ஈயாக இருக்கிறாய். இந்த சூழ்நிலையில் நீ என்ன செய்வாய்?"

தன் பிரியமான சீடர் விவேகானந்தரிடம் பரமஹம்சர் ஒருநாள் கேட்ட கேள்வி இது. அதற்கு விவேகானந்தர் விவேகம் மிகுந்த ஒரு பதிலைச் சொன்னார். அவர் மூளையால் வாழ்ந்துகொண்டிருந்தார் என்பதற்கு அதுவே சான்று.

"நான் ரொம்ப ஜாக்கிரதையாக அந்தக் கோப்பையின் விளிம்பில் அமர்ந்துகொண்டு கோப்பையில் உள்ள அமுதத்தைப் பருகுவேன். கவனமாக இல்லையென்றால் கோப்பைக்குள் விழுந்து, அமிழ்ந்து உயிர் போகலாமல்லவா, அதனால்தான்" என்று அவர் விளக்கமாக, தர்க்கரீதியில் பதில் சொன்னார்.

"கோப்பைக்குள் இருப்பது என்ன என்பதை மறந்துவிட்டாய். உள்ளே குதித்து அமிழ்ந்து போனாலும் உன் உயிர் போகாது. அது தான் அமுதமாயிற்றே" என்று சொன்ன பரமஹம்சர் புன்னகைத்தார்!

ரொம்ப அறிவாளிகள் பலர் வாழ்வில் வெற்றி பெறுவதில்லை. காரணம் அவர்களுடைய அறிவுதான். சரியான முடிவுகளை எடுக்க அவர்கள் தவறிவிடுவார்கள். அவர்களுடைய அறிவே சரியான முடிவுகளை எடுக்கவிடாமல் தடுத்துவிடும்.

விவேகானந்தரே தவறாக யோசித்திருக்கும்போது நம் சிந்தனை பற்றிச் சொல்லவா வேண்டும்! பல நேரங்களில் நம் அறிவு நம்மை ஏமாற்றிவிடும். அறிவுதான் நம்மிடமுள்ள அறியாமையாகும்" (Knowledge is ignorance) என்று ஞானி ஜேகே சொன்னதுதான் நினைவுக்கு வருகிறது!

ஒரு பிரபலமான நடிகை இருந்தாள். அவளிடம் ஏராளமான தங்க நகைகள் இருந்தன. இருக்காதா பின்னே! அவற்றையெல்லாம் அலமாரியில் வைத்துப் பூட்டிவிட்டு ஒரு தாளையும் அங்கே அவள் வைப்பாள்! அது என்ன தாள் என்கிறீர்களா? ஒன்றுமில்லை. ஒரு வெள்ளைத்தாள். அதில் சில வாக்கியங்கள் எழுதப்பட்டிருந்தன. என்ன அது? "இந்த நகைகள் போலியானவை. ஒரிஜினல் நகைகள்

பேங்க் லாக்கரில் உள்ளன'' என்று எழுதப்பட்டிருந்தது! திருடர்களை ஏமாற்றுவதற்காக! அவள் நினைத்தமாதிரியே அந்த நகைகள் ரொம்பகாலம் திருட்டுப்போகாமல் இருந்தன. ஆனால் ஒருநாள் அவை களவு போயின.

அதிர்ந்துபோன அந்த நடிகை அங்கே அவள் வைத்திருந்த தாளுக்கு பதிலாக வேறு ஒரு தாள் மட்டும் இருப்பதைப் பார்த்தாள். ''நான் உங்கள் போலி நகைகளையெல்லாம் எடுத்துக்கொண்டேன். ஏனென்றால் நான் ஒரு போலி திருடன். உண்மையான திருடன் ஜெயிலில் இருக்கிறான்'' என்று அதில் எழுதப்பட்டிருந்தது!

பிச்சைக்கார சக்கரவர்த்தி

ஒருவன் ரொம்பகாலமாக ஒரு பெட்டி மீது அமர்ந்து பிச்சை யெடுத்துக்கொண்டிருந்தான். அங்கே வந்த ஒருவரிடம் அவன் பிச்சை கேட்டான். அவர் எதுவும் கொடுக்கவில்லை. மாறாக, ''நீ உட்கார்ந்திருக்கும் பெட்டியை என்றைக்காவது திறந்து பார்த்திருக்கிறாயா?'' என்று கேட்டார்.

''இல்லையே'' என்றான் பிச்சைக்காரன்.

''திறந்து பார்'' என்று சொல்லிவிட்டு அவர் சென்றுவிட்டார்.

அந்த பழைய ட்ரங்க் பெட்டியை அவன் தன் வாழ்நாளில் முதல் முறையாகத் திறந்து பார்த்து வியந்து போனான். அதற்குள் பொன்னும் வைரமுமாக ஒரு பொக்கிஷமே இருந்தது. பொக்கிஷத்தை மூடி வைத்து அதன் மீது உட்கார்ந்து பிச்சை யெடுத்துக் கொண்டிருந்திருக்கிறான் அந்த பிச்சைக்கார சக்கரவர்த்தி! அந்த பிச்சைக்காரன் வேறு யாருமல்ல, நாம்தான்! அப்போ அந்த பொக்கிஷம்? அதுதான் நம் மூச்சு!

மூச்சு என்பது

மூச்சு என்றால் என்ன என்று தெரியுமா? இது ஒரு கேள்வியா என்று நீங்கள் நினைக்கலாம். மூச்சு என்றால் என்னவென்று தெரியாத மனிதன் இருக்க முடியுமா என்று என்னைத் திருப்பிக் கேட்பீர்கள். சரி. ஆனால் உங்களுக்குத் தெரிந்த மூச்சு வேறு, இப்போது நான்

சொல்லப் போகும் மூச்சு வேறு! என்ன ஆச்சரியமாக இருக்கிறதா? ஆனால் இதைப் பற்றி நான் சொல்லும் வரை நீங்கள் யாரிடமும் மூச்சுவிடக் கூடாது, சரியா?!

உள்ளேயும் வெளியேயும் மூக்கு வழியாக - சமயத்தில் வாய் வழியாக - போய் வந்து கொண்டிருக்கும் காற்றுதான் மூச்சு என்று சொல்வதும், 'ரா'வும் 'ஜா'வும் சேர்ந்ததுதான் ராஜா என்று சொல்வதும் ஒன்றுதான்.

ராஜா என்பது நம்மை ஆட்டுவிக்கும் சக்தி. நம்மை அடக்கியாளும் சக்தி. நம்மை முழுக்க முழுக்க ஆட்கொள்ளும் சக்தி. மூச்சும் அப்படித்தான். நம் ஒட்டுமொத்த வாழ்க்கையும் அதன் கையில்தான் இருக்கிறது. நமது உடலில் உள்ள 'செல்' எனப்படும் கோடிக்கணக்கான உயிரணுக்களையும் இழுத்துப் பிடித்து இயங்க வைத்துக் கொண்டிருப்பது இந்த மூச்சுதான். சூரியசக்தி எல்லா கிரகங்களையும் கட்டுப்படுத்துவதுபோல மூச்சின் சக்தி நம் உடலின் ஒவ்வொரு உறுப்பையும் கட்டுப்பாட்டில் வைத்திருக்கிறது.

நமது உடலை இருபத்து நான்கு மணி நேரமும் சுத்தப்படுத்தும் வேலையை மூச்சு செய்து கொண்டிருக்கிறது. தேவையில்லாததை வெளியேற்றவும் அதுவே உதவி செய்கிறது. இந்தப் பிரபஞ்ச வெளியில் இருந்து நமக்குத் தேவையானதையெல்லாம் எடுத்து நமக்கு ஊட்டமளிக்கிறது. நாம் உண்ணுவதாலும் குடிப்பதாலும் கிடைப்பதைவிட உயர்ந்ததொரு ஊட்டத்தை அது நமக்கு அளித்த வண்ணம் இருக்கிறது.

நமது உடலில் ஏதாவது பிரச்சனை வந்தால் அதையும் நம் மூச்சு காட்டிக்கொடுத்துவிடும். மருத்துவர் நமக்குச் செய்யும் முதல் பரிசோதனை என்ன? ''ம்ஹ்ம், மூச்சை நல்லா இழுத்துவிடுங்க'' என்று சொல்லி ஸ்டெத்தை நம் நெஞ்சிலும் முதுகிலும் வைத்துப் பார்ப்பதுதானே! நாடித்துடிப்பிலும் இதயத்துடிப்பிலும் ஏற்படும் மாற்றங்களுக்கு உடலில் ஏற்பட்ட நோய்தான் காரணம் என்று அவர் சொல்லுவார். ஆனால் உண்மையான காரணம் மூச்சில் ஒளிந்திருக்கிறது என்பது ஞானிகளுக்கு மட்டுமே தெரியும் (இப்போது நமக்கும் தெரிந்துவிட்டது)!

மூச்சுதான் ஆரோக்கியம். மூச்சுதான் நோய். மூச்சுதான் பிரச்சனை. மூச்சுதான் தீர்வு. மூச்சுதான் கோபம், மூச்சுதான் காமம். மூச்சுதான் பக்தி. மூச்சுதான் சக்தி. மூச்சுதான் வறுமை. மூச்சுதான் செல்வம். மூச்சுதான் தோல்வி. மூச்சுதான் வெற்றி. அப்ப்பா... கொஞ்சம் இருங்கள், மூச்சு வாங்குகிறது... ஆமாம். அற்புதமான ஆற்றல்களையும், எண்ணிலடங்காத பொக்கிஷங்களையும் தன்னகத்தே மறைத்து வைத்துக் கொண்டிருக்கும் அந்தச் சாலமன் சக்கரவர்த்தி நமது மூச்சுதான் ! இன்னும் சொல்லப்போனால் மூச்சுதான் ஆன்மா! ஆமாம். இப்படி நான் சொல்லவில்லை. சூஃபி ஞானி இனாயத் கான் கூறுகிறார். ஜெர்மன் மொழியில் ஆன்மா என்பதற்கும் மூச்சு என்பதற்கும் ஒரே சொல்தானாம்!

இவ்வளவு முக்கியத்துவம் உள்ள மூச்சுவிடும் முறையை வேண்டுமென்றே மாற்றுவதன் மூலம் ஒன்றை மற்றொன்றாக மாற்றலாம். வறுமையை செல்வமாகவும், கோபத்தை அமைதியாகவும், பயத்தை துணிச்சலாகவும், தோல்வியை வெற்றியாகவும் மாற்றலாம். ஏனெனில் மூச்சு ஓர் அற்புதம்.

அதைப் புரிந்து கொள்வதுதான் நம்மை அறிந்து கொள்வதின் முதல் பாடம்.

ஆமாம். சரியாக, முறையாக மூச்சுவிடக் கற்றுக்கொள்வதன் மூலம் எல்லா நன்மைகளும் சாத்தியமாகும். அது எப்படி என்று தெரிந்துகொள்ளத்தான் இந்த அத்தியாயம்.

நீங்கள் மூச்சை இழுத்துக்கொண்டுதான் வாழ்க்கையை ஆரம்பிக்க வேண்டும். குழந்தை பிறந்தவுடன் செய்யும் முதல் காரியம் மூச்சை உள்ளே இழுப்பதுதான். காரணம் மூச்சுதான் வாழ்வு; மூச்சுதான் சாவு. மூச்சு உள்ளே இழுக்கப்படும் ஒவ்வொரு முறையும் நீங்கள் பிறக்கிறீர்கள். மூச்சை வெளியே விடும் ஒவ்வொரு முறையும் நீங்கள் இறக்கிறீர்கள். ஒவ்வொரு மூச்சும் உங்கள் பிறப்பாகவும் இறப்பாகவும் உள்ளது. ஒவ்வொரு முறை நீங்கள் மூச்சை உள்ளே இழுக்கும்போதும் வெளியே விடும்போதும் இந்த பிரபஞ்சத்தோடு நீங்கள் பேசிக்கொண்டிருக்கிறீர்கள். ஆம்.

இவ்வளவு முக்கியமான மூச்சுவிடும் காரியமானது, நமக்கும் பிரபஞ்சத்துக்குமான இந்த உரையாடல் தானாகவே நிகழ்ந்து கொண்டிருக்கிறது. நம்மைக் கேட்காமலேயே. சரி போகட்டும் என்ன கெட்டுவிட்டது என்று விட்டுவிடலாம்தான், சில உண்மைகள் மட்டும் தெரியவராமலிருந்தால். ஆனால் தெரிந்துவிட்டதே, என்ன செய்ய? அப்படி என்ன உண்மைகள் என்கிறீர்களா? சொல்கிறேன்.

2
மூச்சின் இரகசியங்கள்

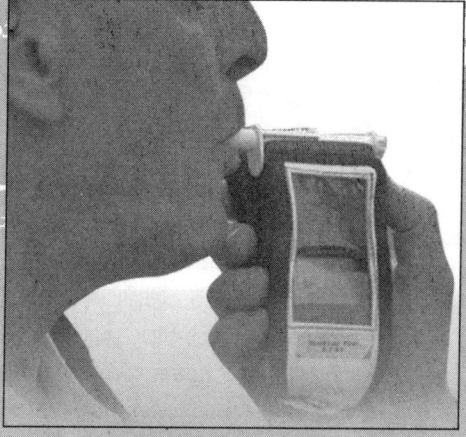

> தங்க ஊசியைத் தரையில் போட்டுத் தேய்க்கிறீர்கள். அதுவும் உங்கள் வீட்டுத் தரையில் அல்ல. அடுத்தவர் வீட்டுத் தரையில். புரிகிறதா?
>
> -ஹஸ்ரத் மாமா

மூச்சு சில உண்மைகள்

மேலே தங்க ஊசி என்று என் குருநாதர் ஹஸ்ரத் மாமா சொன்னது எந்த ஊசியைப் பற்றி என்று நினைக்கிறீர்கள்? எந்த ஊசியையும் பற்றியல்ல. அது மூச்சைப் பற்றிய அறிவுரை. ஆம். நம் மூச்சு ஒவ்வொன்றும் தங்கத்தைவிட, வைரத்தைவிட மேலானது. நமது ஆயுளே அதில் அடங்கியிருப்பதால் மட்டும் இப்படிக் கூறவில்லை. நமக்கு வாழ்க்கையில் எதெல்லாம் வேண்டுமோ அதையெல்லாம் இழுத்துவரக்கூடிய சக்தியாக மூச்சு உள்ளது! ஆச்சரியமாக உள்ளதா? ஆச்சரியம், ஆனால் உண்மை. எண்ணத்திற்கு அடுத்தபடியாக இறைவன் மூச்சோட்டத்தில்தான் எல்லா அருட்கொடைகளையும் வைத்துள்ளான். என் குருநாதர் ஹஸ்ரத் மாமா சொன்ன இந்த உண்மையில்தான் இந்த அத்தியாயம் தொடங்குகிறது. கவனித்திருப்பீர்கள்.

இங்கே நான் சொல்கின்ற எதையும் நீங்கள் நம்பவேண்டாம். 'டெஸ்ட்' பண்ணிப் பாருங்கள். தெரிந்துவிடும். மூச்சுதான் நமது ஆரோக்கியமாகவும் நோயாகவும் உள்ளது. ஆயிரக்கணக்கான ஆண்டுகளுக்கு முன்பு எழுதப்பட்ட யோக சூத்திரங்கள் எல்லாம் மூச்சையே அடிப்படையாக வைத்தன. பிராணாயாமம் என்பது என்ன? ஒருவிதமான மூச்சுப் பயிற்சிதானே? மூச்சுக்குத்தானே ப்ராணன் என்றே பெயர்? முதுகுப் பிடிப்பிலிருந்து 'ஹார்ட் அட்டாக்' வரை டாக்டர்கள் பரிசோதிப்பது முதலில் மூச்சைத்தானே? ஏன்? மூச்சை வைத்து அவர் நமது நோயை அல்லது ஆரோக்கியத்தை

அளக்கிறார். நாம் ஆரோக்கியமாக இல்லாவிட்டால்தான் அது அவர் தொழிலுக்கு ஆரோக்கியம்!

மூச்சுப் பயிற்சி செய்யாத ஒரு ஞானிகூட மனிதகுல வரலாற்றில் கிடையாது. அதைப்பற்றிய தகவல்கள் வேண்டுமானால் கிடைக்காமல் இருந்திருக்கலாம். ஆனால் ஆன்மிகத்தில் சாதனை செய்த எல்லா மகான்களும் மூச்சை அடக்கி ஆண்டவர்களாகவே இருந்திருக்கிறார்கள். மனிதனுக்கு ஞானம் வருவதற்கும் மூச்சுக்கும் நெருங்கிய தொடர்பு உள்ளது.

நாகூர் ஆண்டகையவர்களின் குருநாதரான முஹம்மது கௌது குவாலியரி அவர்கள் மூச்சுப் பயிற்சியிலும் தியானத்திலும் தன்னை, தன் உடலை, இந்த உலகை மறந்து வனத்தில் இருந்த நாட்கள் எத்தனை தெரியுமா? பனிரண்டு ஆண்டுகள்!

எல்லா விதமான பயிற்சிகளையும் செய்து பார்த்து ஒன்றும் பயனில்லாமல் கடைசியில் ஆறு ஆண்டுகளுக்குப் பிறகு புத்தர் போதி மரத்தடியில் அமர்ந்து என்ன செய்தார் என்று நினைக்கிறீர்கள்? செய்வதற்கு ஒன்றுமில்லாமல் போன அவர் தன் மூச்சோட்டத்தையே கவனிக்க ஆரம்பித்தார். அது 'விபாசனா' என்று அழைக்கப்படுகிறது. இப்போதுகூட சென்னைக்கு அருகில் இருக்கும் புத்த தியான மையங்களுக்கு நீங்கள் சென்றால் பத்து நாள் தனிமையோடும் மௌனத்தோடும் இருந்து செய்யவேண்டிய பயிற்சி விபாசனாதான்!

முஹம்மது நபியவர்கள் ஹீரா என்ற குகைக்குள் சென்று என்ன செய்தார்கள் என்ற வரலாற்றுக் குறிப்பு இல்லை.ஆனால் உறங்கவோ ஓய்வெடுக்கவோ செல்லவில்லை என்பது மட்டும் நிச்சயம். இறைவனை தியானித்திருப்பார்கள்.நிச்சயமாக மூச்சை கவனித்திருப்பார்கள். அதனால்தானோ என்னவோ எல்லா சூஃபிகளும் மூச்சைக் கவனிக்கின்ற பயிற்சியை வலியுறுத்து கின்றார்கள். அதனை 'முஷாஹதா' (சாட்சியாக இருத்தல்) என்று குறிப்பிடுகின்றார்கள். (முஷாஹதாவில் வேறு சில பயிற்சிகளும் இருக்கின்றன).

குறிப்பிட்ட ஆன்மிகப் பாதையில் பயிற்சி பெற்ற சிலர் அந்தக் காலத்தில் நாகூர் தர்காவுக்குள் வரும்போது ஒரு வாசகத்தை ஒரு பாடலைப் போலப் பாடிக்கொண்டே வருவார்களாம். ''ஹோஷ் பர் தம், நஸர் பர் கதம்'' என்பதுதான் அது. ''மூச்சில் கவனம் வை, எடுத்து வைக்கும் ஒவ்வொரு அடியிலும் கவனம் வை'' என்று அதற்கு அர்த்தம். நக்ஷபந்தியா என்ற ஆன்மிகப் பாதையிலும் இது வலியுறுத்தப்படுகிறது.

ஆன்மிகவாதிகள் மட்டுமல்ல, ஆப்பிளின் ஸ்டீவ் ஜாப்ஸ், ஆச்சி மசாலா ஐசக் என்று யாராக இருந்தாலும் சரி, தோல்வி, பயம், நடுக்கம், கோபம் போன்ற எதிர்மறை உணர்ச்சிகளினூடே வெளிவரும் மூச்சு விகிதத்திலேயே தொடர்ந்து மூச்சுவிட்டுக்கொண்டிருந்தால், சீக்கிரத்திலேயே அவர்கள் பிச்சைக்காரர்களாக ஆகிப்போவார்கள். (இது அவர்கள்மீதான பொறாமையால் சொல்லும் வார்த்தையில்லை. அவர்கள் அப்படிச் செய்யவே மாட்டார்கள் என்ற தெளிவுடன் சொல்கிறேன்). நாம் மூச்சு விடும் முறைக்கும் நமது வெற்றிக்கும் அல்லது தோல்விக்கும் அவ்வளவு நெருங்கிய தொடர்பு உள்ளது.

இறைவனைப் பார்த்த கதை

ஞானி இமாம் ஜாஃபர் சாதிக்கிடம் ஒருவர் வந்து இறைவனைக் காட்டினால்தான் போச்சு என்று அடம்பிடித்தார். இமாம் எவ்வளவோ எடுத்துச் சொல்லியும் அவர் கேட்கவில்லை. சரி நீ பிடிவாதமாக இருப்பதால், உனக்கு இப்போதே இறைவனைக் காட்டுகிறேன் என்று சொல்லிச் சுற்றியிருந்த தன் சீடர்களிடம், ''இவரைத் தூக்கிப் (எதிரில் ஓடிக்கொண்டிருந்த தஜ்லா நதியில்) போடுங்கள்'' என்று உத்தரவிட்டார். அவ்வாறே செய்யப்பட்டது!

பாவம், இறைவனைப் பார்க்க விரும்பியவரோ என்னைப்போல நீச்சல் தெரியாதவர். ''என்னைக் காப்பாற்றுங்கள் இமாம்'' என்று மூழ்கி மூழ்கி மேலே வந்த ஒவ்வொருமுறையும் அபயக் குரல் கொடுத்துப் பார்த்தார். ம்ஹூம், இமாம் அசையவில்லை.

மூச்சுவிடமுடியாமல், மூழ்கிக்கொண்டிருந்த தருணத்தில், இனி உயிர் போய்விடும் என்ற அச்சத்தில், ''இறைவா என்னைக் காப்பாற்று'' என்று கத்தினார். (அப்போது தண்ணீருக்கு மேலே தலை இருந்திருக்கவேண்டும். அல்லது இமாம் அவர்கள் ஒரு ஞானியாக இருந்த காரணத்தினால் மூழ்கிக்கொண்டிருந்தவரது எண்ணத்தை அறிந்து கொண்டிருந்திருக்க வேண்டும்). உடனே இமாம் சைகை காட்ட அவர் காப்பாற்றப்பட்டார்.

சுயநினைவு வந்து அவர் எழுந்ததும் அவரிடம், ''என்ன, இறைவனைப் பார்த்துவிட்டீர்கள் போலிருக்கிறதே, நீங்கள் இறைவனோடு பேசியதை நான் கேட்டேனே'' என்றார்கள் இமாம் ஜாஃபர் சாதிக்!

அவரும் ''ஆமாம் நான் இறைவனைப் பார்த்துவிட்டேன். உயிர் கொடுப்பவன் அவனே என்பதைப் புரிந்துகொண்டேன்'' என்றாராம்.

தண்ணீருக்குள் மூழ்கி உயிர் போக இருப்பவன் எப்படியாவது தன்னைக் காப்பாற்றிக் கொள்ள வேண்டும் என்று எல்லா முயற்சிகளையும் உயிர் வாழ்தலை நோக்கியே செய்வானோ அந்த மாதிரி யான தீவிர முயற்சியும் தேடலும் இருந்தால் நிச்சயம் இறைவனைக் காணலாம் என்று பரமஹம்சரும் கூறியுள் ளார். இந்த மாதிரியான இறுதிக்கணப் புரிந்து கொள்ளல் களுக்கும் மூச்சு காரணமாக இருந்திருக்கிறது.

புத்தரிலிருந்து சூஃபிகள் சித்தர்கள்வரை, பதஞ்சலி, பரமஹம்சரிலிருந்து பரஞ் சோதி மகான் வரை, ராபியா பஸ்ரியிலிருந்து ரமணர் வரை, எல்லோருமே மூச்சு ஒழுங்காக விடும் கலையைப்பற்றிப் பேசியிருக்கிறார்கள், பேசிக்கொண்டிருக்கிறார்கள். கற்றுக்கொடுத்திருக்கிறார்கள். ஏன்? மூச்சுவிடுவதற்கும் நம் வாழ்வில் நமக்கு வருகின்ற நல்லது கெட்டதுக்கும் நெருங்கிய தொடர்பு உள்ளது. ஞானமெல்லாம் வேண்டாம் என்று இப்போதைக்கு நீங்கள் முடிவு செய்து கொண்டாலும் வெற்றியும் சந்தோஷமும் வேண்டுமே! அதற்காகவாவது மூச்சு பற்றிய

“மூச்சை மாற்றுவதனால் ஒரு மனிதனுடைய ‘காரக்ட’ரையே மாற்றலாம்”

உண்மைகளையும் அதன் முக்கியத்துவத்தையும், அதை எப்படி முறையாக விடுவது என்பது பற்றியும் தெரிந்துகொண்டே ஆக வேண்டும்.

வெற்றிக்கான மூச்சு பற்றி எனக்குத் தெரிந்தவரை விளக்கமாகக் கூறிவிடுகிறேன். ஆனால் உடனே அதற்குத் தாவுவது பயன் கொடுக் காமல் போகலாம். எச்சரிக்கை. கேடும் விளைவிக்கலாம்.

ஆமாம். எதையுமே புரிந்துகொள்ளாமல் நேரடியாக 'ஆக்ஷனில்' இறங்குவது ஆழம் தெரியாமல் காலை விடுவதற்குச் சமம்.

எனவே தயவு செய்து உன்னிப்பாக இந்தப் பகுதியில் உள்ளதை முதலில் புரிந்து கொள்ளவும். ஏனெனில் மூச்சை வைத்து வெற்றி பெறுவது எப்படி என்று தெரிந்து கொள்வதும் ஒருவகையில் ஞானம்தானே?

எப்படி முறையாக மூச்சு விடுவது, விழிப்புணர்வுடன் விடுவது, எப்படி ஆழப்படுத்துவது என்று தெரிந்து கொண்டுவிட் டால் வாழ்க்கை என்ற பென்ஸ் காரின் ஸ்டீயரிங்கின் கண்ட்ரோலை உங்கள் கையில் அது கொடுக்கும். இந்த எளிய பயிற்சியை தினமும் மேற்கொண்டால், ஆறு ஆண்டுகள் புத்தரும், பனிரண்டு ஆண்டுகள் மகாவீரரும் காட்டில் அலைந்து திரிந்தபின் அவர்களுக்கு எது கிடைத்ததோ அதை, பல மாதங்கள் முஹம்மது நபி ஹீராக் குகையில் தியானித்து எந்த உண்மையை உணர்ந்துகொண்டார்களோ, அதை, அப்படியெல்லாம் செய்யாமல், வீட்டில் இருந்தபடியே நம்மாலும் உணர்ந்துகொள்ளவும், அடையவும் முடியும். அது என்ன என்கிறீர்களா? அதற்குப் பெயர் வைக்கமுடியாது. எல்லாப் பிரச்சனைகளையும் தீர்க்கக்கூடிய ஒரு தெளிவு. ஒரு அமைதியடைகிறது. ஒரு நிம்மதி. எல்லாம் ஒன்றுதான் என்று புரிந்துகொள்ளக்கூடிய ஒரு தீர்க்கதரிசனம்.

விரும்பும் எல்லாவற்றையும் நம்மை நோக்கி இழுத்துவரக்கூடிய ஒரு பேராற்றல். எப்படி வேண்டுமானாலும் அதற்குப் பெயரிடலாம்.

மூன்று வகை உணவு

ஹஸ்ரத் மாமா சொல்லியிருக்கிறார்கள். மனிதனுக்கு இந்த உலகில் மூன்று விதமான உணவு கிடைக்கிறது. முதல் உணவு வாய்

வழியாக நமக்குள்ளே போவது. அஞ்சு கறி சோறு, ஆம்பூர் பிரியாணி, குஷ்பு இட்லி, ஸ்னேகா சப்பாத்தி, சுவையான சாம்பார், சூப்பரான ரசம், சிம்ரன்ஸ் ஆப்பம், பெப்சி, கோலா, ஸ்ப்ரைட், குடிதண்ணீர், சுத்த சைவம், சுத்த அசைவம் எல்லாம் இதில் அடங்கும்.

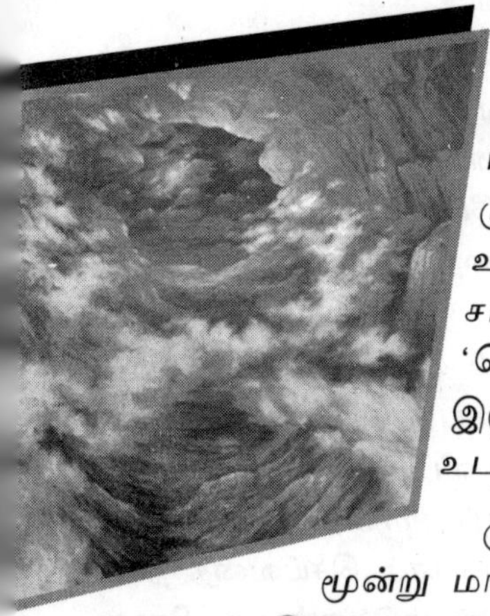

இரண்டாவது உணவு மூக்கால் எடுத்துக் கொள்வது. அதாவது மூச்சுவிடுவது. முதல் உணவில்லாமல் மூன்று மாதம்வரை மனிதன் உயிர் வாழமுடியுமாம். காரணம் முதல் உணவு அறவே இல்லாதபோது உடம்பே உடம்பைச் சாப்பிட்டு அதைச் சரி செய்துகொள்கிறது. அதனால்தான் 'கொலை'பட்டினி கிடந்துகொண்டே இருந்தால் எதியோப்பிய குழந்தைகள் மாதிரி உடல் மெலிந்துகொண்டே போகிறது.

முதல்வகை உணவில்லாமல் ஒரு மனிதன் மூன்று மாதம் வரை தாக்குப்பிடிக்க முடியலாம். ஆனால் இரண்டாவது உணவான மூச்சு இல்லாமல் மூன்று நிமிடம்கூட இருக்க முடியாது. மூன்று நிமிடம் என்பதே அதிகம். மூன்று நிமிடம் மூச்சுவிடாமல் இருந்தால் மூளை பாதிக்கப்படும். ஆறு நிமிடங்கள் என்றால் உயிரே போய்விடுகின்ற வாய்ப்பு உண்டு என்று மூளை விஞ்ஞானம் சொல்கிறது. சந்தேகமாக இருந்தால் இப்போதே மூச்சை அடக்கிப்பாருங்கள் தெரியும்! அப்போ மூச்சடக்கி முத்தெடுப்பவர்களெல்லாம் என்ன செய்கிறார்கள் என்று கேட்கக்கூடாது. பயிற்சியின் மூலம் எந்த விஷயத்தையும், திறமையையும் காலநீட்சிக்கு உட்படுத்தலாம். அது வேறு சப்ஜக்ட்.

புதுமைப்பித்தன் 'காஞ்சனை' என்று ஒரு பேய்க் கதை எழுதினார். (அதனால்தான் காஞ்சனா என்று சமீபத்திய திகில் படத்துக்குப் பெயர்வைத்தார்களோ? இலக்கியத் திருட்டு?) கதை பிரபலமானவுடன், உங்களுக்குப் பேய்களின் மீது நம்பிக்கை உள்ளதா என்று அவரிடம் கேட்டார்கள். அதற்கவர், பேய் இருக்கிறதா இல்லையா என்று எனக்குத் தெரியாது. ஆனால் பயம் இருக்கிறது என்று சொன்னாராம்!

அவர் சொன்னதுதான் மூன்றாவது உணவு. பதிவுகள். நம் மனதின் 'பேஸ்மெண்ட்'டுக்கு வந்து நமக்கே தெரியாமல் நாற்காலி போட்டு உட்கார்ந்து கொள்கின்ற அல்லது கட்டில் போட்டு பல காலமாகப் படுத்துறங்குகின்ற கருத்துகள், சிந்தனைகள், கற்பனைகள், கனவுகள்,

அச்சங்கள், ஆசைகள், லட்சியங்கள். எப்படி வேண்டுமானாலும் சொல்லிக்கொள்ளலாம்.

ஆனால் இந்தப் பதிவுகள்தான் இந்த மூன்று உணவுகளிலும் மிக முக்கியமான உணவு. காரணம் மனிதனையும் மனிதனல்லாததையும் வேறுபடுத்திக்காட்டும் விஷயம் இதுதான்.

வெறும் மூச்சு மட்டும் விட்டுக்கொண்டிருப்பதற்குப் பெயர் வாழ்வதல்ல. அது சும்மா உயிர்வாழ்வது. உயிரோடு இருப்பது. வாழ்வது என்றால் இந்த மூன்றாவது உணவு வேண்டும். ஆனால் இந்த முக்கியமான உணவும் மூச்சைப் போலவே காசில்லாமல் கிடைத்துக்கொண்டே இருக்கிறது. இறைவனின் கருணையே கருணை!

ஆனால் இந்த மூன்று உணவுகளில் முதல் உணவையும் மூன்றாவதையும் கட்டுப்படுத்துவது என்பது குதிரைக்கொம்பு. எத்தனையோ சர்க்கரை வியாதிக்காரர்கள் வீட்டுக்குத் தெரியாமல் அல்வா, கேக், மக்கன் பேடா, குலாப் ஜான், தம்காரோட் என்று ஸ்வீட்டான அய்ட்டங்களைக் கபளீகரம் செய்வதை நாம் பார்த்திருக்கிறோம். சாப்பாட்டில் கட்டுப்பாடு என்பது பிரசவ வைராக்கியம் மாதிரித்தான்.

இரவில் கோதுமைச் சப்பாத்தி இரண்டு சாப்பிடுங்கள் என்று டாக்டர் ஒரு நோயாளியிடம் சொன்னதற்கு "டாக்டர் ஒரு சந்தேகம், இரவில் இரண்டு சப்பாத்தி சாப்பிட வேண்டும் என்று சொன்னீர்களே, அது சாப்பாட்டுக்கு முந்தியா பிந்தியா?" என்று கேட்ட கதை நமக்குத் தெரியும். இந்த ஹைதர் காலத்து நகைச்சுவைக் கதையில் டாக்டரிடம் அப்படிப் பேசிய அந்த ஒருத்தன் வேறு யாருமல்ல. நாம்தான். இதனால்தானோ என்னவோ வள்ளுவர் பல நூறு ஆண்டுகளுக்கு முன்பே, "யாகாவாராயினும் நாகாக்க" என்று நாசூக்காகச் சொல்லியிருக்கிறார்! எவ்வளவு தீர்க்கதரிசனம்!

பாவ்லோவ் பரிசோதனை

ரஷ்யாவில் பாவ்லோவ் என்பவர் ஒரு பரிசோதனை செய்தார். 1940-களில் நிகழ்த்தப்பட்ட ரொம்பப் பிரபலமான பரிசோதனை அது. அதன் மூலமாக மனிதன் conditioned reflex என்று சொல்லக்கூடிய ஒரு பலவீனத்துக்கு ஆட்படுகிறான் என்ற முடிவுக்கு அவர் வந்தார். ஆனால் அவர் மனிதனை வைத்துப் பரிசோதனை செய்யவில்லை. ஒரு நாயை வைத்து செய்தார்!

ஒரு நாய்க்கு அவர் உணவு போட்டார். மட்டன் என்று வைத்துக்கொள்வோமே. ஆனால் அதைப் போடுவதற்கு முன்

ஒரு மணியை அவர் அடித்தார். அடித்து முடித்தவுடன் மட்டன் துண்டுகளைப் போடுவார். முதலில் நாய் அந்த மணியின் ஒலியைக் கண்டுகொள்ளவில்லை. மட்டனிலேயே குறியாக இருந்தது. (நானும் ஒரு மட்டன் காதலன்தான். அப்படியானால் என்று நீங்கள் கேட்பது என் காதில் விழுகிறது!) இரண்டாவது தடவையும் ஒரு மணியை அடித்துவிட்டு மட்டன் போட்டார். இப்போதும் நாய் மணியை உதாசீனப்படுத்தியது. மட்டன் துண்டுகளைப் பார்த்ததும் அதன் நாக்கிலிருந்து நீர் வடிய ஆரம்பித்தது. இப்படியே பல தடவைகள் மணி அடிப்பதும் பின் மட்டன் போடுவதுமாக அதைப் பழக்கினார்.

இப்போது நாய்க்குப் புரிந்துவிட்டது. மணி சப்தம் கேட்டால் அடுத்து மட்டன் துண்டுகள் வரும் என்று. மணி சப்தம் முன்னே, மட்டன் வரும் பின்னே என்ற உண்மை அதற்குப் போதுமானதாக ஆகிவிட்டது. பின்பு ஒரு நாள் மணியை மட்டும் அடித்துவிட்டு சும்மா இருந்தார். உடனே நாயின் வாயிலிருந்து நீர் வடிய ஆரம்பித்துவிட்டது. இதுதான் conditioned reflex.

மனிதனுக்கும் இதே நிலைதான். எல்லா விஷயத்திலும். பொம்பளை விஷயத்தில் மட்டுமல்ல, சாப்பாட்டு விஷயத்திலும் மனிதன் ஜொள்ளன்தான். பெண்கள் என்றால் ஜொள்ளிகள். ஆனைக்கு அர்ரம் என்றால் குதிரைக்கு குர்ரம். நாய்க்கு நர்ரம் என்றால் மனிதனுக்கு மர்ரம். இதுதான் முதல் வகை உணவைப் பொருத்த மட்டில் மனிதனின் நிலை. விதிவிலக்குகள் எப்போதுமே எல்லாவற்றிலுமே உண்டு. நாம் சராசரிகளைப் பற்றித்தான் பேசு கிறோம். விதிவிலக்குகளைப் பற்றி அல்ல.

முதல் உணவில் கட்டுப்பாடு கடினமானது. ஆனால் மூன்றா வது வகை உணவான பதிவுகளைப் பொறுத்தவரை இது கஷ்டமான விஷயமே அல்ல. சுத்தமாக முடியாத விஷயம்! ஏனெனில், நமது மூளைக்குள் யார் யாருடைய எண்ணங்கள் புகுந்துள்ளன, இன்னும் புகுந்துகொண்டுள்ளன என்று கண்டுபிடிக்கவே முடியாத அளவுக்கு நுட்பமான உணவு இது. ஒரு மனிதன் எவ்வளவு அறிவாளியாக இருந்தாலும்

அவனுடைய சிந்தனை நூற்றுக்கு நூறு சொந்தச் சிந்தனைதான் என்று சொல்லவே முடியாது.

உதாரணமாக உங்களையே எடுத்துக்கொள்வோமே. நீங்கள் ஒரு அறிவாளி (என்று வைத்துக்கொள்வோம்). உங்கள் வயது இப்போது நாற்பது என்று வைத்துக்கொள்வோம். (நாற்பது என்பது ஒரு முக்கியமான கட்டம். நபிகள் நாயகத்துக்கு நாற்பது வயதில்தான் ஞானமும், இறைச் செய்தியும் கிடைத்தது என்று வரலாறு கூறுகிறது)! நாற்பது ஆண்டுகளாக நீங்கள் சிந்தனாவாதியா என்றால் இல்லை. உங்கள் வயதின் ஏதோ ஒரு புள்ளியில் நீங்கள் சுயமாக சிந்திக்க ஆரம்பித்திருப்பீர்கள். பத்து வயதில் என்று வைத்துக்கொள்வோமே. இது ரொம்பக் கம்மிதான், சரி பரவாயில்லை.
எனக்கு உங்கள்மீது நம்பிக்கை இருக்கிறது.

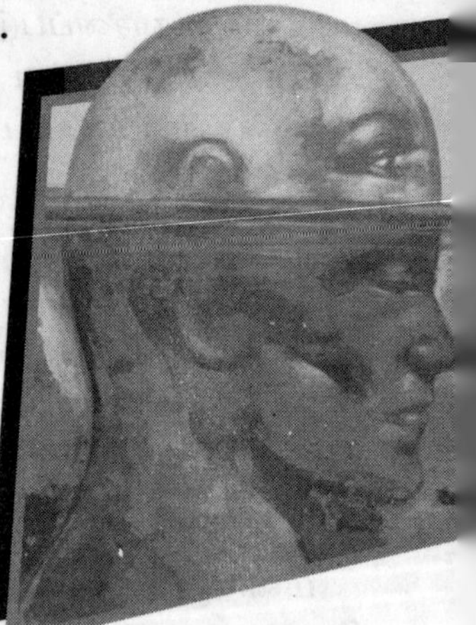

அந்த பத்துவயது வரை உங்களுக்காக யார் சிந்தித்தார்கள்? உங்க மம்மி, டாடி, க்ராண்ட்ப்பா, பாட்டி, பக்கத்து வீட்டுக்காரன், உங்கள் தெருவில் போன குடுகுடுப்பைக்காரன் இவர்கள்தான். அவர்களெல்லாம் உங்கள் மனதில் போட்ட வைரங்களும் குப்பைகளும்தான் உங்களைப் பத்துவயதுவரை கொண்டுவந்து விட்டிருக்கின்றன. நீங்கள் அந்தப் புள்ளியில் இருந்துதான் தொடங்க வேண்டும்.

அப்போ அதற்குமுன் உள்ளதெல்லாம் யார் கொடுத்த உணவு, என்ன மாதிரி உணவு, கெட்டுப் போனதா, அழுகிப்போனதா, ஆரோக்கியமானதா என்று எப்படிக் கண்டு பிடிப்பது? முடியாது. உங்களால் முடியாது. அந்த மாதிரி உணவைத் தொடர்ந்து சாப்பிட்டதால் உங்களுக்கு மனநோய் ஏற்படும்போது வேண்டுமானால் சிக்மண்ட் ஃப்ராய்டு மாதிரி அல்லது நம்ம கோடம்பாக்கம் ருத்ரன் அல்லது மாத்ருபூதம் மாதிரி யாராவது உங்கள் ஆழ்மனதைப் பரிசோதித்துத் தெரிந்து கொள்ளவேண்டும்.

இதுமட்டுமல்ல. நீங்கள் சுயமாகச் சிந்திக்கின்ற வயதுக்கே இப்போது வருவோமே. இந்த வயதில் உங்களுக்கு இருக்கும் 'சுய'சிந்தனையும் உண்மையிலேயே சுயமானதா என்றால் அதுவும் கிடையாது. எவனோ வெட்டி வைத்த குழியில் விழுந்ததாகவோ யாரோ கட்டிவைத்த அஸ்திவாரத்தில், புறம்போக்கில், எழுப்பிய கட்டிடமாகவோதான் இருக்கும். ஒரு சினிமாவுக்குப்

போகவேண்டுமென்று நீங்கள் முடிவெடுத்தால் கூட அது நூற்றுக்கு நூறு உங்கள் முடிவா என்றால் அல்ல. ஆச்சரியமாக இருக்கலாம். எண்ணிப்பார்த்தால் இந்த உண்மை தெரியும்.

அந்த சினிமாவுக்குப் போகவேண்டும் என்று ஏன் நினைத்தீர்கள்? 'பரந்த' உள்ளத்துடன் இருந்த ஒரு 'திறந்த' போஸ்டரைப் பார்த்து நீங்கள் கவரப்பட்டிருக்கலாம். அல்லது டி.வி.யில் ஒரு காட்சியைப் பார்த்திருக்கலாம். அல்லது ரொம்பப் பிரமாதமான படம் என்று நீங்கள் மதிக்கின்ற ஒருவர் சொல்லியிருக்கலாம். எழுதியிருக்கலாம். அது உங்களைத் தூண்டியிருக்கலாம். எனவே அந்தப் படம் பார்க்க வேண்டும் என்ற உங்களின் சுய சிந்தனையின் பின்னால் வேறு சிலரின் அல்லது பலரின் 'சுய' சிந்தனைகள் உள்ளன!

உங்கள் சிந்தனை எது என்று கண்டுபிடிப்பதிலேயே இவ்வளவு பிரச்சனைகள் இருக்கிறதென்றால், அவற்றைக் கட்டுப்படுத்துவது என்பது முடிகின்ற காரியமா?

சரி, முதல் உணவையும் மூன்றாவதையும் கட்டுப்படுத்துவது முடியாதது என்று சொல்லவேண்டாம். அது உங்கள் சுயத்தைக் காயப்படுத்தலாம். இப்போதைக்கு அது கஷ்டம் என்று வைத்துக்கொள்வோம். அப்போ, எளிதாகக் கட்டுப்படுத்த முடிகின்ற உணவு உள்ளதா என்றால் உள்ளது. அதுதான் மூச்சு. நீங்கள் விரும்பினால், உங்கள் ஆயுளையும், உங்கள் உயிரையும், உங்கள் வாழ்வின் வெற்றி தோல்விகளையும் தனது கட்டுப்பாட்டுக்குள் வைத்திருக்கின்ற மூச்சை உங்கள் கட்டுப்பாட்டில் வைக்கலாம்!

ஆம். மூச்சு மட்டும்தான் நம் கட்டுப்பாட்டுக்குள் இல்லாததாகவும், அதேசமயம் விரும்பினால் கட்டுப்பாட்டுக்குள் கொண்டு வரக்கூடியதாகவும் உள்ளது. ஆமாம். நமக்குத் தெரியாமலே மூச்சை நாம் விட்டுக்கொண்டிருந்தாலும், விரும்பினால் தெரிந்தே விடலாம் அல்லது விடாமல் இருக்கலாம் (சில நிமிடங்களுக்குத்தான்).

இந்த வசதி மற்ற இரண்டு உணவிலும் இல்லை. எனவே இதைக் கட்டுப்படுத்தினால், அதாவது விழிப்புணர்வுடன் முறைப்படி மூச்சுவிட ஆரம்பித்தால் அது மற்ற உணவுகளையும் கட்டுப்படுத்தும். ஒரு முக்கோண வடிவ பட்டத்தில் ஒரு பக்கத்தைப் பிடித்து இழுத்தால் மற்ற இரண்டு பக்கங்களும் சேர்ந்து முழுப் பட்டமும் வந்துவிடுவதுபோல. இப்படி ஏன் பிடித்து இழுக்க வேண்டும் என்பதற்கு முன் மூச்சைப் பற்றிய வேறுசில உண்மைகளையும், தகவல்களையும் நாம் தெரிந்துகொள்ள வேண்டியது அவசியம்.

இடகலை பிங்கலை

நாம் மூக்கால்தான் மூச்சு விடுகிறோம். இது எல்லோருக்கும் தெரிந்ததுதான் என்றாலும் இதற்கும் விதிவிலக்கு உண்டு! சிலர் வாயால் அதிகம் விடுகிறார்கள் என்றால் அவர்களுக்கு மூக்கில் ஏதோ பிரச்சனை இருக்கிறது என்று அர்த்தம். சொல்லவந்த விஷயம் இங்கே அதுவல்ல. மூக்கின் மூலமாகத்தான் பொதுவாக மூச்சு உள்ளே போகிறது, வெளியே வருகிறது என்றாலும் மூக்கில் உள்ள இரண்டு துவாரங்களின் வழியாகவும் காற்று எப்போதுமே போய் வந்துகொண்டிருப்பதில்லை. ஒரு நேரத்தில் ஒரு துவாரம்தான் பிரதானமாக வேலை செய்யும். இன்னொரு துவாரத்தின் வழியாகவும் மூச்சு செல்லும். ஆனால் கொஞ்சம் அடைத்த மாதிரி செல்லும். இதற்கு இடகலை, பிங்கலை, சுழுமுனை என்றும் சந்திரகலை, சூரியகலை, சுகமானாடி என்றும் பெயர் வைத்துள்ளார்கள்.

உதாரணமாக இடகலையில், அதாவது இடது துவாரத்தின் வழியாக மூச்சு ஓடும்போது செய்யவேண்டிய மற்றும் செய்யக்கூடாத காரியங்கள் என்னென்ன என்று வரையறுத்து இதை ஒரு கலையாகவே - கவனிக்க, இட 'கலை', பிங்'கலை' - நமது முன்னோர்கள், முக்கியமாக சித்தர்கள், உருவாக்கி வைத்துள்ளார்கள். இத்தகைய மூச்சோட்டத்தை நமது தேவைகளுக்குப் பயன்படுத்துவது எப்படி என்று ஆராய்ச்சி செய்த சூஃபிகள் அதற்கு 'ஃபாஸ்-அன்-ஃபாஸ்' என்று பெயர் வைத்துள்ளார்கள்.

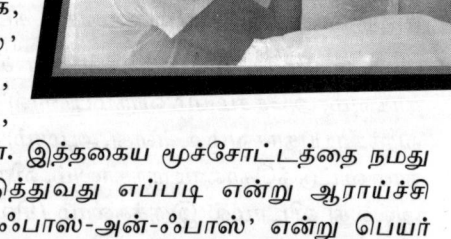

அவர்களுடைய கணக்குப்படி ஒவ்வொரு 02 மணி நேரம் 24 நிமிஷத்துக்கும் மூச்சு வலது இடது என்று துவாரத்தை மாற்றி மாற்றி ஓடிக்கொண்டிருக்கும். இந்த அமைப்பு பதிநான்கு நாட்களுக்கு இருக்கும். அடுத்த பதினான்கு நாட்களுக்கு, முன் ஓடிய முறைக்குத் தலைகீழாக ஓடும். இந்த சுழற்சி, பொதுவாக காலை வேளையில் தொடங்குமாம். வளர் பிறையில் வரும் வியாழக் கிழமைகளில் இடகலையும், தேய்பிறையில் வரும் வியாழக் கிழமைகளில் பிங்கலை சுவாசமும் நடைபெறும் என்று ஒரு கணக்கும் உண்டு.

இந்தத் தகவல்கள் நம்முடைய நோக்கத்துக்கு மிக முக்கியமானவை அல்ல. ஆனால் இந்தத் தகவல்களைக் கொடுத்த மகான்களது அனுபவம், அதன் அடிப்படையில் உருவான கருத்துக்கள் யாவும் நமது வெற்றிக்கு மிகவும் முக்கியம். உதாரணமாக, மூச்சு இடதுபக்கமாக ஓடும்போது, அதாவது மூச்சு இடகலையில் ஓடும்போது, நிரந்தரமானவற்றைப் பற்றி நினைக்க வேண்டுமாம். அதாவது வீடு வாங்குதல், வியாபாரம், திருமணம் செய்தல் முதலியவை பற்றி. (திருமணம் ஒரு நிரந்தரமான பந்தம் என்று நீங்கள் நினைக்கும் பட்சம்)!

வலது பக்கமாக பிங்கலையில் மூச்சு ஓடும்போது, தற்காலிக மானதைப் பற்றி, உதாரணமாக, ஓடாத சரக்கைப்பற்றி நினைத்துக் கொண்டிருந்தால் - அது விற்கவேண்டுமென்றுதான் - அது நிச்சயமாக விற்கும். நமக்கிருக்கும் கடன் தொல்லைகள், உடல் உபாதைகள் நீங்க வேண்டும் என்று விரும்புபவர்கள் மூச்சு வலது பக்கதுவாரத்தின் வழியாக ஓடும்போதுதான் அதைப்பற்றி நினைக்க வேண்டும். இடகலையின்போது நமது கடன்கள் நீங்கவேண்டுமென்று நினைப்பதனால் பயனில்லை என்கிறார்கள்.

என்ன ரொம்ப ஆச்சரியமாக உள்ளதா? உள்ளே போகின்ற காற்றின் திசைக்கும் வாங்கிய கடனைத் தீர்ப்பதற்கும் என்ன சம்பந்தம் உள்ளது? முட்டாள்தனமாக உள்ளதே என்று தோன்றுகிறதா? இருக்கட்டும். ஒரு முட்டாள்தனம் நமது நெடுநாளைய கந்துவட்டிக் கடனைத் தீர்க்க உதவுகிறது என்றால் அது நமக்கு மிகவும் தேவையான முட்டாள்தனம்தானே? பெயர் எதுவாயிருந்தால் என்ன? பிரச்சனை தீர்ந்தால் சரிதானே? கோவிலுக்குப் போவதை, கடவுளை நம்புவதை எல்லாம் முட்டாள்தனம் என்றுதான் சிலர் சொல்லுகிறார்கள். அதற்காக அந்த அற்புதமான முட்டாள்தனத்தை நாம் விட்டுவிட்டோமா என்ன? இன்னும் வேகத்தோடுதானே செய்கிறோம்?

ஒரு முட்டாள்தனம் நன்மை பயக்கும்போது அது எப்படி முட்டாள்தனமாக முடியும்? இதை எப்படித் தெரிந்துகொள்வது? முயற்சி செய்துதான். அதற்கு முதல்படி, இப்படி ஒரு விஷயம் உள்ளது என்று தெரிந்தால்தானே? அதனால்தான் முதலில் மூச்சு என்பது வெறும் காற்று என்று நினைத்துக்கொள்ளாதீர்கள் அது இறைவனின் அருட்கொடையாக உள்ளது என்று ஒரு உண்மையை, ரகசியத்தைச் சொன்னேன்.

அதே விநாடி

இதெல்லாம் சொல்வது என்ன? முதலில் நம்மிடம் உள்ள பொக்கிஷங்கள் என்னென்ன என்பதைப்பற்றிய அறிவே கொஞ்சம்கூட இல்லாமல் நாம் வாழ்ந்துகொண்டிருக்கிறோம் என்பதைத்தான்.

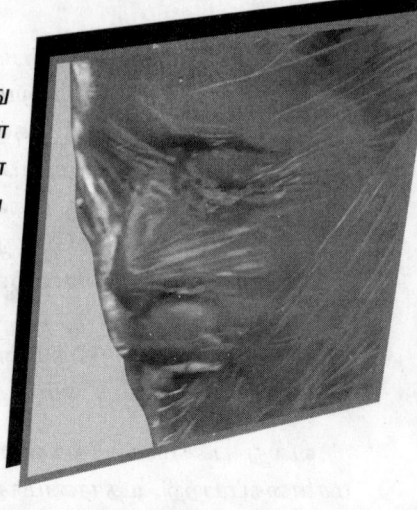

இந்த இடகலை பிங்கலை பற்றி ஒரு கொசுறு செய்தி. இடகலையில் ஓட வேண்டிய மூச்சு பிங்கலையாகவும் பிங்கலையில் ஓட வேண்டியது இடகலையிலும் ஓடிக்கொண்டிருந்தால், ஏதோ நடக்கப்போகிறது, அதாவது உடம்பில் ஏதோ கோளாறு என்று அர்த்தமாம்.

இன்னொரு முக்கியமான தளத்தில், வேறு பரிமாணத்தில் இடகலை, பிங்கலை, சுஷும்னா என்ற மூன்று விஷயங்கள் பற்றி இந்திய ஞானிகள் கூறியிருக்கிறார்கள். அது மூச்சு தொடர்பானதல்ல. அது சக்தி மையங்கள் இருப்பதாகக் கருதப்படும் சக்கரங்களைத் தூண்டுவது தொடர்பானது. அதுபற்றித் தெரிந்தவர்கள், மூச்சு தொடர்பாக இடகலை, பிங்கலை என்று நான் சொல்வதை வைத்து குழம்பிவிடக்கூடாது என்பதற்காக இதைச் சொல்லுகிறேன்.

நம் முதுகுத்தண்டின் இரண்டு பக்கங்களிலும் இருப்பதை இடம், பிங்கலம் என்றும், நடுவில் இருக்கும் காலியான ஒரு பாதையை சுஷும்னா என்றும், தன்னை அறிய முயற்சி எடுத்துக் கொள்பவர்களுக்கு மட்டுமே அதன் பாதை திறந்திருக்கும் எனவும், அந்தப் பாதையின் வழியாக குண்டலினி சக்தியை மேலேற்றினால் சஹஸ்ராரம் என்ற ஏழாவது சக்கரத்தை அடைந்தபின் ஞானம் உண்டாகும் என்பதும் அவர்களது அனுபவம். நான் இங்கே அதைப்பற்றிப் பேசவரவில்லை. இப்போதைக்கு அதை ஞானப்பாதையில் இருப்பவர்களிடம் விட்டுவிடலாம்!

மூச்சின் அலைவரிசை

மூச்சைப் பற்றி அடுத்து நாம் தெரிந்துகொள்ள வேண்டிய முக்கியமான விஷயம் அதன் அலைவரிசை (frequency) பற்றித்தான். நமது மூச்சோட்டம் எப்படி நிகழ்கிறது? ஆழமாகவா, குறைந்த நீளமுள்ளதாகவா, அடிக்கடியா என்று தெரிந்துகொள்ளவேண்டும்.

நாம் உணர்ச்சிவசப்படும்போது அந்த உணர்ச்சிக்கு ஏற்றவாறு மூச்சின் விகிதாச்சாரமும் ஓடும் விதமும் மாறுபடுகிறது.

நாம் செல்லமாகக் கோபித்துக்கொள்ளும்போது, நரநரவென பயங்கரமாகப்பல்லைக்கடித்து அல்லது காட்டிக்கோபப்படும்போது, கடன் கொடுத்தவன் பார்த்துவிடுவானோ, உயிர் போய்விடுமோ என்று பயப்படும்போது, காதல் வயப்படும்போது, ஆண் பெண் இணைப்பின்போது, தோற்றுவிடுவோமோ என்று அச்சம்வரும்போது, வென்றுவிடுவோம் என்று நம்பிக்கை கொள்ளும்போது - இப்படிப் பல்வேறு உணர்ச்சி நிலைகளில் நம்முடைய மூச்சோட்டத்தை கவனித்தால் ஒரு உண்மை தெரியும். அதாவது இந்த எல்லா சூழ்நிலைகளிலும் மூச்சோட்டம் ஒரே மாதிரியாக இருப்பதில்லை. அந்தந்த உணர்ச்சிகளுக்குத் தகுந்தபடி கூடுதலாகவோ குறைவாகவோ, ஆழமாகவோ அல்லது ஆழமற்றோ அது ஓடுகிறது.

இதைத் தெரிந்துகொள்வதால் என்ன பயன் என்கிறீர்களா? மிக முக்கியமான பயன் உள்ளது. உதாரணமாக பயப்படும்போது கவனித்தால் இதயம் வேகமாகத் துடிக்கும். ஓடிவந்தமாதிரி சீக்கிரம் சீக்கிரமாக மூச்சு வரும். அந்த நேரத்தில் வேண்டுமென்றே மூச்சின் அலை வரிசையை மாற்றினால் பயம் போய்விடும்! பயம் வரும்போது நீளமாக, ஆழமாக ஒரு நாலைந்து மூச்சு இழுத்துவிட்டுப் பாருங்கள், பயம் எப்படிப் பறந்துபோகிறதென்று தெரியும் !

பக்தியில் மூச்சோட்டத்தை புணர்ச்சியின் ஓட்டத்துக்கு மாற்றி விட முயன்றால் கொஞ்ச நேரத்திற்கெல்லாம் பக்தி காமமாக மாறிவிடும்! ஆண்டவன் காப்பாற்றுவானாக ! சரி, இதையே மாற்றிப் பாருங்களேன். பக்தியில் உள்ள மூச்சோட்டத்தை செக்ஸில் கொண்டுவந்தால் காமம்கூடப் புனிதமான உறவாகிவிடும்! இதைப்பற்றித்தான் விரிவாக From Sex to Superconsciousness என்று ஓஷோ ஒரு புத்தகமே எழுதினார்!

இதில் ஒரு சின்னப் பிரச்சனை உள்ளது. காமம் எல்லோருக்கும் தெரியும். அது 'யுனிவர்சல் சிலபஸ்'. ஆனால் பக்தி? அதில் 'சிலபஸ்', 'எக்சாம் டைம்' எல்லாம் ஆளைப்பொறுத்து மாறும்! சிலருக்குக் கன்னத்தில் போட்டுக்கொள்வது பக்தி. சிலருக்குக் கன்னத்தில் குத்திக் கொள்வது பக்தி. சிலருக்குத் தேங்காய் உடைப்பது பக்தி. இன்னும் சிலருக்கோ தேங்காயை தன் தலையில் அடித்து தன் தலையையும் லேசாக உடைத்துக்கொள்வது பக்தி. சிலருக்கு முட்டிக்கால் போட்டு மெழுகுவர்த்தி ஏற்றுவது பக்தி.

சிலருக்கு தொப்பி. சிலருக்கு தாடி. ஒவ்வொரு மதத்தையும் பொறுத்து பக்தியின் வடிவங்கள் மாறலாம்.

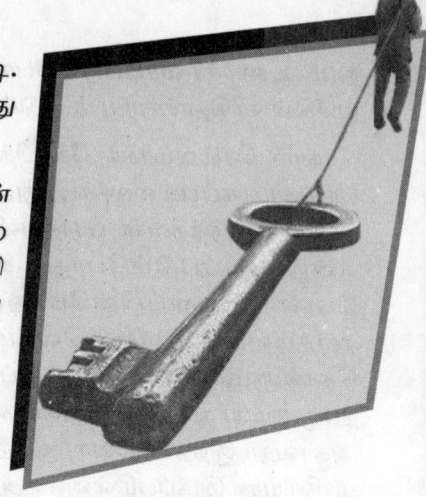

மூச்சோட்டத்தை, அதன் அலைவரிசையை வேண்டுமென்றே மாற்றுவதன்மூலம்ஏற்படும்உணர்ச்சி களை மாற்ற முடியும். எவ்வளவு பெரிய வெற்றி இது? கோபம் வரும்போது வேண்டுமென்றே அமைதியானவனுடைய மூச்சோட்டத்தை ஏற்படுத்த முயல்வதன்மூலம் அமைதி வருமோ இல்லையோ நிச்சயமாகக் கோபம் போய்விடும். இது சாதாரண விஷயமா? கோபத்தைப் பற்றி, பயத்தைப் பற்றியெல்லாம் விரிவுரை நிகழ்த்துவதனால் சாதிக்க முடியாத காரியத்தை ஒரு சில வினாடிகளில் மூச்சு சாதித்துவிடுகிறதே? இது ஒரு சாதனை அல்லவா? இப்போது சொல்லுங்கள் மூச்சு ஒரு பொக்கிஷமா அல்லவா?

சுருக்கமாகச் சொன்னால், மூச்சை மாற்றுவதனால் ஒரு மனிதனுடைய 'காரக்ட'ரையே மாற்றலாம். சீர்திருத்தப் பள்ளிகளால் வருஷக்கணக்கில் கொண்டுவர முடியாத மாற்றத்தை சில நிமிஷங்கள் தியானம் செய்வதனால், அமைதியான மூச்சோட்டத்தை ஏற்படுத்துவதனால், கொண்டுவரமுடியும். அதனால்தான் சிறைகளில் கைதிகளெல்லாம் தியானம் கற்றுக்கொள்ள ஏற்பாடு செய்தார் கிரண்பேடி.

அப்படியானால் ஒரு தோல்வியாளனை வெற்றிபெற வைப்பதும் அவன் தோல்வியடைபவனாகவே தொடர்ந்து இருக்க வைப்பதும் மூச்சில் உள்ளதா என்றால் ஆமாம். அப்படியானால் ஒவ்வொரு உணர்ச்சிக்கும் எப்படி மூச்சு ஓடுமென்று ஆராய்ச்சி செய்து தெரிந்துகொண்டு அதை அவ்வப்போது மாற்றிக்கொண்டிருக்க வேண்டுமா என்றால் தேவையில்லை. மனஅமைதி உள்ளவனுடைய மூச்சோட்டம் எப்படி இருக்கும் என்று மட்டும் தெரிந்துகொண்டு அதைப்போல நமது மூச்சோட்டைத்தையும் ஒவ்வொரு நாளும் கொஞ்ச நேரம் மாற்ற முயன்றால் போதும். ஏனெனில் மனதில் அமைதி என்பது இல்லாமல் ஒருவன் வெற்றி அடைந்ததாக வரலாறு கிடையாது.

3

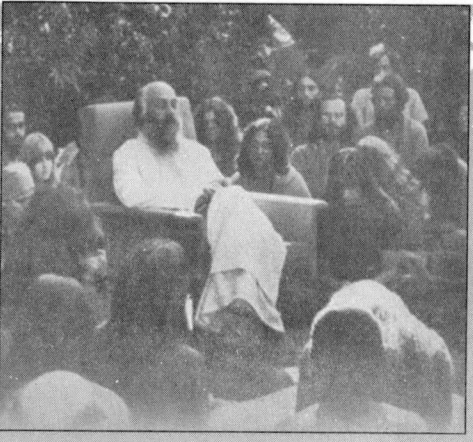

மூச்சின் வகைகள்

உங்களுக்கும்
உங்கள்
உடலுக்கும்
இடையில்
உள்ள ஒரே
பாலம்
மூச்சுதான்

-ஓஷோ

மூச்சின் தாளகதி

நம் உடலுக்குள் எப்போதும் ஒரு இசை நிகழ்ச்சி நடந்துகொண்டே இருக்கிறது, உங்களுக்குத் தெரியுமா? இதயத்தின் துடிப்பு, நாடித்துடிப்பு, ரத்தத்தின் ஓட்டம் - எல்லாமே ஒரு தாள கதியில், ஒரு குறிப்பிட்ட சுதியில் நிகழ்ந்துகொண்டிருக்கிறது. நீங்கள் விழித்திருந்தாலும் சரி, தூங்கிக்கொண்டிருந்தாலும் சரி, அந்த தாளகதி மாறுவதே இல்லை. இயற்கை உங்கள் உடலை எப்போதும் வாசித்துக் கொண்டேதான் இருக்கிறது. அதனால்தான் உங்கள் பி.பி. நார்மலாக இருக்கிறது, நார்மலாக இல்லை என்றெல்லாம் டாக்டர்களால் சொல்லமுடிகிறது.

இந்தத் தாளகதி அல்லது ரிதம் இருக்கும்போது அமைதியான மூச்சோட்டம் நடைபெறுகிறது. அமைதியானவருடைய மூச்சோட்டம்தான் rythmic ஆன மூச்சோட்டம். குழந்தைகளை கவனித்துப் பார்த்தால் தெரியும். அதனால்தான் நீங்கள் குழந்தைகளைப்போல் ஆனால்தான் உங்களுக்குப் பரலோகராஜ்ஜியம் கிடைக்கும் என்று இயேசு கிறிஸ்து குறிப்பால் உணர்த்தினார். மூச்சை கன்னா பின்னாவென விடக்கூடாது. ஏதாவதொரு குறிப்பிட்ட தாளகதியில் விடவேண்டும். ஒரு பாடலுக்கான

நாசூர் ஞமி

தாளம் மாதிரி. மூச்சின் தாளகதி மிகவும் முக்கியமானது. முழு உடலின் இயக்கமும் அதைச் சார்ந்தே உள்ளது. தாளகதி என்பது மூச்சுக்கு மட்டுமல்ல, இந்த பிரபஞ்ச இயக்கத்துக்கும் அடிப்படையானது. இரவு, பகல், சூரியனைச் சுற்றி பூமி, பூமியைச் சுற்றி சந்திரன், சில பூக்கள் பகலில் பூப்பது, சில பூக்கள் இரவில் பூப்பது, பகலில் பூக்கும் பூக்கள் வண்ணமயமாக இருப்பது, இரவில் பூக்கும் பூக்கள் வெள்ளையாக இருப்பது, பெண்கள் பூப்படைவது, கர்ப்பம் தரிப்பது, குழந்தை பெறுவது - எல்லாவற்றிலுமே இந்த லயம், தாளம், இசை இருப்பதை உன்னிப்பாகக் கவனித்தால் உணர்ந்து கொள்ளலாம். ஆண்கள் கருத்தரிப்பதில்லை. பெண்களுக்கு தாடி வளர்வதில்லை. இயற்கையில் இருக்கும் இந்த தாளம் என்றுமே மாறுவதில்லை.

மூச்சுக்கும் இதேதான். தாளகதி சீராக இல்லாமல் மாறும்போது ஆரோக்கியம் கெடுகிறது. இந்த தாளகதி இயற்கையானது. யாரும் நமக்குச் சொல்லித்தரத் தேவையில்லை. மீன்கள் நீந்துவதற்கும் பறவைகள் பறப்பதற்கும் காரணம் இந்தத் தாளகதிதான். ஆனால் இயற்கையின் இந்த லயத்தை

'வ்யாதி என்பது நோயையும், 'ஸமாதி' என்பது நோயற்ற, நோய்களைத் தாண்டிய, நோய் அண்டமுடியாத ஒரு நிலையையும் குறிக்கிறது

அதே விநாடி

மிருகங்களும் பறவைகளும் சரியாகக் கடைப்பிடிக்கும்போது மனிதன் மட்டும் அதை மறந்துவிடுகிறான்.

ஒரு மனிதனுடைய வேலை நேர்த்தியாகவும், சமநிலையோடும் இருக்கும்போது அதில் அந்த லயம் இருக்கிறது. ஆனால் கவலை, குழப்பம், பயம், கோபம், காமம், பிரச்சனைகள் முதலியவற்றால் சமநிலை இழந்துவிடும்போது அந்த லயம் தவறிவிடுகிறது. அவன் வாழ்க்கையின் தாளம் தவறிவிட்டதை அவன் மூச்சு பிரதிபலிக்கிறது.

இசைபட வாழ்தல் மாதிரி, இசைபட மூச்சுவிடுவது எப்படி? அதற்கு நம்மை எப்படித் தயார் செய்துகொள்வது? எப்படி உட்காருவது? எவ்வளவு நேரம் ஒரு நாளைக்கு செய்யவேண்டும்? என்பதையெல்லாம் பற்றி பயிற்சிகள் பற்றிய பகுதியில் பார்க்கலாம். அப்பயிற்சிகளின் முக்கியத்துவத்தை சரியாகப் புரிந்துகொள்ள இந்தத் தகவல்கள் உதவும்.

உடல் இரண்டு மூச்சு ஒன்று

ஈருடல் ஒருயிர் என்று கேள்விப்பட்டிருக்கிறோம். இது என்ன, உடல் இரண்டு மூச்சு ஒன்று என்கிறீர்களா? இரண்டும் ஒன்றுதான். இரண்டு பேருடைய சிந்தனை, உணர்ச்சிகள் ஒன்றாக இருந்தால், அந்த இருவரின் மூச்சோட்டமும் ஒன்றாகவே இருக்கும். ஆமாம். இரண்டு காதலர்களின் மூச்சோட்டத்தைக் கவனித்தால் இந்த உண்மை புரியும். அவனுடைய மூச்சோட்டமும், அவளுடைய மூச்சோட்டமும் ஒன்றாக இருக்கும். அவன் மனதில் உள்ளது அவளுக்குப் போகும். அவள் மனதில் உள்ளது அவனுக்குப் போகும். உள்ளங்கள் இணைந்துவிடும். வேண்டுமானால் உங்கள் காதலியின் மூச்சை நீங்களும் உங்களின் மூச்சை அவளையும், மூக்கோடு மூக்கு வைத்துக் கவனித்துப் பார்க்கச் சொல்லுங்கள். ஆஹா, எவ்வளவு சுகமான பரீட்சை!

லைலா மஜ்னூன் திரைப்படத்தில் இந்தக் காட்சி வரும். மஜ்னூனை சாட்டையால் அடிப்பார்கள். அப்போது லைலாவின் முதுகில் அதன் வடுக்கள் தோன்றும். வேறுவிதமாகச் சொன்னால், இரண்டு மூச்சோட்டங்கள் இணைவதன் அற்புதம் என்று அதைச் சொல்லலாம். இரண்டு உள்ளங்கள் இணைவது என்பது வேறொன்றுமல்ல. இரண்டு பேருடைய மூச்சோட்டங்களும் இணைவதுதான்.

காதலன் காதலிக்கு மட்டும்தான் இது சாத்தியமா என்று கேட்கக் கூடாது. ஏன், கணவன் மனைவிக்கிடையிலும், பெற்றோர் குழந்தைக்கிடையிலும், நெருங்கிய நண்பர்களுக்கிடையிலும்

இது இருக்கலாம். தேநீர் குடித்தால் நன்றாக இருக்குமே என்று நான் நினைத்த பல நேரங்களில் என் மனைவி தேநீரோடு என் முன் வந்து நின்றிருக்கிறாள். இதைப்போல உங்களுக்கும் நடந்திருக்கலாம். இனி நடக்கும்போது கவனித்துப் பார்த்தீர்களென்றால், நீங்களும் அவளும் ஒரே கதியில் மூச்சுவிட்டுக் கொண்டிருப்பதைப் பார்க்கலாம்.

இன்னொருவர் மனதில் உள்ளதையெல்லாம் அந்தக் காலப் பெரியவர்கள் சொன்னதாக நாம் பல கதைகளைக் கேட்டிருக்கிறோம். உதாரணமாக ஒரு துறவியின் வீட்டுக்கு ஒரு திருடன் வருவான். அவனைப் பார்த்தவுடன் அந்தத் துறவி, ''திருடத்தானே வந்தாய் ? நீ எடுத்தது சாதாரண விளக்குதான். அந்த அறையில் போய்ப்பார். அங்கே வெள்ளிக் குத்துவிளக்கு உள்ளது. அதை எடுத்துக்கொள்'' என்று சொன்னதும் திருடன் அவர் காலில் விழுந்து மனம் திருந்தியதாகப் பள்ளிப் பாடமொன்றில் நான் படித்திருக்கிறேன். நீங்களும் படித்திருக்கலாம்.

திருடனின் மனதில் ஓடியதை துறவி எப்படித் தெரிந்துகொண்டார் என்பதுதான் நம்முடைய மெகா கேள்வி. அதற்கு இரண்டு பதில்கள் உண்டு. ஒன்று துறவியின் மூச்சோட்ட அலைவரிசைக்குத் திருடன் வரவேண்டும். அல்லது திருடனின் மூச்சோட்ட அலைவரிசைக் குத் துறவி இறங்கவேண்டும். இரண்டாவதுதான் நடந்திருக்கும். ஏனெனில் திருடனின் மூச்சு துறவியின் மூச்சைப்போல ஓடியிருக்குமானால் அவனுக்குத் திருடவேண்டும் என்ற எண்ணமே

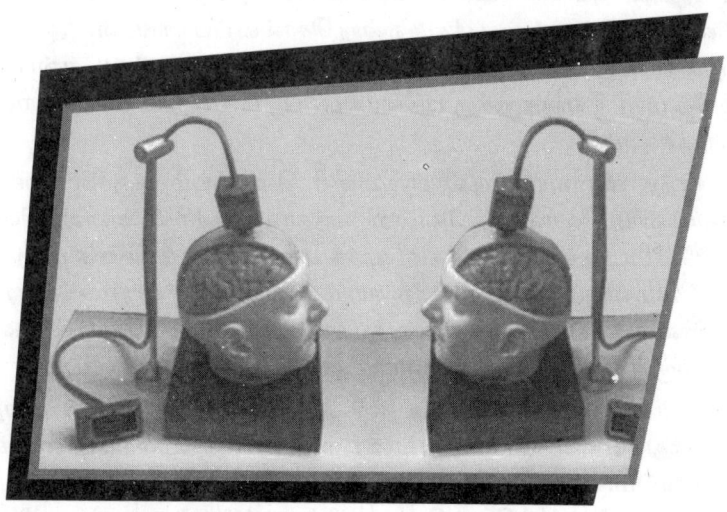

ஏற்பட்டிருக்காது. துறவி வேண்டுமென்றே அவனுடையதுக்கு 'இறங்கி' அவன் மனதில் உள்ளதைப் படித்துவிட்டார். Parapsychology இதைத்தான் 'டெலிபதி' (telepathy)என்கிறது.

மூச்சு விளையாட்டு

விளையாட்டாக நீங்கள் இதைச் செய்து பார்க்கலாம். ஒரு நண்பரை எதிரில் வைத்துக்கொண்டு அவருக்குத் தெரியாமல் அவருடைய மூச்சோட்டத்தைக் காப்பியடியுங்கள். அதுதான் 'கைவந்த' கலையாயிற்றே! ஆனால் இந்தக் காப்பி பற்றி யாரிடமும் 'மூச்சு'விடக்கூடாது. பின்பு நீங்கள் ஒரு எண்ணை நினைத்துக் கொண்டு அதை அவர் மனதுக்குள் செலுத்துங்கள். உதாரணமாக, பத்து என்ற எண்ணை அவர் நினைக்கவேண்டும் என்று அவருடைய மனதுக்கு உத்தரவு கொடுங்கள். ரொம்ப உறுதியாக.

ஆனால் இப்படி உத்தரவு கொடுக்கும் முன் அவருடைய மூச்சோட்ட அலைவரிசைக்கு நீங்கள் வந்துவிட வேண்டும். பின்பு அவரை பத்துக்குள் ஒரு எண்ணை நினைத்துக்கொள்ளச் சொல்லுங்கள். பின்பு மறுபடியும் பத்துதான் அவர் நினைக்க வேண்டும் என்று உத்தரவு கொடுங்கள். பின்பு, ''நீ நினைத்தது பத்து'' என்று சொல்லிப்பாருங்கள். ''ஆமாம் பத்துதான் நினைத்தேன். எப்படிக் கண்டுபிடித்தாய்?'' என்பார்! இதே மாதிரி எண்ணுக்கு பதிலாக பூ, பழம் என்றும் விளையாடிப் பார்க்கலாம்.

இந்த விளையாட்டில் பலமுறை வெற்றியும் ஒருசில முறை தோல்வியும் வரலாம். தோல்வி வந்தால், மூச்சின் அலைவரிசை மாறிவிட்டது என்று அர்த்தம். மூச்சு மாறினால் நம்பிக்கை மாறும். சந்தேகம் வரும். சரி, இந்த விளையாட்டு எதற்காக? ஒரு மிகப்பெரிய உண்மையைப் புரிந்துகொள்வதற்காக. அது என்ன? சொல்கிறேன். அதற்குள் இன்னொரு விளையாட்டைப் பார்த்துவிடலாமா?

உங்களுக்கு ஒருவரின் உதவி அவசியம் வேண்டும் என்று வைத்துக்கொள்வோம். அவரை நமக்கு உதவி செய்ய வைக்க வேண்டும். எப்படி? ரொம்ப எளிது. மூச்சை மாற்றுவதுதான் வழி. அதாவது வேண்டுமென்றே அவரின் மூச்சோட்ட அலைவரிசை

யைக் கொஞ்சநேரம் அவருக்குத் தெரியாமல் காப்பியடித்துவிட்டு, அதே மூச்சோட்ட அலைவரிசை நமக்கும் வந்துவிட்டது என்று தோன்றிய பிறகு அவரிடம் உதவி கேட்டால் அவரால் நமக்கு உதவி செய்யாமல் இருக்க முடியாது!

இப்படியாக மூச்சேஸ்வரானந்தாவின் உதவி மூச்சு உள்ளவரை நமக்கு உள்ளது என்று மூச்சு சத்தியமாக அடித்துச் சொல்வேன். ஆனால் ஒவ்வொரு சூழ்நிலையிலும் மூச்சின் அலைவரிசையை மாற்றிக்கொண்டிருப்பதற்குப் பதிலாக நிரந்தரமாக நமது மூச்சோட்ட அலைவரிசையை ஆழமானதாக வைத்துக்கொள்வது தான் அறிவார்ந்த செயலாகும்.

மூச்சை வைத்தே சென்னை போன்ற மாநகரங்களில் யோகாசனப் பயிற்சி வகுப்புகள் நடத்தப்படுகின்றன. அதெல்லாம் தவறு என்று சொல்ல வரவில்லை. எல்லாமே மூச்சை அடிப்படையாக வைத்தவை என்பதைச் சொல்ல வருகிறேன்.

ஆழமான மூச்சானது நேரடியாக நமது செக்ஸ் மையத்தை, லிபிடோவை, குண்டலினியைச் சென்றடைகிறது. அதற்கு 'மசாஜ்' செய்கிறது. அதை எழுப்புகிறது. அந்த சக்தி எழும்புவதனால்தான் நமது காரியங்கள் நிறைவேறுகின்றன என்றும் சொல்லலாம்.

பயிற்சியின் நிபந்தனைகள்

ஆனால் மூச்சை கவனிக்கின்ற, மூச்சை ஆழப்படுத்துகின்ற பயிற்சியைக் கற்றுக்கொள்ள நாம் எங்கும் போக வேண்டியதில்லை. வீட்டிலிருந்தபடியே ஒரு அரைமணி நேரம் அல்லது கால் மணி நேரம் தனியாக அமர்ந்து முறைப்படி செய்தால் போதும்.

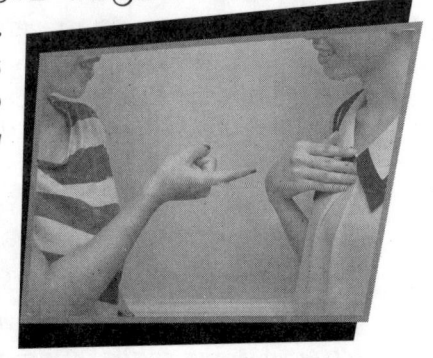

சரியான மூச்சை நூறு பேரில் ஒருவர்கூட விடுவதில்லை என்பதுதான் நிஜம். எல்லாருமே தவறாக மூச்சு விட்டுக் கொண்டிருப்பதால், எல்லாருமே நிர்வாணமாகச் சுற்றும் ஊரில் கோவணம் கட்டியவன் பைத்தியம் என்பது மாதிரி, தவறான மூச்சே சரியானதாகக் கருதப்படும் காலமாகிவிட்டது. நீங்கள் விடும் மூச்சு சரியான முறையில் இல்லை என்று நான் சொன்னால் என்னை நீங்கள் சந்தேகமாகப் பார்க்கலாம். உலகமே இப்படித்தான் மூச்சு விட்டுக் கொண்டிருக்கிறது, இவன்

வந்து நீங்கள் மூச்சுவிடும் முறை சரியில்லை என்கிறானே என்று கோப மூச்சை என்மீது விடலாம்.

ஆனால் சரியாக மூச்சு விடுவதை ஒரு பயிற்சியாகச் சொல்லிக் கொடுக்கும் கலை இந்திய மரபில் இருந்திருக்கிறது. ஒன்பது வயதானதும் குழந்தைகளுக்கு குறிப்பிட்ட முறையில் மூச்சுவிட வேண்டும் என்ற பயிற்சியை அந்தக் காலத்து பிராமணர்கள் கொடுத்து வந்தார்கள் என்கிறார் சூஃபி ஞானி ஹஸ்ரத் இனாயத் கான்.

மூச்சு மரம்

மூச்சு பற்றி கொஞ்சம் ஆழமாகத் தெரிந்து கொள்ளவேண்டிய அவசியம் உள்ளது. பொதுவாக நாசி வழியாக உள்ளே போய், நுரையீரலை நிரப்பி, பின் வெளியே வரும் காற்றுதான் மூச்சு என்று நாம் நினைத்துக் கொண்டிருக்கிறோம். ஆனால் ஞானிகள் இதுபற்றி வேறு ஒரு தளத்தில் இருந்து பேசு கிறார்கள். உண்மையை வேறு ஒரு கோணத்தில் இருந்து பார்க்கிறார்கள். மூச்சென்பது ஒரு மரத்தின் தண்டினைப் போன்றது. அதற்குப் பல கிளைகள் உண்டு. நுரையீரல் முழுவதையும் கிளைகளாகவும், உடலின் பல பாகங்களுக்கும் அக்கிளைகள் பரவி இருப்பதாகவும் அவர்கள் பார்க்கிறார்கள்.

மூச்சு என்ற மரத்திற்கு உடம்பில் வேர் ஒன்றும் ஐந்து மையங்களும் உள்ளன. ஒவ்வொரு மையத்திலும் மூச்சு அந்த மையத்திற்குத் தேவையான ஒரு சேவையைச் செய்கிறது.

மூச்சு என்ற மரத்தின் கிளைகள் யாவும் அந்த மையங்களில் போய் இணைகின்றன. அந்த ஐந்து மையங்களின் பணிகளைச் சார்ந்தே மனித உயிர் இயங்குகிறது. இந்த மையங்கள் விளக்குகள் என்றால் மூச்சுதான் அவற்றின் ஒளி.

ஒரு மனிதன் இயற்கையாக, இயல்பாக வாழ்ந்தால் அற்புத சக்திகள் என்று கருதப்படுபவை எல்லாம் இயற்கையாகவே அவனுக்குக் கைகூடும். ஆனால் இயற்கையான வாழ்வின் முதல்

பாடமே சரியாக மூச்சு விடக் கற்றுக்கொள்வதுதான் என்கின்றனர் ஞானிகள்.

பல பேர் பாதி மூச்சுதான் விடுகிறார்கள். இன்னும் பலர் அதுகூட விடுவதில்லை. சரியாக மூச்சு விடக் கற்றுக் கொள்வதன் மூலம் பல நோய்களிலிருந்து நாம் நம்மைக் காப்பாற்றிக் கொள்ள முடியும்.

மூச்சு ஒரு குறிப்பிட்ட திசையில் போகும்போது தூக்கம் வருகிறது. இன்னொரு திசையில் போகும்போது களைப்பு ஏற்படுகிறது. பெரிய பாரங்களைத் தூக்கிப் பிழைப்பு நடத்த வேண்டியவர்கள் ஒரு குறிப்பிட்ட முறையில் மூச்சு விடுபவர்களாக இருக்கிறார்கள். அது அவர்களுக்கே தெரியாமல் இருக்கலாம். ஆனால் அப்படி மூச்சு விட்டால்தான் அவர்களால் தொடர்ந்து பாரங்களைத் தூக்க முடியும். அந்த மூச்சுவிடும் முறையை அவர்கள் புரிந்து கொண்டு செய்தால் பாரங்களைத் தூக்குவதல்லாமல் களைப்பில்லாமலும் அவர்களால் இருக்க முடியும்.

மனிதர்கள் முறைப்படி மூச்சு விடாமல் இருப்பதற்குப் பல காரணங்கள் இருக்கின்றன. அவற்றில் முதன்மையான காரணம் அது பற்றிய கல்வி அவர்களுக்குக் கிடைக்காததுதான்.

மூச்சானது உடல் முழுக்க ஒரு மரத்தைப் போல கிளை விரித்துப் பரவுகிறது. நாம் அம்மரத்தின் தண்டினை மட்டுமே உணர்கிறோம். அதைத்தான் மூச்சு என்ற பெயரால் குறிப்பிடுகிறோம். அல்லது மூச்சு என்பதாகப் புரிந்து கொள்கிறோம்.

மூச்சின் கிளைகளுக்குப் பெரியவர்கள் பல பெயர்களை வைத்திருக்கிறார்கள். (பெரியவர்கள் என்றால் வயதில் பெரியவர்கள் அல்ல). மூச்சால் வளரும் செடியாகவே உடலை அவர்கள் பார்த்தார்கள். அதனால்தான் மூச்சுக்கு சமஸ்கிருதத்தில் ப்ராணன் (உயிர்) என்று பெயர். (''என் ப்ராண நாதா'' என்று கணவனை மனைவி அந்தக் காலத்துப் படங்களில் அழைப்பது ஞாபகம் வருகிறதா?)

உடல் முழுக்க உயிரையும் காந்த சக்தியையும் மூச்சு பரப்புகிறது. உடல் ஊனம், உடலின் பாகங்கள் இருக்க வேண்டிய அளவுக்கு இல்லாமலிருத்தல் போன்ற குறைபாடுகளுக்கும் மூச்சின் ஒழுங்கின்மைதான் காரணம். மூச்சின் முக்கியத்துவத்தை விஞ் ஞானம் இப்போதுதான் கவனிக்க ஆரம்பித்திருக்கிறது. ஆனால் நம் ஆன்மிகப் பாரம்பரியம் எப்போதோ அதைக் கவனித்து அதில் மூழ்கி முத்தெடுத்தது.

நாம் தெரிந்து கொள்ள வேண்டிய முதல் பாடம் மூச்சுதான். கடைசிப் பாடம் கூட அதுதான். (அப்படியானால் அத்தியாயம் முடிந்து விட்டதா என்று கேட்கக்கூடாது. 'கடைசி' என்று சொன்னால்

முதலுக்கும் முடிவுக்கும் இடையில் நிறைய உள்ளது என்றுதானே அர்த்தம்?)

புத்தர், ராமகிருஷ்ணர், ரமணர், ஜேகே, ஓஷோ - இவர்களைப் போலத்தான் நாம் மூச்சு விடுகிறோமா? நிச்சயமாக இல்லை. அப்படியானால் நாம் மூச்சு விடுவதற்கும் ஒரு ஞானி மூச்சு விடுவதற்கும் என்ன வித்தியாசம்? ஞானியைப் பொறுத்தவரை மூச்சென்பது ஜீவன். மூச்சை அவர் வேண்டுமென்றே தன் உடலின் எந்தப் பகுதிக்கு வேண்டுமானாலும் அனுப்புவார். அந்த இடத்துக்கு ஜீவன், ஒளி, காந்த சக்தி எல்லாம் போய்ச்சேரும். ஆனால் நாம் மூச்சு விடும்போது காற்றுகூட வேண்டுமான அளவு போய்ச் சேருவதில்லை.

மூச்சைக் கட்டுப் படுத் தினால், மூச்சைத் தூய்மைப் படுத்தினால், மூச்சை அடிமைப் படுத்தினால் நாம் விரும்பும் விளைவை அது தரும். ஞானிகள் அதைத்தான் செய்தார்கள். உடலில் மூச்சை சரியாகவேலை செய்யவைத்துவிட் டால், உடலுக்கு வெளியே பல அற்புதங்களை நிகழ்த்த அதைப் பயன்படுத்தலாம். சுதியில் இல்லாத இசைக்கருவியில் இருந்து எப்படி இசை வெளியாகும்? சுதி சேர்ப்பது முக்கியமல்ல, இசைதான் முக்கியம் என்று சொன்னால் இசையறிந்தவர்கள் சிரிப்பார்கள் அல்லவா?

மூச்சின் திசைகள்

மனிதனின் மூச்சு ஐந்து வகையாகப் பிரிந்து ஐந்து திசைகளில் செல்கிறது என்றும், அந்த ஐந்து வகை மூச்சுகளையும் 'வானவர்கள்' என்று வேதங்கள் குறிப்பிடுவதாக ஞானிகள் கூறினார்கள். ஒரு வானவர் மனிதனுக்கு வலது பக்கமாக இருப்பதாகவும், இன்னொருவர் இடது பக்கமாக இருப்பதாகவும், இன்னொருவர் முன்னாலும், இன்னொருவர் பின்னாலும், கடைசி வானவர் மனிதனுக்கு உள்ளேயும் இருப்பதாக இறைத்தூதர்கள் குறிப்பால் உணர்த்தினார்கள் என்றும் அவர்கள் விளக்கினார்கள். இந்த ஐந்தில் ஒன்று சரியாக வேலை செய்யவில்லை என்றாலும் அது உடல் முழுக்க பிரச்சனையைக் கொண்டு வந்து விடும் வாய்ப்பு உள்ளது. உண்

ணுதல், குடித்தல் போன்ற அன்றாட அலுவல்கள் அனைத்திலுமே இந்த ஐந்துமே சரியாக வேலை செய்ய வேண்டியிருக்கிறது.

முதல் வகை மூச்சு மரத்தின் தண்டு மாதிரியானது. இதைத் தான் நாம் மூக்கின் வழியாக உணர்கிறோம். இந்த மூச்சைத் தூய்மைப்படுத்தி, மேம்படுத்துவதன் மூலம் மற்ற வகை மூச்சுக்கள் உருவாக்கப்படுகின்றன. நமது உடலில் உள்ள உயிரணுக்கள் யாவும் அவைகளுக்குப் போய்ச் சேரும் மூச்சின் அளவுக்கு ஏற்ப ஒருவித தாளகதியுடன் இயங்கிக் கொண்டிருக்கும். மூச்சு சரியான அளவில் அவைகளுக்குப் போய்ச் சேராவிட்டால் அந்த அணுக்கும்பல் இயக்கமின்றிக் கிடக்கும். பொதுவாக, ஒரு சராசரி மனிதனின் உயிரணுக்களுக்குப் போதிய அளவில் மூச்சு போய்ச் சேருவதில்லை என்பதுதான் நிஜம்.

ஏன்? இயற்கையாக மூச்சு விடும்போது போய்ச் சேரவேண்டியபகுதிகளுக்குப்போய்ச்சேரவேண்டியஅளவுக்குபோய் சேரவேண்டியதுதானே என்ற கேள்வி எழலாம். போய்ச் சேராததற்குக் காரணம் நாம் வாழும் முறைதான்.

மூச்சின் பாதை

முதுகுத் தண்டு வழியாகத் தொடங்கி மூச்சு உடலைச் சுற்றி வருகிறது. தன் வாலை விழுங்கும் பாம்பு போல முன்னோர்கள் இதைக்கற்பனை செய்து வைத்துள்ளார்கள். அதை சர்ப்பம் என்றும் குண்டலினி என்றும் சொன்னார்கள். எனவே குண்டலினி என்றாலே மூச்சின் செல் நடம், மூச்சு பயணிக்கும் பாதை என்றுதான் அர்த்தம். அது ஒரு குறியீட்டுப் பெயர். அது வெறும் செக்ஸ் ஆற்றலை மட்டும் குறிக்கும் சொல் அல்ல.

மூச்சு அதனளவில் தூய்மையானதுதான். ஆனால் அது செல்லும் பாதை தூய்மையானதாக இல்லாவிட்டால் அதுவும் அசுத்தமடைந்துவிடுகிறது. மனித உடல்தான் சர்ப்பம் அல்லது குண்டலினி. இந்த சர்ப்பத்தை அல்லது குண்டலினியைத் தூய்மையானதாக வைக்க ஞானிகள் இரண்டு வழிகளைச் சொல்லி யிருக்கிறார்கள். ஒன்று முறைப்படி தண்ணீரால் உடலைச் சுத்தம்

அதே விநாடி

செய்தல். இரண்டு, குறிப்பிட்ட தாள கதியில் மூச்சு விடுதல். முறைப்படி மூச்சு விடுதலில் இம்மை, மறுமை ஆகிய இரண்டு உலகங்களின் ரகசியங்களும் அடங்கி இருக்கின்றன.

இரண்டு வகை மூச்சு

மூச்சு இரண்டு வகையாக இருக்கிறது. ஒன்று அடர்த்தியானது. இந்த வகை மூச்சு விடுவது கொஞ்சம் கடினம். அதற்கு முறையான பயிற்சி தேவை. அப்படி விடும்போது அது கொஞ்சம் சப்தத்தோடு வெளிவரும். சில யோகப் பயிற்சிகளில் இவ்வகை மூச்சு பயன்படுத்தப் படுகிறது. நரம்புகளின் கட்டுப்பாட்டுக்கும், நுரையீரல், மற்றும் உடலின் பொதுவான ஆரோக்கியத்துக்கும் இந்த வகை மூச்சு பயன் தரக்கூடியது. இதை நான் இங்கே ஒரு தகவலுக்காக மட்டுமே சொல்கிறேன்.

இரண்டாவது வகை மூச்சு நுட்பமானது. உடலின் முக்கியமான மையங்களை ஊடுருவிச் செல்ல இந்த வகை மூச்சே சரியானது. கடவுளுக்கும் மனிதனுக்கும் இடையிலான பாலமாக இந்தவகை மூச்சு உள்ளது. இதை ''லத்தீஃப்'' என்று சூஃபிகள் குறிப்பிட்டனர்.

சொர்க்கத்திலிருந்து பூமி வரை தொங்கும் கயிறு போன்றது இந்த மூச்சு. இதைப் பிடித்துக் கொண்டே மேலேறிச் சென்றுவிடலாம். இதை சூஃபிகள் 'புராக்' என்று கூறினர். இந்திய பாரம்பரியத்தில் இதுதான் 'ப்ராணன்' என்றும் நாராயணனின் வாகனமான 'கருடன்' என்றும் கூறப்படுகிறது.

கருடன் என்பது புராணத்தில் வரும் ஒரு பறவையின் பெயர் என்று மட்டும் எண்ணி ஏமாந்துவிடக் கூடாது. நம்மையும், நம் வாழ்வையும் கற்பனைக்கு எட்டாத உயரங்களுக்குக் கொண்டு செல்லக் கூடிய வாகனமான மூச்சுதான் அது என்பதை நாம் புரிந்து கொள்ள வேண்டும்.

பயிற்சியின் மூலம் மூச்சு தூய்மைப்படுத்தப்பட்டவுடன் அது ஒளியாகவும், சப்தமாகவும் மாறுகிறது. ஐம்புலன்களின் ஒளியும் மூச்சுதான். மூச்சு மட்டும் இல்லையென்றால், கண்கள் இருந்தாலும் நம்மால் பார்க்க முடியாது. செவிகள் இருந்தாலும் கேட்க முடியாது, உடல் இருந்தாலும் தொடு உணர்ச்சி இருக்காது - முழு உடலும்

பயனற்றதாகிவிடும். மூச்சை தூய்மைப்படுத்துவதன் மூலம், உறுதிப் படுத்துவதன் மூலம் நம் ஐம்புலன்களையும் கூர்மையடைய வைக்கலாம், ஆற்றல் மிகுந்ததாக்கலாம்.

மூச்சு சரியாக விடுவதன் மூலம் அடுத்தவர் மனதில் உள்ளதைத் தெரிந்து கொள்ளலாம்! நம்ப முடிகிறதா? ஏன், மூச்சின் மூலமாகத் தொற்று நோய்கள் பரவுகிறது, ஒருவருடைய நோய் இன்னொருவருக்குத் தாவுகிறது என்று சொன்னால் நம்புவீர்கள், அதைப்போலவே ஒருவருடைய எண்ணமும் இன்னொருவருக்குப் போகிறது என்று சொன்னால் மட்டும் நம்ப முடியாதா? சிந்தித்துப் பாருங்கள்.

எப்போது தட்ப வெப்பம் மாறப் போகிறது, எப்போது சிங்கமோ புலியோ வரப் போகிறது என்பதையெல்லாம் மான்கள் மூச்சை வைத்துப் புரிந்துகொள்ளுமாம். பறவைகளும் இடம் பெயர்ந்து பல்லாயிரக் கணக்கான மைல்கள் பயணித்து வேடந்தாங்கலுக்கு வருகின்றன அல்லவா? அதுகூட மூச்சை வைத்துத்தான். எது வேண்டும், எது வேண்டாம், யார் எதிரி, யார் நண்பன் என்பதையெல்லாம் மிருகங்களும், பறவைகளும் மூச்சின் உதவியால் அறிந்து கொள்கின்றன. ஆனால் மனிதன் மட்டும் அந்த மிக உயர்ந்த கருவியைச் சரியாகப் பயன்படுத்தாமல் மிருகத்தைவிடக் கீழ் நிலையில் இருக்கிறான்!

மூன்று விதமான மூச்சு

இன்னொரு கணக்கின்படி நம் மூச்சு மூன்று விதமாக இருக்கிறது. 1. மெதுவான மூச்சு. 2. மிதமான மூச்சு. 3. விரைவான மூச்சு.

மெதுவான என்றால், நிதானமான, ஆழமான, நீண்ட மூச்சு என்று பொருள். தியானம் செய்யும்போதும், ஆக்கப் பூர்வமாக எதையும் செய்யும் போதும், ஆரோக்கியமாக வாழ விரும்பும்போதும் இந்த மாதிரி மூச்சுதான் விட வேண்டும். இது பரிபூரண மூச்சு. இந்த வகை மூச்சில்தான் லயம், தாளம் இருக்கும். இதைத்தான் நாம் பயிற்சி மூலம் கற்றுக் கொள்ளப் போகிறோம்.

மிதமான மூச்சு. இது ஒரு காரியத்தைத் தொடர்ந்து செய்வதற்குப் பயன்படும் மூச்சு. விரைவான மூச்சு. வேகமாக ஒரு காரியம் செய்வதற்கு இந்த மூச்சு பயன்படும். உதாரணமாக ஓடவேண்டும், அல்லது நீந்த வேண்டும்

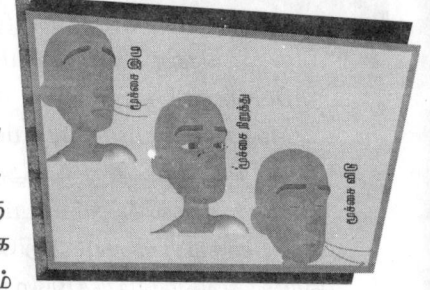

என்றால் இந்த மூச்சுதான் வரும். அப்போது மெதுவான தியான மூச்சு விட்டுக் கொண்டிருக்க முடியாது. விடவும் கூடாது. ஆனால் இவ்வகை மூச்சினால் ஆரோக்கியம் அதிகரிக்காது. பந்தயத்தில் ஓடுவது, நீந்துவது போன்ற காரியங்களுக்கு மட்டும் தேவையான ஆரோக்கியத்தை இது தரும்.

இந்த மூன்று விதமான மூச்சையும் நாம் கற்றுக் கொள்ள வேண்டியதில்லை. ஏனெனில் சூழ்நிலைகளுக்கு ஏற்ப அவைகளாகவே நமக்கு வந்து போகின்றன. ஆனால் மெதுவான மூச்சு நமக்கு எப்போதாகிலும்தான் சாத்தியமாகிறது. அதை அன்றாடம் குறிப்பிட்ட நேரத்துக்கு நாம் வலிந்து சாத்தியமாக்க வேண்டும். இதுதான் வெற்றியின் ரகசியம்.

நல்ல செய்தி

மூச்சைப் பொறுத்தவரை மிகமிக நல்ல செய்தி ஒன்று உண்டு. அது என்ன என்கிறீர்களா? அது நமக்குக் கட்டுப்படும்! ஆமாம். நாம் விரும்பினால் நாம் விரும்பியபடி மூச்சைக் கட்டுப்படுத்தலாம். அது தான் மூச்சுக்கு இருக்கும் சிறப்பு. ஏன் கட்டுப்படுத்த வேண்டும் என்பதைத்தான் இதுவரை பார்த்தோம். இனி எப்படிக் கட்டுப்படுத்துவது என்று பார்க்கலாம்.

மூச்சு நமது கட்டுப்பாட்டுக்குள் இல்லாததாகவும் ஆனால் அதேசமயம் விரும்பினால் கட்டுப்பாட்டுக்குள் கொண்டு வரக்கூடியதாகவும் உள்ளது. நமக்குத் தெரியாமலே மூச்சை நாம் விட்டுக்கொண்டிருந்தாலும் விரும்பினால் தெரிந்தே விடலாம் அல்லது விடாமல் இருக்கலாம் (சில நிமிடங்களுக்கு).

மூச்சு என்பது வெறும் காற்று அல்ல. அது இறைவனின் அருட்கொடை. அது ஒரு அற்புத ஆற்றல். இதெல்லாம் சொல்வது என்ன? முதலில் நம்மிடம் உள்ள பொக்கிஷங்கள் என்னென்ன என்பதைப் பற்றிய அறிவே கொஞ்சம்கூட இல்லாமல் நாம் வாழ்ந்துகொண்டிருக்கிறோம் என்பதுதான்.

மூச்சின் அற்புதங்கள்

தன்னைக் கைது செய்ய வந்தவனின் அறுந்த காதை எடுத்து ஒட்ட வைத்தார் இயேசு. செத்துப் போன லசாரருக்கு உயிர் கொடுத்தார். கொல்வதற்காகக் காத்திருந்த எதிரிகள் இருந்த திசையை நோக்கி மண்ணை எறிந்தார் முஹம்மது நபி. எதிரிகளுக்குத் தற்காலிகமாகப் பார்வை போனது. புத்தர் இருந்த இடத்திலிருந்து முப்பது மைல் தூரத்துக்கு ஒரு கோடு வரைந்து, அதை ஆரமாக பாவித்து, அதிலிருந்து ஒரு வட்டம் வரைந்தால், அந்த வட்டத்துக்குள் வரும் எதுவும் தன் கெட்ட குணத்தை மாற்றிக்கொள்ளுமாம். புத்தரைச் சுற்றியுள்ள வட்டத்துக்குள் ஒரு சிங்கம் வந்தால் அது புத்தரின் காலடியில் வந்து பூனை மாதிரி படுத்துக் கொள்ளும். கொலை செய்யும் எண்ணத்துடனும் ஆயுதத்துடனும் ஒருவன் கண்ணுக்குத் தெரியாத அந்த வட்டத்துக்கு உள்ளே வந்துவிட்டால் ஆயுதங்களைக் கீழே வைத்துவிட்டு புத்தரின் காலைத் தொட்டு வணங்குவான். ஏன் என்று அவனுக்கே தெரியாது. கடவுளைக் காட்ட முடியுமா என்று கேட்ட விவேகானந்தரை பரமஹம்சரின் பஞ்சுப் பாதங்கள் எட்டி உதைத்தன. விவேகானந்தர் கொஞ்ச நேரம் பிரக்ஞையற்றுக் கிடந்தார். உணர்வு வந்து எழுந்தவர் ராமகிருஷ்ணரின் கால்களில் விழுந்து மரியாதை செய்தார். ஓட்டை விழுந்ததால் நடுக்கடலில் தத்தளித்த கப்பலை ஊரில் இருந்தே பார்த்த நாகூர் ஆண்டகை தன் சவரக் கண்ணாடியை வீசியெறிந்தார். அது பறந்து போய் கப்பலின் ஓட்டையை ஃபெவிக்விக் போட்ட மாதிரி அடைத்துக் காப்பாற்றிக் கரை சேர்த்தது. அவர் வீசியெறிந்த கண்ணாடியை இன்றும் நாகூர் தர்காவில் காணலாம்.

இப்படி மகான்கள் வாழ்வில் நடந்த அற்புதங்களை அடுக்கிக் கொண்டே போகலாம். அந்த அற்புத சக்திகளையெல்லாம் அவர்களுக்குக் கொடுத்தது மூச்சுதான் என்று நான் சொன்னால் நம்புவீர்களா?! ஆனால் நீங்கள் நம்பாவிட்டாலும் உண்மை அது தான்.

நம் உடலில் மூச்சை எப்படிப் பயன்படுத்துவது என்று தெரியாமல் நம் விருப்பங்களை நிறைவேற்ற மூச்சைப் பயன்படுத்த முடியாது. ஆமாம், மூச்சிருந்தால் உயிர் வாழலாம் என்பது

அதே விநாடி

எவ்வளவு உண்மையோ, அவ்வளவு உண்மை மூச்சினால் நம் விருப்பங்களையும் நிறைவேற்றிக் கொள்ளலாம் என்பது!

கேட்பதற்கு நன்றாக இருக்கிறது. ஆனால் இது நிச்சயம் உண்மையாக இருக்காது என்று உங்களுக்குத் தோன்றலாம். ஆனால், பொறுமையுடன் இந்த அத்தியாயத்தை முழுமையாகப் படித்தால் அது உண்மைதான் என்பது உங்களுக்கே புரிந்துவிடும். எனவே, காத்திருங்கள். நிதானமாக உள்ளே செல்லுங்கள்.

நம்முடைய மூச்சு எப்படி இருக்கிறதோ அப்படித்தான் நமது பண்பு நலன்களும், சிறப்பியல்புகளும் இருக்கும். ஒரு குற்றவாளியின் மூச்சு ஒரு நிரபராதிக்கு இருக்காது. ஒரு கவிஞனின் மூச்சு ஒரு விஞ்ஞானிக்கு இருக்காது. ஒரு நல்லவனின் மூச்சு ஒரு கெட்டவனுக்கு இருக்காது. ஒவ்வொருவரின் குணநலன்களுக்கும் உணர்ச்சி நிலைகளுக்கும் ஏற்ப அவர்கள் மூச்சு விடும் விதமும் மாறும். அல்லது மாறிக்கொண்டே இருக்கும். இதை ஏற்கனவே கொஞ்சம் பார்த்தோம்.

நாம் எப்படி வாழ்கிறோம்?

மின்னல் அடிக்கும் போதெல்லாம் ஒருவன் சிரித்துக் கொண்டானாம். ஏன் என்று கேட்டதற்கு, "என்னை யாரோ ஃபோட்டோ பிடிக்கிறார்கள்" என்று பதில் சொன்னானாம்! இயற்கைக்கும் செயற்கைக்கும் வித்தியாசமே தெரியாமல் வாழ்ந்து கொண்டிருக்கிறோம் நாம்.

இயற்கையான வாழ்வை நாம் தவறவிட்டுவிட்டோம். இல்லையெனில் தியான முறைகளெல்லாம் உருவாகி இருக்க வேண்டிய அவசியமே ஏற்பட்டிருக்காது. தவற விட்டதையெல்லாம் மறுபடியும் அடையும் பொருட்டுத்தான் பல வகைப்பட்ட தியான முறைகள் உருவாக்கப்பட்டன. நாம் இயற்கையாக வாழவில்லை என்பதைத்தான் அவைகள் காட்டுகின்றன.

தான் வசிக்கும் வீட்டில் ஏற்படப் போகும் நோய் அல்லது மரணம் பற்றி நாய், பூனை, குதிரை ஆகிய மிருகங்கள் உள்ளுணர்வால்

அறிந்து கொள்கின்றன. ஏனெனில் அவைகள் இயற்கையாக வாழ்கின்றன. மனம் என்ற ஒன்று அவைகளுக்கு இல்லை என்று விஞ்ஞானம் கூறுகிறது. ஆனால் மனமற்ற அவைகளுக்கு இருக்கும் திறன்கூட படைப்பினங்களிலேயே மிகச்சிறந்த படைப்பு என்று கருதப்படும் மனிதனுக்கு ஏன் இல்லை என்று சிந்திக்க வேண்டும். ஆனால் மனிதனோடு ஏற்படும் தொடர்பால் மிருகங்களின் இயற்கையான வாழ்வுக்குக்கூட குந்தகம் ஏற்பட்டு விடுகிறது என்பதுதான் உண்மை!

ஒரு மைல் தூரத்திலிருக்கும் தனக்கான உணவை ஒரு நல்ல பாம்பால் தன்னை நோக்கிக் கவர்ந்திழுக்க முடியும். ஆனால் மனிதன் தன் அன்றாட உணவுக்கு எவ்வளவு அல்லாட வேண்டியிருக்கிறது! சுருக்கமாகச் சொன்னால், மனிதன் தனது செயற்கையான வாழ் முறை யினால், இயற்கையாகவே

அவனுக்குக் கொடுக்கப்பட சில தகுதிகளின் கதவுகளை அவனே மூடிவிடுகிறான். ஒரு முழுமையற்ற வாழ்க்கையை வாழ்ந்து முடிக்கிறான். தன் உண்மையான தகுதிகள் பற்றிய அறிவைப் பெறாமலேயே முடிந்தும் போகிறான்.

ஆனால் எல்லா ஞானவான்களும் மூச்சைக் கையிலெடுத்துக் கொண்டார்கள். அதன் மூலமாக அவர்களுக்குள்ளிருந்த ஒவ்வொரு உயிரணுவையும், ஒவ்வொரு மையத்தையும் விழிப்படைய வைத்தார்கள். அந்த மையங்களுக்கு மூச்சு போய்ச் சேர்ந்த உடனேயே அவைகளில் அதிர்வுகள் ஏற்படுகின்றன. தங்கள் வேலைகளை அம்மையங்கள் செய்ய ஆரம்பித்துவிடுகின்றன.

எனவே மூச்சுப் பயிற்சி என்பது கடிகாரத்துக்கு சாவி கொடுப்பது மாதிரி. ஒரு முறை கொடுத்துவிட்டால் போதும், இருபத்து நான்கு மணி நேரமும் சரியாக வேலை செய்து கொண்டிருக்கும்.

காலமும் இடமும்

மூச்சுப் பயிற்சியைச் செய்யும் இடமும் காலமும் ஒன்றாக இருக்கவேண்டும். இது ரொம்ப முக்கியம். அதிகாலை அல்லது இரவு படுக்கப்போகும் முன்பு என்றிருந்தால் ரொம்ப நல்லது. காலத்தையும் இடத்தையும் மாற்றக்கூடாது. ஏனெனில் ஒரு

அதே விநாடி

வேலையை ஒரு குறிப்பிட்ட இடத்திலும் நேரத்திலும் தொடர்ந்து செய்வதால் அங்கு ஒரு அதிர்வலைச் சூழல் - vibratory field - உருவாகிறது. கண்ணுக்குத் தெரியாமலே. சமைக்கும்போது சட்டியிலிருந்து வாசனை வருவதுபோல.

ஒரு குறிப்பிட்ட இடத்தில் அமர்ந்து ஒருவன் தூங்கிக்கொண்டே இருப்பானானால் அந்த இடத்தில் வேறு யாராவது உட்கார்ந்தால் அவனும் தூங்குவான் அல்லது கொட்டாவியாவது விடுவான். தூக்கம் அல்லது கொட்டாவிக்கான காரணம் அவனுக்கே தெரியாது. திரும்பத் திரும்ப ஒரு செயலைக் குறிப்பிட்ட நேரத்திலும், குறிப்பிட்ட இடத்திலும் தொடர்ந்து செய்துவந்தால் அங்கு ஒரு பேராற்றல் தோன்றிவிடும். அதனால்தான் கோயில்களுக்கும், தேவாலயங்களுக்கும், பள்ளிவாசல்களுக்கும் சென்றுவருபவர்களின் மனம் அவர்களுக்கே தெரியாமல் அமைதியடைகிறது.

ஒரு முஸ்லிம் வீட்டில் தொழுவதற்கும் பள்ளிவாசலுக்குச் சென்று தொழுவதற்கும் விளைவில் பாரதூரமான வித்தியாசம் உள்ளது. வீட்டில் அவன் மட்டுமோ அல்லது வீட்டில் உள்ளவர்களுமோதான் தொழுவார்கள். அதற்கும் ஒரு ஆற்றல் இருக்கத்தான் செய்யும். ஆனால் பள்ளிவாசல்களில் 1400 ஆண்டுகளுக்கும் மேலாக, இந்த உலகம் முழுவதும் உள்ள கோடிக்கணக்கான முஸ்லிம்கள் குறிப்பிட்ட நேரத்தில் தவறாமல் தொழுது வந்திருக்கிறார்கள். இன்றைக்குப் பள்ளிவாசலுக்குப் போய் முதல் முறையாகத் தொழும் ஒருவருக்கும் ஆயிரத்து நானூறு ஆண்டுகளுக்கும் மேலான பாரம்பரியத்தின் ஆற்றலும் நன்மையும், அந்த collective unconscious என்ற கண்ணுக்குத் தெரியாத வங்கியிலிருந்து கிடைக்கும். காசி, ராமேஸ்வரம், மக்கா போன்ற புண்ணிய ஸ்தலங்களுக்குச் செல்வதில் கிடைக்கும் நன்மைகள் இப்படிப் பட்டவைதான்.

எனவே காலமும் இடமும் மாறாமல் இருப்பது மிகவும் அவசியம்.

மூச்சை கவனித்தால் முழு வாழ்க்கையையும் கவனிப்பதாக அர்த்தம். மூச்சு அதுபாட்டுக்கு நமக்குத்தெரியாமலேவந்து போய்க்கொண்டிருந்தால் தூக்கத்திலேயே நாம் நமது வாழ்க்கையைக் கழித்துக் கொண்டிருக்கிறோம் என்று அர்த்தம். மூச்சை நம் இஷ்டத்துக்கு வளைத்தால் நமது வாழ்க்கையையே நமது விருப்பப்படி மாற்றுகின்ற சக்தியை வளர்க்கிறோம் என்று அர்த்தம். ஏனெனில் ஏற்கனவே சொன்னபடி, மூச்சைக் கட்டுப்படுத்தினால், மற்ற உணர்வுகள் யாவும் கட்டுப்படும். நமது வாழ்வு நமது கையில் என்ற முதுமொழியை உண்மையாக்க வேண்டுமெனில் முதலில் நமது மூச்சை நமது கட்டுப்பாட்டுக்குள் கொண்டுவர வேண்டும்.

ஆன்மீகம், ஆட்டோ சஜஷன், ஹிப்னாட்டிஸம், வெற்றி, சாதனை, தோல்வி எல்லாவற்றுக்கும் மூச்சுக்கும் நெருங்கிய தொடர்பு உள்ளது என்பது கொஞ்சமாவது புரிந்திருக்கும் என்று நம்புகிறேன். மூச்சோட்டம் ஒருமுறை ஒரு குறிப்பிட்ட - அமைதியான - அலைவரிசைக்கு வந்துவிட்டதென்றால் போதும். அதற்குரிய சக்தி தானாகவே வெளிப்பட ஆரம்பிக்கும். மனஅமைதி என்பது 'ரிலாக்ஸ்டாக' இருக்கின்ற நிலைதான் என்பதை சொல்ல வேண்டியதில்லை. பாருங்கள், மனம், எண்ணம், மூச்சு, ரிலாக்சேஷன், கற்பனை, லட்சியம் போன்ற எல்லாமே ஒன்றோடொன்று இணைந்த ஒரு நெட்வொர்க். இதைப் புரிந்து கொள்வது அவசியம். இதன் தலைவர்தான் மூச்சு !

சமஸ்கிருதத்தில் 'வ்யாதி' என்பது நோயையும், 'ஸமாதி' என்பது நோயற்ற, நோய்களைத் தாண்டிய, நோய் அண்டமுடியாத ஒரு நிலையையும் குறிக்கிறது என்கிறார் ஓஷோ. பதஞ்சலி அப்படித்தான் சொல்கிறாராம். ஆனால் சமாதி என்று சொன்னால் மூச்சு நின்று உயிர் பிரிந்த நிலை என்று நாம் புரிந்துவைத்திருக்கிறோம்.

வேடிக்கைதான். சரி போகட்டும். முறையான மூச்சு நமக்குத் தரும் அருட்கொடைகளில் ஓஷோ சொல்லும் ஸமாதியும் ஒன்று. அப்படியானால் நம் ஆரோக்கிய வாழ்வைக் காப்பது எது? நிச்சயமாக 'லைஃப்-பாய்' அல்ல. நம் மூச்சுதான். அதுவும் ஆழமான மூச்சு.

கொசுறுச் செய்தி

மூச்சைப் பற்றிய கடைசிக் கொசுறு செய்தி. மூச்சை ஆழமாக விடப் பழகிக் கொள்வதால் கிடைக்கின்ற நன்மைகளில் மிகமிக மட்டமானது உடல் ஆரோக்கியம்! ஒரு மனிதன் எவ்வளவுதான் வெற்றியடைந்தவனாக இருந்தாலும், வாழ்நாளில் பெரும்பகுதியை ஆஸ்பத்திரியிலும் கோர்ட் வாசலிலும் கழிப்பதால் என்ன பயன்? அடிபட்டால்கூட அப்போலோவுக்குத்தான் போவேன், முட்டி வலித்தால்கூட மியாட்டுக்குத்தான் போவேன் என்று சொல்வது பெருமையானதா, நோயே வராமல் என்னால் ஆரோக்கியமாக வாழமுடியும் என்று சொல்லமுடிவது பெருமையானதா? யோசியுங்கள்.

புத்தரின் கடைசிப் பயிற்சியாக இருந்த மூச்சுப் பயிற்சி நமது வாழ்வில், நமது நாளின் முதல் பயிற்சியாக இருக்கட்டும்.

4
அந்த இரண்டு விநாடிகள்

> இந்த உலகத்தில் உள்ள மதிப்பு மிகுந்த ஒரே விஷயம் உள்ளுணர்வுதான்
> –ஐன்ஸ்டீன்

கூரோஸின் கதை

ஒரு இளைஞன் நிர்வாணமாக நின்றுகொண்டிருக்கிறான். இடது கால் கொஞ்சம் முன்னே இருக்கிறது. கைகள் இடுப்பில். என்ன இது யாராவது நிர்வாணச் சாமியாரா என்று கேட்கிறீர்களா? அப்படியெல்லாம் இல்லை. அது ஒரு அழகான, அற்புதமான சிலை. அதுவும் ரொம்ப காலத்துக்கு முந்தியது. எவ்வளவு காலம்? கி.மு. ஆறாம் நூற்றாண்டுக்கு முந்தியது. அவ்வகை சிலைகளுக்கு கூரோஸ் என்று பெயர்.

சரி, இதையெல்லாம் எதற்காகச் சொல்கிறேன் என்கிறீர்களா? விஷயம் இல்லாமலா சொல்வேன். இருக்கிறது. ரொம்ப முக்கியமான உண்மை. அதுவும் உங்கள், ஏன், நம்முடைய வாழ்க்கை சம்பந்தப்பட்டது. அதில் கிடைக்கும் வெற்றிகள் சம்பந்தப்பட்டது. கூரோஸின் கதையைத் தெரிந்துகொண்டால் நம்முடைய வாழ்வில் அன்றாடம் நடக்கும் ஒரு மிகப்பெரிய விஷயத்தின், நாம் கவனிக்கத் தவறுகிற விஷயத்தின் பின்னால் இருக்கும் ஒரு மகா உண்மையைத் தெரிந்துகொண்டதாக அர்த்தம்.

கலிஃபோர்னியாவில் ஒரு அருங்காட்சியகம் இருந்தது. இருக்கிறது. ஜெ பால் கெட்டி ம்யூசியம் என்று அதற்குப் பெயர். செல்லமாக 'த கெட்டி'. அங்கே ஒருநாள் பெக்கினா என்ற ஒருவர் வந்து தன்னிடம் ஒரு கூரோஸ் இருப்பதாகவும் அதை விற்க விருப்பம் என்றும் சொன்னார். உலகத்தில் மொத்தமாகவே கிட்டத்தட்ட இருநூறு கூரோஸ்கள்தான் இருந்தனவாம். எனவே

ரொம்ப ஜாக்கிரதையாக, அது உண்மையான கூரோஸ்தானா, அல்லது கூரோஸ்போன்ற போலியா என்று கண்டுபிடிக்க பதினான்கு மாதங்கள் அந்த சிலை பலவிதமான பரிசோதனைகளுக்கு உட்படுத்தப்பட்டது. கடைசியில் அது உண்மையான கூரோஸ்தான், கிமு ஆறாம் நூற்றாண்டுக்கு முந்திய சிலைதான் என்று ஆராய்ச்சி களின் முடிவில் சொன்னார்கள். எனவே பெக்கினாவின் அந்த சிலையை பத்து மில்லியன் டாலர்களுக்கு வாங்கலாம் என்று முடிவு செய்யப்பட்டது. பத்து மில்லியன் என்றால் ஒரு கோடி. ஆனால் ஒரு கோடி ரூபாய் அல்ல, ஒரு கோடி டாலர்கள்! (நான் கணக்கில் கொஞ்சம் 'வீக்'. நீங்களே கணக்கு போட்டுக்கொள்ளுங்கள்).

1986-ம் ஆண்டு அந்த கூரோஸை பொதுமக்கள் பார்வைக்கும் வைத்தார்கள். ஆனாலும் அந்த கூரோஸில் ஒரு குறை இருந்தது. என்னவோ அதில் சரியில்லை. இப்படி முதன் முதலில் சொன்னவர் ஒரு இத்தாலிய கலைப்பொருள் வரலாற்றாசிரியர். அவர் பெயர் ஜெரோ. குறிப்பாக சிலை யின் நகங்களில் ஏதோ குறை தென்படுவதாக அவர் சொன் னார்.

“நிதானமாக எடுக்கப்பட்ட முடிவுகளைப் போலவே கண நேரத்தில் அடாப்டிவ் அன்கான்ஷியஸ் எடுக்கும் முடிவுகளும் மிகச்சரியானவைகளாக இருக்க முடியும்”

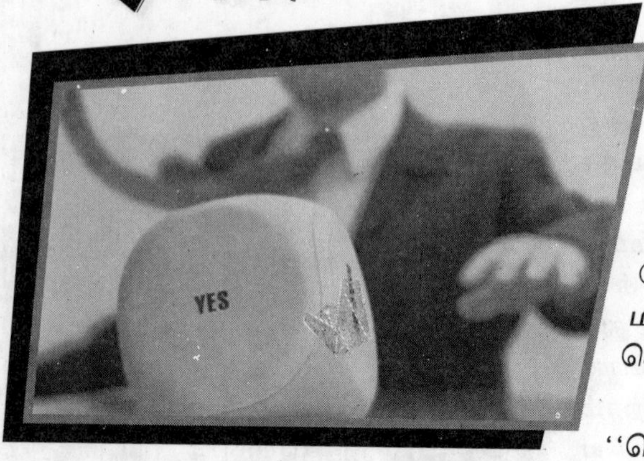

எவ்லின் ஹாரிசன் என்ற கிரேக்க சிலை நிபுணி சிலையின் தலையிலிருந்ததுணியை நீக்கியவுடன், ''இதை வாங்கப் போகிறீர்களா? கேட்க ரொம்ப வருத்தமாக இருக்கிறது'' என்று சொன்னார்.

சிலையைப் பார்த்ததும், ''ரொம்ப புத்தம் புதுசாக உள்ளதே'' என்றார்நியூயார்க்கின் அருங்காட்சியக இயக்குனர் ஹோவிங். இரண்டாயிரம் ஆண்டுகளுக்கும் மேலாக உள்ள ஒரு சிலையைப் பற்றிக் கூறும் வார்த்தையா அது? ஆனால் அவர் தொடர்ந்து, ''இந்த சிலையை வாங்கிவிட்டீர்கள் என்றால் பணத்தைத் திரும்பப் பெற முயற்சி செய்யுங்கள். வாங்கவில்லையென்றால், வாங்காதீர்கள்'' என்றும் சொன்னார்!

ஜெரோ, எவ்லின் ஹாரிசன் மற்றும் அருங்காட்சியகப் பொறுப்பாளர் - இந்த மூவரும் சிலை பற்றி கருத்து சொல்ல எடுத்துக் கொண்ட நேரம் இரண்டு வினாடிகளுக்கும் குறைவு! ஆமாம். அது தான்வினோதம். பதினான்கு மாத ஆராய்ச்சியில் கண்டுபிடிக்கப்பட்ட அல்லது உறுதிசெய்யப்பட்ட உண்மைகளுக்குப் புறம்பாக இரண்டே வினாடிகளில் சிலைக்கு எதிராக சில கருத்துக்களை இவர்கள் உதிர்த்தார்கள்.

எதை எடுத்துக் கொள்வது? எது அறிவுக்குப் பொருத்தமானது? முன்னதா பின்னதா? சந்தேகமில்லாமல் முன்னதுதான். ஆனாலும் சந்தேகம் என்று ஒன்று வந்துவிட்டபிறகு உறுத்தலில்லாமல் வாங்கமுடியுமா என்ன? எனவே சிலையை ஏதென்ஸுக்கு அனுப்பி மறுபடியும் நிபுணர் குழுவிடம் ஒப்படைத்தார்கள்.

பின்னர்தான் ஒவ்வொன்றாக வெளிவந்தது. சிலை பற்றி சமர்ப்பிக்கப்பட்ட கடிதங்கள், ஆவணங்கள் யாவும் போலியானவை, சிலை பூமிக்குக்கீழே இருந்ததே இல்லை என்பன போன்ற பல அதிர்ச்சியூட்டும் உண்மைகள் வெளிவந்தன! இரண்டே வினாடிகளில், பார்த்தவுடன் சிலைக்கு எதிராக மனதில் உதித்த கருத்துக்கள்தான் கடைசியில் மிகச் சரியாக இருந்தன!

அயோவா பரிசோதனை

அமெரிக்காவின் மாநிலமான அயோவாவில் ஒரு பரிசோதனை நடந்தது. அங்கிருந்த க்ளப்புகளில் நடந்த ஒரு சூதாட்டப் பரிசோதனை அது. நான்கு அடுக்குகள் கொண்ட கார்டுகள் இருக்கும். அவை இரண்டு நிறங்கள் கொண்டவை. நீலமும் சிவப்பும். சிவப்பு வந்தால் நஷ்டம். நீலம் வந்தால் லாபம். ஆனால் எந்த நிறம் எந்த அடுக்கில் அதிகமாக இருக்குமென்று தெரியாது. கிட்டத்தட்ட எண்பது கார்டுகளை எடுத்தெடுத்துப் போட்டபின்தான் எந்த அடுக்கில் எந்தவிதமான நிறக்கார்டுகள் இருக்கும் என்று தர்க்க ரீதியாக சிந்தித்து யூகிக்க முடியும். ஆனால் சிலர் பத்துப் பதினைந்து கார்டுகள் போட்டவுடனேயே அடுத்தடுத்து லாபம் தரக்கூடிய நிறக் கார்டுகளையே எடுத்தார்கள்.

அது எப்படி சாத்தியமானது என்று கண்டுபிடிக்க ஒரு வேலை செய்தார்கள். சூதாடிகளை ஒரு யந்திரத்தோடு இணைத்தார்கள். அவர்களது உள்ளங்கைகளில் வியர்வை ஏற்படுவதை அந்த யந்திரம் பதிவு செய்தது. அப்படி ஏற்படும்போதெல்லாம் அவர்கள் சரியான, லாபம் கொடுக்கும் நிறக் கார்டுகளையே எடுத்தார்கள். அவர்களுக்கே தெரியாமல்.

ரொம்ப தர்க்க ரீதியாக சிந்தித்து நாம் ஒரு முடிவுக்கு வருமுன்னரே, வேறு விதமாக நம் மூளையின் இன்னொரு பகுதி அதுவாகவே சிந்தித்து மிகச் சரியான முடிவுக்கு வந்துவிடுகிறது. (நாமாக சிந்தித்தால்தான் பிரச்சனை)! அதன்படி நடக்க நம் உடலையும் தூண்டுகிறது. சுயமாக சிந்திக்கும் மூளையின் அந்தப் பகுதியை ஆங்கிலத்தில் adaptive unconscious என்கிறார்கள்.

அந்த 'அடாப்டிவ் அன்கான்ஷியஸ்'தான் உள்ளங்கையில் வியர்வையை ஏற்படுத்தியிருக்கிறது. அது ஏற்பட்டவுடன், அப்படி ஏற்பட்டதே தெரியாமல் விளையாடியவர்கள் சரியான கார்டுகளைத் தேர்ந்தெடுத்தார்கள்! எல்லாம் ஒருசில வினாடிகளிலேயே! என்ன

நடக்கிறது என்று நம் கண்களுக்குத் தெரிந்து மூளைக்குள் மீண்டும் பதிவாவதற்குள்!

அப்படியானால் மூளை செயல்படும் வேகம் மிகவும் அபாரமானதாக இருக்கிறது என்று அர்த்தம். நாம்தான் எப்போதும் ரொம்ப கவனமாக, யார்மீதும் மோதக்கூடாது என்று இருபது, நாற்பதிலேயே நம் சிந்தனையை ஓட்ட முயற்சித்துக் கொண்டிருக்கிறோம். ஆனால் மூளையின் ஒரு பகுதியான அடாப்டிவ் அன்கான்ஷியஸ் யார் மீதும் மோத முடியாத 300 மைல் வேகத்தில் ஆகாயத்திலேயே பறந்து வேலையை முடித்துக் கொள்கிறது! உண்மையில் அது ஒரு ராட்சச கணினியைப்போல வேலை செய்கிறது. ஏகப்பட்ட தகவல்களை கண்ணிமைக்கும் நேரத்துக்குள் உள்வாங்கி, அலசி ஆராய்ந்து, அப்படியெல்லாம் நடந்ததற்கான அறிகுறியே இல்லாமல் முடிவை மட்டும் கொடுக்கிறது!

இன்னொரு விதத்தில் புரிந்துகொள்வதானால் இப்படிச் சொல்லலாம். நம் ஒவ்வொருவர் மூளைக்குள்ளும் ஒரு பெண் ஒளிந்துகொண்டிருக்கிறாள். பெண்களின் மூளைக்குள்ளும்தான். பெண்கள் எப்போதுமே எந்த விஷயத்திலும் சட்டென்று ஒரு முடிவுக்கு வந்துவிடுவார்கள். நான் ஏதாவது ஒரு விஷயம் பற்றி விலாவாரியாக என் மனைவியிடம் சொன்னால் 'அதெல்லாம் சரிப்பட்டு வராது' என்று சட்டென்று சொல்வாள். எனக்கு எரிச்சலாக வரும். ஆனால் கடைசியில் அவள் சொன்னமாதிரிதான் நடக்கும். அப்போது அவள் என்னைப் பார்த்து ஒரு புன்னகையை வீசுவாள். புன்னகையா அது? ஹிரோஷிமா, நாகசாகியில் வீசப்பட்ட அணு குண்டுகளைவிட மோசமானது அது!

இப்படி ஒரு முறை அல்ல, பல முறைகள் நடந்துள்ளன. எப்படி இது பெண்களுக்கு மட்டும் சாத்தியமாகிறது? They are by nature more intuitive. பெண்கள் இயற்கையிலேயே உள்ளுணர்வுப் பூர்வமாக வாழ்பவர்கள். இயற்கையோடு அதிகமாக இணைந்தது பெண் மனம். அதனால் ஒரு காரியத்தின் முடிவு முன்கூட்டியே அவர்களுக்குத் தெரிந்துவிடுகிறது. ஆனால் இப்படியொரு சிறப்பு அம்சம் தங்களிடம் இருக்கிறது என்பதை உணர்ந்துகொண்டவர்கள் குறைவு. (அதுதான் நமக்கும் நல்லது)!

உள்ளங்கை அரித்தால் பணம் வரும் என்று சொல்கிறார்களே அதுவும் இதுமாதிரியானதுதான். பணம் வரப்போவதை முன்

கூட்டியே அடாப்டிவ் அன்கான்ஷியஸ் உள்ளங்கை அரிப்பு மூலமாக அறிவித்துவிடுகிறது. இனிமேல் உள்ளங்கை பேசும்போது கவனமாகக் கேட்பது நல்லது!

தின் ஸ்லைசிங் பரிசோதனை

அமெரிக்காவின் ஸ்டான்ஃபோர்டு பல்கலைக்கழகத்தில் நளினி அம்பாடி என்று ஒரு உளவியல் பேராசிரியை இருந்தார்.

வார்த்தைகளற்ற மானிட நடத்தையில் ஆராய்ச்சி செய்தவர். உள்ளுணர்வு பற்றியும் ஆராய்ச்சி செய்தவர். அவர் ஒரு பரிசோதனை செய்தார். ஒரு பேராசிரியர் வகுப்பு நடத்துவதை காணொளிப் பதிவு செய்தார். முதலில் பத்து வினாடிகள், பின்பு ஐந்து வினாடிகள், பின்பு இரண்டே வினாடிகளுக்கு அந்த காணொளிப் பதிவுகளை இரண்டு விதமான குழுக்களுக்கு அவர் காண்பித்தார். ஒரு குழுவில் இருந்தவர்கள் காணொளியில் வரும் மனிதர் யாரென்றே தெரியாதவர்கள். இன்னொரு குழுவில் இருந்தவர்கள் காணொளியில் வரும் பேராசிரியரின் மாணவ மாணவிகள். ஒரு முழு செமஸ்டருக்கும் அவரிடம் பயின்றவர்கள்.

இரண்டு பிரிவினரிடத்தும் அந்தக் காணொளியை தனித்தனியாகக் காண்பித்து அந்த பேராசிரியர் பற்றி அவர்களின் கருத்தைப் பதிவு செய்துகொண்டார். முடிவு ஆச்சரியம் தருவதாக இருந்தது. ஏன்? ஏனென்றால் பேராசிரியரை நன்கு தெரிந்தவர்கள் சொன்ன கருத்தும் அறவே தெரியாதவர்கள் சொன்ன கருத்தும் கிட்டத்தட்ட ஒரேவிதமானதாக இருந்தது! பல மாதங்கள் ஒரு மனிதரோடு பழகியவர்கள் அவரைப் பற்றி சொன்னவையும், இரண்டே வினாடிகள் அவரைப் பார்த்தவர்கள் சொன்ன கருத்தும் ஒரேவிதமானதாக இருந்தது!

ஒரு சில வினாடிகளில் காட்டப்படும் தகவல்கள் என்ற சின்ன கூறை, ஒரு கீற்றை மட்டும் வைத்துக்கொண்டு நம் மூளை சில முடிவுகளுக்கு வந்துவிடுகிறது. அம்முடிவுகள் நாம் பழகி, அலசி

ஆராய்ந்த பிறகே சொல்ல முடிகிற முடிவுகள்! ஆனால் எதுவுமே செய்யாமல், பார்த்த மாத்திரத்திலேயே முடிவு செய்துவிடுகிறது நம் மூளை. சென்னையிலிருந்து சிங்கப்பூர் செல்லவேண்டிய விமானம் சென்னையில் 'டேக்-ஆஃப்' ஆன அடுத்த வினாடி சிங்கப்பூர் சாங்கி சர்வதேச விமான நிலையத்தில் தரையிறங்கின மாதிரி! நம் மூளை அந்த முடிவுக்குக் குதிக்க எடுத்துக்கொள்ளும் சின்ன கூறுகளை 'தின் ஸ்லைசிங்' (thin-slicing) என்று கூறுகிறார்கள். இந்த தின் ஸ்லைசிங்கிற்கு நம் மூளை எடுத்துக்கொள்ளும் நேரம் குறைந்த பட்சம் இரண்டு விநாடிகள், அதிகபட்சம் பத்து வினாடிகள்!

அப்படியானால் நாம் ஏன் மணிக்கணக்கில், நாள் கணக்கில், மாசக்கணக்கில் யோசித்து, யோசித்து, ரொம்ப ஜாக்கிரதையாகச் செயல்பட்டு பின் தோற்றுப்போகிறோம்? பொதுவாக எடுக்கப்படும் ஒரு முடிவு எவ்வளவு முயற்சிக்கும், எவ்வளவு காலத்துக்கும் பிறகு எடுக்கப்பட்டது என்பதில்தான் அதன் தரம் இருக்கிறது என்றுதான் நாம் நம்புகிறோம். பதறிய காரியம் சிதறும், அவசரக்காரனுக்கு புத்தி மட்டு, அவசரத்தில் கல்யாணம் பண்ணி சாவகாசத்தில் சங்கடப்படாதே என்றெல்லாம் பழமொழிகள் வேறு வைத்திருக்கிறோம். ஆனால் நம்மால் இப்படி வாழ முடிகிறதா?

விருந்துக்கு ஒருவரை அழைக்க வேண்டுமென்றால் சிந்தித்து முடிவெடுக்கிறோம். ஆனால் திடீரென்று ஒரு கண வேகத்தில் ஏதோ அவர் சொன்ன ஒரு சொல் உங்களை உசுப்ப, சட்டென்று கோபப்பட்டு அவரிடம் சண்டைக்குப் போகிறோமே அதை யோசித்தா செய்கிறோம்? யாரையாவது பார்த்தவுடன், எதுவும் பேசாமலே, அவரை அல்லது அவளைப் பற்றி எதுவும் தெரியாமலே சட்டென்று பிடித்துப் போகிறது அல்லது சட்டென்று பிடிக்காமல் போகிறதே அது எப்படி? கண்டதும் காதல், வெறுப்பு எல்லாம் வருகிறதே அது எப்படி?

அப்போதெல்லாம் நம் மூளையின் மர்மமான ஆனால் மஹா சக்தி கொண்ட வேறொரு பகுதி வேலை செய்கிறது. அந்த கம்ப்யூட்டர் போடும் கணக்கு எப்போதுமே தவறுவதே இல்லை. அது கணித மேதை ராமானுஜம் மாதிரி. ஆமாம். அவர் சொன்ன 1729 என்ற எண்ணின் கதை தெரியுமல்லவா?

அவர் இங்கிலாந்து மருத்துவமனையில் நோயுற்றுப் படுத்துக்கிடந்தார். அவரைப் பார்க்க ஹார்டி என்ற இன்னொரு கணித மேதை வந்தார். (ராமானுஜத்தை இங்கிலாந்துக்குக் கொண்டு சென்றவர் அவர்தான். அந்த மாமனிதர் இல்லாவிட்டால் இந்த உலகத்துக்கு ராமானுஜம் என்ற மேதையைத் தெரிந்திருக்காது).

"நான் ஒரு டாக்ஸியில் வந்தேன். அதன் எண் 1729. எனக்கது ரொம்ப 'டல்' எண்ணாகப் படுகிறது" என்று சொன்னார். மருத்துவமனையில் நோயாளியைப் பார்க்கப்போனால் ஆப்பிள், ஆரஞ்சு என்று வாங்கிக்கொண்டுபோய் உடல்நலம் விசாரிப்பார்களா, இப்படி எண்களைப் பற்றிப் பேசிக்கொண்டிருப்பார்களா என்கிறீர்களா? வேதனையாளர்களுக்கும், சாதனையாளர்களுக்குமான, அதாவது நமக்கும் அவர்களுக்குமான, வித்தியாசம் அதுதான்!

$$1729$$
$$1^3 + 12^3 = 9^3 + 10^3$$

சரி ராமானுஜம் என்ன பதில் சொன்னார் தெரியுமா? 1729 என்ற எண் ஹார்டி வாயிலிருந்து வெளிவந்த அந்தக்கணமே ராமானுஜம் சொன்னார்: "No", It is a very interesting number; it is the smallest number expressible as the sum of two cubes in two different ways." (இதைத் தமிழில் சொல்லமுடியாது). ஆனால் பின்னால் அவர் சொன்னது உண்மைதான் என்பது நிதானமாக நிரூபிக்கப்பட்டது. ஆனால் ராமானுஜத்துக்கு வேலை செய்தது அவர் மூளையின் அந்த மஹாசக்தி கொண்ட பகுதியான அடாப்டிவ் அன்கான்ஷியஸ்.

இதிலிருந்தெல்லாம் என்ன தெரிகிறது? நிதானமாக எடுக்கப்பட்ட முடிவுகளைப் போலவே கண நேரத்தில் அடாப்டிவ் அன்கான்ஷியஸ் எடுக்கும் முடிவுகளும் மிகச்சரியானவைகளாக இருக்க முடியும்.

அதே விநாடி

இன்னும் சொல்லப்போனால், அலசி ஆராய்ந்து எடுக்கப்படும் முடிவுகளாவது தவறாகப் போகலாம். ஆனால் இரண்டு வினாடிகளில் அடாப்டிவ் அன்கான்ஷியஸ் எடுக்கும் முடிவுகள் தவறாது.

நமது வெற்றிக்காக அந்த இரண்டு வினாடிகளை, நம் அடாப்டிவ் அன்கான்ஷியஸை நாம் பயன்படுத்த முடியாதா என்ன? எப்போது அதை நம்பலாம்? எப்போது நம்பக்கூடாது? யோசித்து முடிவெடுப்பது போல், யோசிக்காமல், ஆனால் மிகச் சரியான முடிவுகளை எடுப்பது எப்படி என்று கற்றுக்கொள்ள முடியுமா? அடாப்டிவ் அன்கான்ஷியஸை வேண்டுமென்றே பயன்படுத்துவது எப்படி என்று தெரிந்துகொள்ள முடியுமா? இல்லை அது ஒரு அருட்கொடை மாதிரியான விஷயமா?

இல்லை, அதைக் கற்றுக்கொள்ள முடியும். இது எவ்வளவு பெரிய நல்ல செய்தி?!

எப்படி எப்படி என்கிறீர்களா? பொறுங்கள். அதற்குள்தான் அடுத்து நாம் போக இருக்கிறோம்.

5

அடாப்டிவ் அன்காஷியஸ்

உங்களுக்குள்
உள்ளுணர்வு
தோன்றும்போது
உங்களுக்குள்
மறைந்திருக்கும்
ஆற்றல்கள்,
திறமைகள் யாவும்
மேலே வர
ஆரம்பிக்கின்றன.
நீங்கள் கற்பனை
செய்ததைவிட
நீங்கள்
பெரிய ஆள்
என்று தெரிய
ஆரம்பிக்கும்

-பதஞ்சலி

உள்ளுணர்வுக்குத்தான் ஆங்கிலத்தில் அழகாக 'அடாப்டிவ் அன்கான்ஷியஸ்' என்று சொல்கிறார் மால்கம் க்ளாடுவெல். இதை 'இன்ஸ்பிரேஷன்' (inspiration) என்று பொதுவாக ஆங்கிலத்தில் சொல்வர். நாம் உன்னிப்பாகக் கவனிக்க ஆரம்பித்துவிட்டோமென்றால் உள்ளுணர்வு வருவதை, அது அறிவிப்பதையெல்லாம் கேட்க முன்கூட்டியே நாம் தயாராகலாம்.

டாக்டர்வெயின்டயர்என்றஉலகப்புகழ்பெற்றஎழுத்தாளரைப் பற்றி உங்களுக்கு நிச்சயம் தெரிந்திருக்கும். Inspiration: Your Ultimate Calling என்று அவர் ஒரு புத்தகமே எழுதியிருக்கிறார். ஆனால் அவருக்கு முதலில் இரண்டு தலைப்புகள் தோன்றின. ஒன்று மேலே நான் சொன்னது. இன்னொன்றில் Calling என்ற சொல்லுக்கு பதிலாக Destiny என்று போட்டிருந்தார். ஆனால் எதைத் தேர்ந்தெடுப்பது என்ற குழப்பம் வந்துவிட்டது. ஹே ஹவுஸ் என்ற தன் நூலின் பதிப்பகத் தலைவர் ட்ரேஸி என்பவரை அழைத்து கருத்துக் கேட்கலாம் என்று அவருக்கு தொலைபேசி அழைப்பு கொடுக்கிறார். 'காலர் ஐடி' திரையில் calling என்ற வார்த்தை மின்னி மின்னி மறைந்தது. அதை ஒருகணம் பார்க்கிறார். உஷாராகிறார். தெரிந்துவிட்டது. 'காலிங்' என்ற சொல்லைப் பயன்படுத்து என்று அவரது அடாப்டிவ் அன்கான்ஷியஸ் சொல்லிவிட்டது! அந்தப் பெயரையே தன் நூலுக்கு வைக்கிறார்! அதுவும் படு பிரபலமாகி அவருக்குப் புகழ் சேர்ந்தது.

நாகூர் ரூமி

Inspiration என்றால் being in Spirit என்கிறார் அவர். அதாவது நம்முடைய சாரமாக, அடிப்படையாக, ஆதாரமாக எது இருக்கிறதோ அதோடு இருப்பது. ஆன்மாவோடு இருப்பது. உள்ளுணர்வு என்பது நம்முடைய சாரம் நமக்கு அனுப்பும் செய்தி. நமக்குள்ளே நம்மை மீறிய ஒரு மாபெரும் ஆற்றல் மறைந்திருக்கிறது என்பதைப் புரிந்துகொள்ளும் ஒரு கணம்தான் அடாப்டிவ் அன்கான்ஷியஸ் வேலை செய்யும் நேரம்.

சரி உள்ளுணர்வை, இது உள்ளுணர்வுதான் என்று எப்படிப் புரிந்துகொள்வது? அது திரும்பத் திரும்ப வரும். அது சொல்கிற மாதிரி செய்வது 'ரிஸ்க்' என்றுகூடத் தோன்றலாம். ''பாதுகாப்பு வேண்டுமென்றால் கரையில் நில்; பொக்கிஷம் வேண்டுமென்றால் கடலுக்குள் செல்'' என்று பாரசீகக் கவி சா'அதி பாடியதும் உள்ளுணர்வை மதிப்பது பற்றித்தான்.

''நான் தனியாக இருக்கும்போது, நன்றாக சாப்பிட்டுவிட்டு காலாற நடந்துபோகும்போது, அல்லது யாருமே இல்லாமல் தனியாக இருக்கும்போது, தூக்கம் வராமல் தனிமையில்

> “சரியான உள்ளுணர்வெனில் அது திரும்பத் திரும்ப வரும்”

தவிக்கும்போது - இம்மாதிரி தருணங்களில்தான் எனக்கு அபரிமிதமாக கருத்துகளும் இசைக் குறிப்புகளும் ஒரு ஆற்றைப்போல பொங்கிப் பிரவகித்து அபரிமிதமாக வருகின்றன. அவை எங்கிருந்து, எப்படி வருகின்றன என்றெல்லாம் எனக்குத் தெரியாது. நீ வந்துதான் ஆகவேண்டும் என்று அவைகளை என்னால் வற்புறுத்தி வரவழைக்கவும் முடியாது'' என்று கூறுகிறார் இசை மேதை மொசார்ட்!

அன்பு, அமைதி, இன்பம் இவைதான் நம்முடைய சாரமாக உள்ளன. எப்போதெல்லாம் நாம் இவற்றிலிருந்து விலகி வெறுப்பு, கசப்பு, கோபம், பயம், பேராசை, இறுக்கம், பொறாமை, பொறுமையின்மை, துவேஷம், வன்முறை போன்ற தவறான திசைகளில் பயணிக்க ஆரம்பிக்கிறோமோ அப்போது நாம் உள்ளுணர்வின் வழிகாட்டுதல் பெறவே முடியாது என்பதைப் புரிந்துகொள்ளலாம். நாம் நம் சாரத்தோடு இணைந்திருந்தால் மட்டுமே அடாப்டிவ் அன்கான்ஷியஸ் வேலை செய்யும்.

நம் உடலில் இருந்து எடுக்கப்பட்ட, பிரிக்கப்பட்ட ஒரு ரத்தத் துளியில் உள்ள இரும்புச் சத்து எவ்வளவு விழுக்காடு என்று பார்த்தால் ஒரு உண்மை புரியும். நம் உடலுக்குள் ஓடிக்கொண்டிருக்கும் ரத்தத் துளி ஒன்றில் எவ்வளவு இரும்புச் சத்து உள்ளதோ அதே விழுக்காடுதான் நம் உடலிலிருந்து வெளியில் வந்த துளியிலும் இருக்கும். நம் உடலில் இருந்து பிரிக்கப்பட்ட துளியும் உடலுக்குள் ஓடிக்கொண்டிருக்கும் பிரிக்கப்படாத துளியும் ஒன்றுதான். ஆனால் உடலிலிருந்து பிரிந்துவிட்ட, தன் மூலத்திலிருந்து பிரிந்து வந்துவிட்ட அந்த ரத்தத் துளியால் நமக்கு ஒரு பயனும் இல்லை. அதனால் ஓடவோ, நமக்கு வலுவூட்டவோ, நம்மை குணப்படுத்தவோ முடியாது. ரொம்ப நேரம் உடலை விட்டுப் பிரிந்து வெளியிலேயே இருக்குமானால் அது காய்ந்து, உலர்ந்து, அழிந்து போகும். உடலுக்கு உள்ளே ஓடிக்கொண்டிருக்கும் ரத்தத்துளியில் இருக்கும் எல்லா அம்சங்களும் அதற்கு இருந்தாலும் அது பயனற்றுப் போகும். சாரத்திலிருந்து நாம் பிரிந்திருந்தால் நமக்கும் இந்த கதிதான்.

"கடவுளை சிரிக்க வைக்க வேண்டுமென்றால், நீங்கள் போட்டுவைத்திருக்கும் திட்டங்களையெல்லாம் அவனிடம் சொல்லுங்கள் போதும்'' என்று சொல்வார்கள்! இதற்கு என்ன அர்த்தம்? திட்டமே போடக்கூடாது என்று அர்த்தமா? அப்படியல்ல. கடவுள் என்பதும் சாரம் என்பதும் ஒன்றுதான்.

உள்ளுணர்வுகள்தான் மீண்டும் மீண்டும் நம்முடைய சாரத்தோடு நம்மை இணைக்கின்றன. அவற்றிலிருந்து பிரிந்திருக்கும்போது எவ்வளவு திட்டம்போட்டாலும் அது பிரயோஜனப்படாது. ''வல்லாஹு ஹைருல் மாகிரீன்'' என்று 'திருக்குர்'ஆன் வசனம் ஒன்று *(03:54)* கூறுகிறது. திட்டமிடுபவர்களிலெல்லாம் மிகச் சிறந்த திட்டமிடுபவன் அல்லாஹ்தான் என்று அதற்கு அர்த்தம். சாரத்தின் திட்டம்தான் ஜெயிக்கும். உள்ளுணர்வோடு, உள்ளுணர்வை மதித்து வாழ்வது எவ்வளவு முக்கியம் என்று இப்போது புரிகிறதா?

நகைச்சுவையில் வெளிப்படும் அடாப்டிவ் அன்கான்ஷியஸ்

அமெரிக்க எழுத்தாளர் மார்க் ட்வைன் ஒரு 'செய்ன் ஸ்மோக்கர்'. ''நீங்கள் எல்லா நேரத்திலும் புகை பிடிப்பீர்களா?'' என்று அவரிடம் கேட்டார்கள். ஒரு கணம்கூட யோசிக்காமல் அவர் சொன்னார், ''இல்லை, நான் தூங்கும்போது புகைப்பதில்லை''!

இன்னொரு முறை அவரிடம், ''புகை பிடிப்பதை நிறுத்துவது கஷ்டமா?'' என்று கேட்கப்பட்டது. அதற்கும் அவர் உடனே, ''இல்லவே இல்லை, அது ரொம்ப எளிது. நான் எத்தனையோ முறை நிறுத்தியிருக்கிறேனே''என்றார்!

ஒரு முறை வின்ஸ்டன் சர்ச்சில் பாராளுமன்றத்தில் பேசிக்கொண்டிருக்கும்போது எரிச்சலடைந்த நான்ஸி என்ற ஒரு பெண் எழுந்து, ''மிஸ்டர் சர்ச்சில், நீங்கள் மட்டும் என் கணவராக இருந்திருந்தால், நீங்கள் குடிக்கும் காபியில் நான் விஷம் கலந்திருப்பேன்'' என்றார். அதற்கு உடனே யோசிக்காமல் சர்ச்சில், ''நான்ஸி, நீங்கள் மட்டும் என் மனைவியாகியிருந்தால் அந்த காபியை நான் குடித்திருப்பேன்'' என்றார்!

ஜார்ஜ் பெர்னார்ட் ஷா தன் நாடகம் ஒன்றுக்கு இரண்டு டிக்கட்டுகளை வின்ஸ்டன் சர்ச்சிலுக்கு அனுப்பினார். ''இரண்டு டிக்கட்டுகள் அனுப்பியுள்ளேன். நீங்கள் ஒரு நண்பரையும் அழைத்து வரலாம்,

உங்களுக்கு நண்பர் என்று யாராவது இருந்தால்" என்ற குறிப்புடன். உடனே அதற்கு சர்ச்சில் பதிலாக, "நன்றி, முதல் ஷோவுக்கு என்னால் வரமுடியாது. இரண்டாவது ஷோவுக்கு வருகிறேன், அப்படி ஒன்று நடந்தால்" என்று பதில் அனுப்பினார்!

இப்படிச் சட்டென்று சொல்லப்படும் எதிர்மொழிகள் யோசித்து சொல்லப்படுவதல்ல. அவை உடனடியாக அடாப்டிவ் அன்கான்ஷியஸிலிருந்து வெளிவருபவை. நமது மூளையைவிட அதிவேகமாக யோசிக்கும் பகுதி ஒன்று நம்மிடம் உள்ளது என்பதற்கு இது ஒரு நல்ல உதாரணம். ஒரு முறை ஏதோ டிவி சானலில் ஒரு பாத்திரம் "என் கௌரவமே செத்துப்போச்சு" என்று பலமுறை புலம்பினார். அதைப் பார்த்துக்கொண்டிருந்த என் எட்டு வயது பேரன் சொன்னான்: "செத்துப் போச்சுன்னா புதைக்க வேண்டியதுதானே?" என்று! இதுபோல உங்கள் வாழ்க்கையில் நடந்த நிகழ்ச்சிகளைப் பற்றி நீங்கள் யோசிக்கலாம். அவற்றை இவ்விதமாகப் புரிந்துகொள்ள முயற்சிப்பது பயன் தரும்.

லவ் லாப்

ஜான் காட்மேன் என்று ஒரு அமெரிக்க உளவியலாளர் இருந்தார். அவர் 'காதல் சோதனைக் கூடம்' (Love Lab) ஒன்று வைத்திருந்தார். அதில் கிட்டத்தட்ட 3000க்கும் மேற்பட்ட தம்பதியரைப் பேட்டி கண்டார். அவர்கள் பேசுவது கால் மணி நேரம் வீடியோ எடுக்கப்படும். அவர்கள் வெளிப்படுத்தும் ஒவ்வொரு உணர்ச்சிக்கும், உடல் அசைவுகளுக்கும் ஒரு எண் கொடுக்கப்படும். இப்படி ஒவ்வொரு வினாடிக்கும் செய்யப்பட்டது.

கால் மணி நேரம் எனில் கணவனுக்கு 900 வினாடிகள், மனைவிக்கு 900 வினாடிகள். மொத்தம் 1800 வினாடிகளுக்கான உணர்ச்சி வெளிப்பாடுகள் பதிவு செய்யப்பட்டு அவற்றுக்கு எண்களும் வழங்கப்பட்டன. உதாரணமாக ஒரு தம்பதிக்கு முதல் ஆறு வினாடிகளில் 7,7,14, 10, 11, 11 என்ற எண்கள் கொடுக்கப்பட்டிருந்தால், கொஞ்ச நேரம் கோபமாகவும், பின்பு உணர்ச்சி எதையும் வெளிப்படுத்தாமலும், பின்பு தன் கருத்தை

நியாயப்படுத்தியும், பின்பு புலம்பவும் ஆரம்பித்தார் என்று புரிந்து கொள்ளலாம். இவ்விதம் 15 நிமிடங்களுக்கு ஆராய்ச்சி செய்தபின் அடுத்த 15 ஆண்டுகளுக்குப் பிறகு அவர்கள் கணவன் மனைவியாகத் தொடர்வார்களா இல்லை விவாகரத்துப் பெற்றுவிடுவார்களா என்று 95 விழுக்காடு சரியாக காட்மேன் சொன்னாராம்! அவர் செய்ததையே மூன்று நிமிடங்களுக்கு வீடியோ எடுத்து சிபில் என்பவர் சொன்னார்! அதாவது அடுத்த ஆண்டு எப்படி இருக்கப் போகிறீர்கள் என்பதை இந்த நிமிடம் சொல்கிறது! அடாப்டிவ் அன்கான்ஷியஸ் செய்யும் வேலையை கொஞ்சம் கஷ்டப்பட்டு காட்மேன் செய்துகாட்டியிருக்கிறார். 'விவாகரத்துக் கணக்கு' (The Mathematics of Divorce) என்று 500 பக்க புத்தகம் வேறு அவர் எழுதினாராம்!

அடுப்பங்கரை நெருப்பு

அடுப்பங்கரை என்றால் சமைக்க நெருப்பு இருக்கத்தான் செய்யும். நான் அதைப்பற்றிச் சொல்ல வரவில்லை. ஒரு வீட்டின் அடுப்பங்கரை திடீரென்று தீப்பற்றிக் கொண்டது. தீயணைக்கும் வீரர்கள் வந்தனர். வெளியிலிருந்து வெகுநேரம் தண்ணீர் பாய்ச்சினர். ஆனால் நெருப்பு அணைந்தமாதிரி தெரியவில்லை. பின் உள்ளே சென்று ஹாலுக்குள் நின்றுகொண்டு அணைக்க முயன்றனர். அப்போதும் ஒன்றும் ஆகவில்லை. திடீரென்று அவர்களுக்குத் தலைவராக இருந்த ஒருவர்
"உடனே எல்லாரும் வெளியேறுங்கள்" என்று உத்தரவு கொடுக்க அனைவரும் வெளியேறினார்கள்.

அவர்கள் வெளியேறிய அடுத்த கணம் அவர்கள் நின்று கொண்டிருந்த ஹால் சட்டென்று பூமிக்குக் கீழே போனது! கடைசியில் பார்த்தால் நெருப்பு அடுப்பங்கரையில் இல்லை. ஹாலுக்குக் கீழே 'பேஸ்மெண்ட்'டில் உருவாகியிருந்தது!

ஆனால் தீயணைப்பு வீரர்களின் தலைவருக்கு அதெல்லாம் தெரியாது. பின் மிகச்சரியான கணத்தில் எப்படி எல்லோரையும் வெளியேறும்படி அவர் உத்தரவு கொடுத்தார்? அதுதான் அவருக்கே

தெரியவில்லை. அது அடாப்டிவ் அன்கான்ஷியஸின் வேலை. அது படுவேகமாகக் கணக்குப் போட்டு, கூட்டிக் கழித்துப் பார்த்து விடையைச் சொல்லிவிட்டது! என்ன நடந்தது?

அடுப்பங்கரையில் தீப்பற்றி இருந்தால் அது தண்ணீர் அடிக்கப்பட்டபோது கொஞ்சம் கொஞ்சமாக அணைந்திருக்கும். ஆனால் அப்படி நடக்கவில்லை. தீ அங்கே இருந்திருந்தால் அதன் ஜ்வாலைகள் எழுப்பிய சப்தம் நன்றாகக் கேட்டிருக்கும். ஆனால் அப்படி ஏதும் நடக்கவில்லை. அது மட்டுமல்ல. மிக அதிகமான சூடு அங்கே பரவிக்கொண்டே இருந்தது, நெருப்பு எங்கிருக்கிறது என்று தெரியாமலே! நடக்க வேண்டிய ஒன்றுமே ஏன் நடக்கவில்லை என்ற கணக்கை அடாப்டிவ் அன்கான்ஷியஸ் போட்டுப் பார்த்து முடிவு செய்துவிட்டது. மிகச் சரியான கணத்தில் இடத்தை விட்டு வெளியேறவும் என்ற உத்தரவை அந்தத் தலைவருக்கு அது கொடுத்து அவர்களைக் காப்பாற்றிவிட்டது. இதுதான் நடந்தது. ஆனால் எதுவுமே அவருக்குத் தெரியாமல்!

உங்கள் படுக்கை அறை

ஒரு கம்பனியில் வேலைக்கு ஆள் எடுக்கவேண்டும், அவர் நேர்மையானவரா, புதிய சிந்தனைகளை ஏற்றுக்கொள்பவரா, சோம்பேறியா, கடின உழைப்பாளியா என்றெல்லாம் தெரிந்துகொள்ளவேண்டும் என்றால் அந்த ஆளை நேர்காணல் செய்வார்களா அல்லது அவருக்குத் தெரியாமல் அவரது படுக்கையறையைக் கண்காணிப்பார்களா? இது என்ன முட்டாள்தனமான கேள்வி என்கிறீர்களா? முன்னதுதான் பின்னது இல்லை என்பீர்கள். நானும் அதைத்தான் சொல்வேன். ஆனால் கோஸ்லிங் என்ற உளவியலாளர் பின்னதைத் தேர்ந்தெடுத்தார்!

ஒரு எண்பது மாணவர்களை அவர் தேர்ந்தெடுத்துக்கொண்டார். கேள்விகள் அடங்கிய ஒரு படிவத்தை அவர்களின் நண்பர்களிடம் கொடுத்து முதலில் அவர்களுடைய கருத்தைக் கேட்டார். பின்பு அவர்கள் யாரென்றே தெரியாத நபர்களிடம் அக்கேள்விகளைக் கொடுத்து அந்த எண்பது பேர்களின் படுக்கையறைகளின் சாவிகளைக் கொடுத்தார். யாரும் இல்லாதபோது உள்ளே போய் அறையைக் கவனித்து அந்தக் கேள்விகளுக்கான பதில்களை எழுத வேண்டும். இதுதான் நிபந்தனை! அவர்களுக்கு அதற்காகக் கொடுக்கப்பட்ட நேரம் 15 நிமிடங்கள்தான்!

முடிவு என்ன தெரியுமா? அம்மாணவர்களை நன்கறிந்த நண்பர்கள் என்ன சொன்னார்களோ, அதையும், அதற்கு மேலும்

நாசூர் ஹூமி

மிகச்சரியான தகவல்களை, அம்மாணவர்களின் படுக்கையறைகளைப் பார்த்தே அந்த அந்நியர்கள் சொல்லி விட்டனர்!

எப்படி? படுக்கையறையில் என்ன இருக்கும்? களைந்து கடாசிய ஜட்டி, சுருட்டி மூலையில் போடப்பட்ட பனியன், மடிக்காமல் போட்டுவைத்த லுங்கி, 'அழகி'களின் படங்கள், பீடி சிகரட் நாற்றம் - இப்படி இருக்கலாம். அல்லது அடுக்கி வைக்கப்பட்ட துணிமணி, புத்தகங்கள், குறுந்தகடுகள், ஒழுங்கில் இருக்கும் மேஜை, சுருட்டி வைக்கப்பட்ட படுக்கை, சுவற்றில் அழகாக மாட்டப்பட்ட நிழல்படம் அல்லது ஓவியம் - இப்படி இருக்கலாம். இந்தப் பொருள்களெல்லாம் உங்களைப் பற்றி ஒரு காவியமே பாடிவிடும் என்பதுதான் உண்மை. உங்கள் 'லட்சணம்' என்ன என்பதை அவை காட்டிவிடும். ஆங்கிலத்தில் அழகாக அதை behavioral residue என்று சொல்கிறார்கள். நீங்கள் யார் என்ற உண்மை, நீங்கள் இல்லாதபோதுதான் நீங்கள் பயன்படுத்திய பொருள்கள் மூலமாக சிறப்பாக உணர்த்தப்படும்! ஆம். அதுதான் தின் ஸ்லைசிங். உங்களின் குறுக்கு வெட்டுத் தோற்றம். அதைப் பார்த்தவுடனேயே பார்ப்பவரின் அடாப்டிவ் அன்கான்ஷியஸ் வேலை செய்ய ஆரம்பித்துவிடும். உங்களைப் பற்றி அக்குவேறு ஆணி வேறாக அது சொல்லிவிடும். அதுதான் கோஸ்லிங் பரிசோதனையில் நடந்தது. வருஷக்கணக்கில் பழகியவர்களால்கூட சொல்ல முடியாததை சில நிமிஷங்கள் மட்டும் அங்கே கழித்தவர்களால் சொல்ல முடிந்தது. அது அடாப்டிவ் அன்கான்ஷியஸ் செய்த மாயம்.

நம் வாழ்வின் பல நேரங்களில் நாம் தின் ஸ்லைசிங் செய்து கொண்டுதானிருக்கிறோம். அதாவது அடாப்டிவ் அன்கான்ஷியஸைப் பயன்படுத்திக் கொண்டுதான் இருக்கிறோம். புதிதாக ஒருவரைப் பார்க்கும்போது, ஒரு புதிய சூழலில் இருக்கும்போது இப்படி. எந்த இடத்துக்கு எந்த மாதிரி உடை அணிந்துகொண்டு செல்ல வேண்டும் என்று நமக்கு நன்றாகத் தெரிந்திருந்தால் நமக்கு 'ட்ரெஸ் சென்ஸ்' இருக்கிறது என்று அர்த்தம். ஒரு கூடைப் பந்தாட்ட வீரருக்கு களத்தில் எப்படியெல்லாம் இருக்கவேண்டும், விளையாட வேண்டும்

அதே விநாடி

என்று தெரிந்திருந்தால் அவருக்கு 'கோர்ட் சென்ஸ்' இருப்பதாக அர்த்தம். இதெல்லாம் திட்டம் போட்டு செய்வதில்லை. உடனுக்குடனேயே செய்துவிடுகிறோம். இந்த 'சென்ஸ்'தான் உள்ளுணர்வு என்பது. இதுதான் அடாப்டிவ் அன்கான்ஷியஸ். இதுதான் தின் ஸ்லைசிங்.

டேவிட் சிப்லீ என்ற பறவையியல் நிபுணர் ஒருநாள் கிட்டத்தட்ட 200 கெஜ தூரத்தில் பறந்துகொண்டிருந்த பறவையொன்றைப் பார்த்தார். பார்த்தவுடனேயே அது ரஃப் என்ற வகையைச் சேர்ந்த உள்ளான் பறவை என்று கண்டுபிடித்துவிட்டார். அதுவரை அந்தவகை உள்ளான்கள் பறப்பதை அவர் பார்த்ததே இல்லை! ஆனால் எப்படியோ பறவைகளின் சாரம் அவருக்கு அத்துபடியாகியிருந்தது. அது உள்ளான்தான் என்று அவரது அடாப்டிவ் அன்கான்ஷியஸ் மிகச் சரியாகச் சொல்லிவிட்டது!

டாம் ஹாங்க்ஸ் என்று ஒரு ஹாலிவுட் நடிகர் இருக்கிறார். அவர் ஆரம்பத்தில் டிவி நிகழ்ச்சிகளில் நடித்துக்கொண்டு யாருக்கும் தெரியாதவராக இருந்தார். ஒருநாள் அவரை ஹாலிவுட் தயாரிப்பாளர் ப்ரையன் க்ரேஸர் பார்த்தார். பார்த்தவுடனேயே டாம் ஹாங்க்ஸ் 'ரொம்ப ஸ்பெஷல்' என்று உணர்ந்துகொண்டார். வாய்ப்புகள் கொடுத்தார். ஸ்ப்லாஷ், அபோல்லோ 13, த டாவின்ஸி கோட் போன்ற படங்களில் நடிக்க வைத்தார். டாம் ஹாங்க்ஸ் இன்று உலகப் பிரபலம். பல விருதுகளைப் பெற்றுவிட்டார். எல்லாம் ப்ரையன் அவரைப் பார்த்த கணத்தால் வந்த யோகம். ஆனால் அவரிடம் 'ஏதோ' இருந்ததை ப்ரையனிடமிருந்த 'ஏதோ' ஒன்று உடனே புரிந்துகொண்டது! அந்த 'ஏதோ' ஒன்றுதான் நமது உள்ளுணர்வு. அடாப்டிவ் அன்கான்ஷியஸ்.

ஒரு உலகப் புகழ் பெற்ற அமெரிக்க விஞ்ஞானி ஒருவர் இருந்தார். அவரோடு சேர்ந்து தொழிலில் அவருடைய பங்குதாரராக ஆகவேண்டுமென்று எட்வின் சி. பார்ன்ஸ் என்பவர் விரும்பினார். ஆனால் அதற்கு இரண்டு விஷயங்கள் தடையாக இருந்தன. ஒன்று, பார்ன்ஸ் அந்த விஞ்ஞானியை அதுவரை நேரில் பார்த்ததில்லை. இரண்டு, அவருடைய ஊரிலிருந்து அந்த

விஞ்ஞானி இருந்த ஊருக்கு ரயிலில் பயணம் செய்ய அவரிடம் காசுஇல்லை! ஆனாலும் அவர் விடவில்லை. எப்படியோ கிளம்பிவிட்டார். எப்படி என்கிறீர்களா? நம்முடைய வழியில்தான்! கூட்ஸ் வண்டியில் ஏறிச் சென்று விட்டார்! போய் அந்த விஞ்ஞானியில் தொழிற்சாலை வாசலில் நின்று கொண்டு தான் வந்திருக்கும் நோக்கத்தை அங்கிருந்தவர்களிடம் தெரிவித்தார்! எல்லோரும் சிரித்தார்கள். என்றாலும் இப்படி ஒரு பைத்தியக்காரர் சொல்லிக்கொண்டு தொழிற்சாலை வாசலில் நிற்கிறார் என்ற செய்தி அந்த விஞ்ஞானிக்குச் சென்றது. விஞ்ஞானியும் வந்து அவரைப் பார்த்தார். ஊரைவிட்டு துரத்திவிடப்பட்ட பிச்சைக்காரனின் கோலத்தில் ஒருவர் நின்றுகொண்டிருந்தார். என்றாலும் அந்த விஞ்ஞானி பார்ன்ஸை தன் தொழிற்சாலையில் ஒரு ஊழியராக சேர்த்துக்கொண்டார்! கொஞ்ச காலத்திலேயே பார்ன்ஸின் கனவும் நிறைவேறியது! ஆமாம். அந்த உலகப்புகழ் பெற்ற விஞ்ஞானியின் 'பார்ட்ன'ராகவும் ஆகிவிட்டார்.

சரி, யார் அந்த விஞ்ஞானி? அவர்தான் உலகப் புகழ்பெற்ற தாமஸ் ஆல்வா எடிசன்! பிச்சைக்காரக் கோலத்திலிருந்து எட்வின் பார்ன்ஸை அவர் ஏன் முதலில் ஊழியராகச் சேர்த்துக்கொண்டார். உருவத்தையும் உடையையும் பார்த்து நிச்சயம் சேர்த்திருக்க முடியாது. பின் அவரைச் சேர்த்துக்கொள்ளலாம் என்று ஏன் எடிசனுக்குத் தோன்றியது? காரணத்தை எடிசனே சொல்கிறார்.

''அவருடைய முகத்தில் ஏதோ இருந்தது. அவர் எந்த எண்ணத்தோடு வந்திருக்கிறாரோ அவர் அதை நிச்சயமாக நிறைவேற்றுவார் என்று அந்தக் கணம் எனக்குத் தோன்றியது'' என்கிறார் எடிசன்! பின்னர் பல மாதங்கள் கழித்து எடிசன் டிக்டேடிங் மெஷின் என்ற ஒன்றை எடிசன் கண்டுபிடித்தபோது அதை விற்க யாரும் முன்வரவில்லை. பார்ன்ஸ் முன்வந்து அதிக எண்ணிக்கையில் விற்று சாதனை படைத்து, அவர் விரும்பியதுபோலவே எடிசனின் பங்குதாரராகவும் ஆனார்.

எடிசனை அப்படி முடிவெடுக்க வைத்தது அந்தக் கணத்தில் அவருக்கு ஏற்பட்ட ஒரு உணர்வு. அவருடைய அடாப்டிவ் அன்கான்ஷியஸ் கொடுத்த உத்தரவு என்றும் சொல்லலாம். ஒரு கண நேரப் பொறிதான் அது. ஆனால் அதன் பேச்சு எப்போதுமே பொய்யாவதில்லை.

நாம் பொய்சொல்லலாம். ஆனால் நமது உள்ளுணர்வு, நமது அடாப்டிவ் அன்கான்ஷியஸ் எப்போதுமே பொய்சொல்வதில்லை.

டென்னிஸ் விளையாட்டில் 'டபுள் ஃபால்ட்' என்று ஒரு விஷயம் உள்ளது. பந்தை மேலே தூக்கிப் போட்டு மட்டையால் அடித்து வெற்றி இலக்கைத் தவறவிட்டாலோ, பந்து வலையின் மீது அடித்தாலோ, விளையாடும் பகுதியைவிட்டு வெளியில் போனாலோ அது இழப்பு. இப்படி இரண்டாவது முறையும் நடந்தால் அது 'டபுள் ஃபால்ட்'.

விக் ப்ரேடன் என்று டென்னிஸ் கோச் ஒருவர் இருந்தார். யாரெல்லாம் 'டபுள் ஃபால்ட்' செய்யப்போகிறார்கள் என்று அவர் உடனே சொல்லிவிடுவார். அது எப்படி என்று அவருக்கே தெரியாது! இருபதுக்கு இருபதும் மிகச் சரியாகச் சொல்லிவிடுவார். தெரிந்த விளையாட்டு வீரர்கள் மட்டுமல்ல, முதல் முறையாக அவர் பார்க்கும் விளையாட்டு வீரர் வீராங்கனைகள் யாராக இருந்தாலும், மிகச் சரியாக அவர் 'டபுள் ஃபால்ட்' பற்றிச் சொல்லிவிடுவார். எப்படிச் சொல்கிறோம் என்று அவருக்கே விளங்கவில்லை. பல நாட்கள் தூக்கமில்லாமல் இது பற்றி அவர் மண்டையைப் பிய்த்துக் கொண்டிருக்கிறார். ஆனால் தெரியவில்லை.

பூட்டிய கதவுகளுக்குப் பின்னால்

அடாப்டிவ் அன்கான்ஷியஸின் செயல்பாடுகள் பூட்டிய கதவுகளுக்குப் பின்னால் நடப்பவை. காரியம் மட்டும்தாம் தெரியும், காரணம் புரியாது. ரிஷி மூலம், நதி மூலம் மாதிரி, அடாப்டிவ் அன்கான்ஷியஸின் மூலமும் யாருக்கும் தெரியவில்லை. இந்த உடனடித் தீர்ப்புகள் மிகச் சரியானவையாக இருந்தன. ஆனால் அவை எப்படி உருவாயின என்று யாராலும் கண்டுபிடிக்க முடியவில்லை.

ஜான் பார்க் என்று ஒரு உளவியலாளர். யேல் பல்கலைக் கழகத்தில் பணி புரிந்து கொண்டிருக்கிறார். அவர் ஒரு பரிசோதனை செய்தார். அதற்கு ப்ரைமிங் பரிசோதனை (priming experiment) என்று பெயர். நான் இப்போது நான்கு வாக்கியங்களைத் தருகிறேன். தேவையற்ற ஒரு சொல்லை நீக்கிவிட்டு அவற்றை

முறைப்படி ஒழுங்கு படுத்த வேண்டும். இதற்கும் ப்ரைமிங் பரிசோதனைக்கும் என்ன தொடர்பு என்று அப்புறம் சொல்கிறேன். செய்யலாமா?

1. அவளை ரொம்ப இருக்கிறது எனக்கு கவலையாக
2. சோர்ந்து பார்த்தவுடன் போய்விட்டார் மிகவும் அவர்
3. பேச்சுக்கு வலிக்கிறது நடந்தால் எனக்கு முட்டி
4. சொந்தமாக நிற்க முடியவில்லை என்னால் நேராக

செய்துவிட்டீர்களா?

1. எனக்கு ரொம்ப கவலையாக இருக்கிறது
2. அவர் மிகவும் சோர்ந்து போய்விட்டார்
3. நடந்தால் எனக்கு முட்டி வலிக்கிறது
4. என்னால் நேராக நிற்க முடியவில்லை

இப்படித்தானே மாற்றி அமைத்தீர்கள்? சரிதான். ஆனால் இதன்பிறகு உங்கள் நடவடிக்கையில் ஒரு மாற்றம் வந்திருக்கும். உங்களுக்கே தெரியாமல். ''கவலையாக'', ''சோர்ந்து'', ''முட்டி வலிக்கிறது'', ''நிற்க முடியவில்லை'' போன்ற வார்த்தைகள் உங்கள் மூளைக்குள் பதிவானவுடன் ஒருவிதமான தற்காலிக முதுமைத்தன்மையை உங்களுக்கே தெரியாமல் உங்களுக்குள் ஏற்படுத்திவிடும். அப்படீன்னா சட்டென்று கறுப்பு முடியெல்லாம் வெளுத்துவிடுமா என்று கேட்காதீர்கள். அப்படியல்ல. இந்த சொற்களைப் படித்தவுடன் அல்லது எழுதிய உடன் நீங்களும் ஒரு கிழவரைப் போல அல்லது கிழவியைப் போல கொஞ்ச நேரம், சில வினாடிகளுக்கு, நடந்துகொள்ள ஆரம்பித்திருப்பீர்கள். ஒரு சோர்வு வந்திருக்கும். ஆர்வம் குறைந்திருக்கும். நடக்க விரும்பி யிருக்க மாட்டீர்கள். இப்படி.

சில வாக்கியங்களைப் படித்த உடனேயே மூளையின் அந்த ரகசியப் பகுதி இந்த வேலையில் இறங்கிவிடும். இவ்விதமாக உங்கள் நடவடிக்கையை வேண்டுமென்றே மாற்றுவதற்குப் பெயர்தான் ப்ரைமிங் பரிசோதனை! இதன் வெற்றி அடாப்டிவ் அன்கான்ஷியஸை உசுப்பி விடுவதில் இருக்கிறது. அதைத்தான் உளவியலாளர் பார்க் செய்தார். உற்சாகமூட்டும் சொற்களைக் கலந்து வாக்கியங்களைக் கொடுத்தால் அது படிப்பவரை அல்லது எழுதுபவரை உற்சாகமாக்கிவிடும். அவருக்குத் தெரியாமலே.

ஆனால் இதில் இன்னொரு சமாச்சாரம் இருக்கிறது. ப்ரைமிங் செய்யப்படுகிறோம் என்று தெரிந்துவிட்டால் அது வேலை செய்யாது! ஏனெனில் அப்போது அந்த விஷயம் உங்கள் மூளையின் விழிப்புணர்வுப் பகுதிக்குள் சென்றுவிடுகிறது!

எனினும் ப்ரைமிங் செய்து உங்களிடமிருந்து உங்கள் தொடர்பான ரகசிய தகவல்கள் எதையும் யாரும் பெறமுடியாது. உங்கள் இயல்புக்கு மாறான வகையில் உங்களை செயல்படவைக்க முடியாது. ஒரு வங்கியைக் கொள்ளையடித்து வாருங்கள் என்றோ, அடுத்தவர் தட்டில் உள்ள உணவை அவரைக் கேட்காமல் எடுத்து உண்டுவிடுங்கள் என்றோ சொல்ல முடியாது. சொன்னாலும் உங்கள் இயல்புக்கு மாறான காரியங்களை நீங்கள் செய்யமாட்டீர்கள்.

இந்தப் பயிற்சிகளை பார்க் மேற்கொண்டபோது ஒரு மிக முக்கியமான விஷயம் நடந்தது. அது அமெரிக்காவுக்கு மட்டும் முக்கியமானதல்ல. இந்தியாவுக்கும் மிகமிக முக்கியமானது.

உங்கள் இனம், ஜாதி என்ன என்ற கேள்வி வேண்டுமென்றே எழுத்தில் கேட்கப்பட்டது. கருப்பின மக்கள் அதற்குப் பதில் எழுதிய பிறகு அவர்களுடைய செயல்திறன் அவர்களுக்கே தெரியாமல் குறைந்துபோனது! தங்கள் இனத்தார் அறிவு குறைந்தவர்கள் என்பது போன்ற ஒரு எண்ணம் அவர்களுக்குள் ஆழகாகப் பதிந்திருந்ததுதான் காரணம்.

நம்முடைய நாட்டிலும் ஜாதி பற்றிய கேள்வி இல்லாத விண்ணப்பப் படிவங்களே கிடையாது. அதில் SC, ST என்று

போடும்போது ஒடுக்கப்பட்ட மக்களுக்கும், பழங்குடியினருக்கும் அவர்களுக்கே தெரியாமல் உள்ளே இருக்கும் காலங்காலமாக திணிக்கப்பட்ட ஒரு தாழ்வு மனப்பான்மை வெளியில் வந்து அவர்களுடைய செயல்திறனும் குறைய வழி செய்கிறது. எனவே ஜாதி பற்றிய கேள்வியைக் கேட்காமல் இருக்கமுடியுமா, அல்லது வேறு வகையில் அதை அறிந்துகொள்ள முடியுமா, இப்படி அன்கான்ஷியஸாக ப்ரைமிங் செய்யாமல் இருக்கமுடியுமா என்று யோசிப்பது பயன் தரும்.

ஐ.ஏ.ட்டி. (IAT)

மூன்று உளவியலாளர்கள் சேர்ந்து, Implicit Association Test (IAT) ஒரு அருமையான பரிசோதனையை உருவாக்கினார்கள். ரொம்ப வினாடிகளில் வெளிக்கொண்டுவந்துவிடும். இந்தியாவில் அதை எல்லா அரசு அலுவலகங்களிலும், கல்லூரி மற்றும் பல்கலைக் கழகங்களிலும் செய்தால் ஜாதிப் பிரச்சனை ஒழிய அது வழிவகுக்கலாம். அப்படி என்ன பரிசோதனை?

இரண்டு விஷயங்களை ஒப்பிட்டுப் பார்ப்பதை வைத்து அந்தப் பரிசோதனை வடிவமைக்கப்பட்டது. நாம் எப்போதுமே ஒன்றை அதற்கு மாற்றமான இன்னொன்றை வைத்துத்தான் புரிந்துகொள்கிறோம். ஆணை வைத்து பெண்ணை, அல்லது பெண்ணை வைத்து ஆணை. கறுப்பை வைத்து வெள்ளையை.

இப்படி. ஆனால் இப்படி ஒப்பிட்டுப் பார்த்து முடிவுகளைச் சொல்வதால் நாம் ஏற்கனவே ஏற்றுக்கொண்ட கருத்துக்கள் வெளிவரும். அவை அசிங்க மானதாக, தவறானதாக, அநாகரீகமான தாக இருக்கலாம். நமக்கே தெரியாமல்! பார்க்கலாமா?

சரி, முதலில் ஒரு வார்ம்-அப். நீங்கள் ரெடியா? ஆண், பெண் என்று இரண்டு பிரிவுகளை வைத்துக் கொள்வோம். ஒருபக்கம் ஆண். இன்னொரு பக்கம் பெண். நான் சில சொற் களை இப்போது கொடுக்கிறேன். அவற்றில் சரியானதை சரியான பிரிவில் நீங்கள் போடவேண்டும். சரியா?

அதே விநாடி

இந்தப் பெயர்களில் ஆணை ஆண்கள் பக்கமும், பெண்ணை பெண்கள் பக்கமும் போடவேண்டும். இது நமக்கு எளிதானதுதான். ராமன், அர்ச்சுனன், பாண்டு, திருதராஷ்டிரன் ஆகியோரை ஆண்கள் பக்கமும், சீதை, குந்தி, திரௌபதி, காந்தாரி ஆகியோரை பெண்கள் பக்கமும் கீழே உள்ளவாறு போட்டிருப்பீர்கள்.

ஆண்	பெண்
ராமன்,	சீதை,
அர்ச்சுனன்,	திரௌபதி,
திருதராஷ்டிரன்	குந்தி,
பாண்டு,	காந்தாரி,

இதில் ஒரு கஷ்டமும் இல்லை. நாம் இதற்காக ஒரு கணம்கூட யோசித்திருக்கமாட்டோம். ஆனால் நான் ஏற்கனவே சொன்னதுபோல இது ஒரு வார்ம்-அப் தான். இனிமேல்தான் உண்மையான பரிசோதனையே தொடங்க இருக்கிறது.

இப்போது இரண்டு வரிசையிலும் கொஞ்சம் மாற்றம் செய்யலாம். ஆண், பெண் என்று போடுவதற்குப் பதிலாக,

ஆண் அல்லது வேலை

பெண் அல்லது குடும்பம்

என்று போடலாம். இப்போது

ரகு	சமையலறை
ரஹீம்	வீடு
கிருஷ்ணன்	ஆபீஸ்
ரமா	வியாபாரம்
உமா	பேராசிரியர்

இந்த சொற்களை அவைகளுக்கு உரிய இடத்தில் போடவேண்டும். இப்போதும் பெரிதாய் கஷ்டம் ஒன்றும் இருக்காது. ரகு ஆபீஸ், ரஹீம் வியாபாரம், கிருஷ்ணன் பேராசிரியர், ரமா வீடு, உமா சமையலறை - என்று போட்டுவிடுவீர்கள்.

இப்போது கொஞ்சம் வரிசையை மாற்றிப் பார்க்கலாம்.

பெண் அல்லது வேலை   ஆண் அல்லது குடும்பம்

என்று கொடுத்து மேலே கொடுத்த அதே ஆண், பெண் பெயர்களையே வைத்துக்கொள்ளலாம். இப்போது என்ன செய்வீர்கள்? நமது மதிப்பீடுகள் தலைகீழாக உள்ளன. ஆண் அல்லது குடும்பமா? பெண் அல்லது வேலையா? என்று குழப்பமும் தயக்கமும் வந்துவிடும். பெண்கள் வேலைக்குப் போகிறார்கள் என்பது உண்மைதான் என்றாலும், இன்றும் சமையல், குடும்பம், வீடு இவற்றைப் பார்த்துக்கொள்ளும் பொறுப்பு அவர்களிடம்தானே இருக்கிறது? ஒரு பெண் குடும்பத்தைத் தாங்கினால்கூட "ஆம்பள மாதிரி அவதான் குடும்பத்தப் பாத்துக்குறா" என்றுதானே சொல்கிறோம்? இப்போது 'ஃபில் அப்' செய்வது கஷ்டமாகிவிடும். ஏன்? ஏற்கனவே நம் மனதளவில் நாம் ஏற்றுக்கொண்டுவிட்ட கருத்துக்களை உடைப்பதுபோல இது அமைந்துள்ளது.

எவ்வளவு சீக்கிரமாக நீங்கள் பதில் சொல்கிறீர்கள் அல்லது எவ்வளவுதாமதமாக சொல்கிறீர்கள் என்பதை வைத்து உங்களுடைய ஆழ்மனதில் கிடக்கும் தவறான அல்லது சரியான எண்ணங்களை உளவியலாளர் கணக்கிடுவதற்கு இவ்வகை பரிசோதனைகள் உதவின. இதேபோல ஜாதி பற்றி, இனம் பற்றியெல்லாம் சோதனை வைத்தால், நம் மன அழுக்குகளெல்லாம் சில வினாடிகளில் வெளி வர ஆரம்பிக்கும்!

நமது அடாப்டிவ் அன்கான்ஷியஸ் நமக்குத் தெரியாமலே நம் அழகையும் அழுக்கையும் வெளியில் கொண்டுவந்து கொட்டிவிடும்! நாம் வெளியில் பேசும் பேச்சு ஒன்றாக இருக்கும், இந்த பரிசோதனைகளில் வெளிவரும் மன அழுக்கு வேறொன்றாக இருக்கும்! நமது உண்மையான முகத்தை இது வெளியில் கொண்டு வந்துவிடும்! மனிதர்கள் யாவரும் சமம் என்று சமயங்களும்

சட்டங்களும் சொல்கின்றன. ஆனால் அப்படிச் சொல்லும் நம் நாட்டில்தான் பெண்களைப் பாலியல் வன்கொடுமை செய்து கொன்றுபோடும் குரூரமும் நடந்துகொண்டே இருக்கிறது. இதைப் பற்றி யோசிப்பது நல்லது.

அடாப்டிவ் அன்கான்ஷியஸ் எப்போதுமே சரியாகத்தான் சொல்லுமா? அதன் பேச்சை எப்போதுமே நம்பமுடியுமா?

இந்தக் கேள்விகளுக்குப் பதில் எப்போதுமே நம்ப முடியாது என்பதுதான்!

ஆமாம். சமயங்களில் அது தப்பாகவும் பேசிவிடும்! ஒரு அமெரிக்க ஜனாதிபதி விஷயத்தில் அது அப்படித்தான் பேசியது. யாருக்கு? டாஹர்ட்டி என்ற ஒரு வக்கீலுக்கு. அவர் ஒரு வக்கீல் மட்டுமல்ல, நம்ம காமராஜ் மாதிரி அமெரிக்க அரசியலில் அவர் ஒரு கிங் மேக்கர். அவர் முதன்முதலில் வாரன் ஹார்டிங் என்பவரைச் சந்தித்தபோது அசந்தே போனார். அவ்வளவு உயரமாக, அவ்வளவு அழகாக, அவ்வளவு அருமையான குரலுடன் ஒரு மனிதனை அவர் பார்த்ததே இல்லை.

ஆஹா, இவர் நம் நாட்டு ஜனாதிபதியாக ஆனால் எப்படி இருக்கும்?

வாரன் ஹார்டிங்கைப் பார்த்த உடனேயே அவருக்குத் தோன்றியது இதுதான். அவர் அந்த 'உதிப்பு'க்கு செயல்வடிவமும் கொடுக்க ஆரம்பித்தார். ஹார்டிங்கை முதலில் 'கன்வின்ஸ்' செய்தார். மற்ற விஷயங்களையெல்லாம் அவரே பார்த்துக்கொண்டார். கடைசியில் அவர் விரும்பிய மாதிரியே அமெரிக்காவின் 29வது ஜனாதிபதியாக ஆனார் வாரன் ஹார்டிங்!

சரி, அதிலென்ன பிரச்சனை என்கிறீர்களா? ஒன்றுமில்லை. பார்க்க அழகாக இருந்தார். அதனால் நிறையப் பெண்களோடு தொடர்பு ஏற்படுத்திக்கொள்ள அவரால் முடிந்தது. கால்ஃப், போக்கர் எல்லாம் விளையாடுவார். 'லாடி பாய்' என்ற தன் நாயோடு கொஞ்சுவார். அவ்வளவுதான். அமெரிக்காவின் படு மோசமான ஜனாதிபதிகளில் அவர் ஒருவர் என்று எல்லா அமெரிக்க வரலாற்று ஆசிரியர்களும் சொல்லும் அளவுக்கு அவர் 'செயல்பட்டார்'! நல்லவேளையாக இரண்டே ஆண்டுகளில் அவர் இறந்துபோனதால் அமெரிக்கா தப்பித்தது. அவரை அமெரிக்க ஜனாதிபதியாகத் தேர்ந்தெடுத்ததையும், பொதுவாகவே உள்ளுணர்வுகளைத் தவறாகப் புரிந்துகொள்வதையும் 'வாரன் ஹார்டிங் பிழை' என்றே வர்ணிக்கிறார் மால்கம் க்ளாடுவெல்!

வாரன் ஹார்டிங் பிழையிலிருந்து தப்பிப்பது எப்படி? சட்டென்று தோன்றும் உணர்வுக்கு உடனே மதிப்புக்கொடுத்து நம்பிவிடக்கூடாது. யோசித்து எடுக்கும் முடிவுகளுக்கும் சட்டென்று தோன்றும் முடிவுகளுக்கும் இடையில் ஒரு சமநிலையை பராமரிக்கவேண்டும். இப்படிச் செய்யக் கற்றுக்கொண்டால் அடாப்டிவ் அன்கான்ஷியஸிலிருந்து ஒரு விஷயம் வெளி வந்தாலும் அதையும் நமது கட்டுப்பாட்டுக்குள் கொண்டுவரலாம். ஏனெனில் சரியான உள்ளுணர்வெனில் அது திரும்பத் திரும்ப வரும்.

நமக்கு சட்டென்று முதன்முதலாகத் தோன்றும் உணர்வுகளெல்லாம் நமது அனுபவங்களிலிருந்தும் நமது சூழ்நிலையிலிருந்தும் உருவாகின்றன. நமது பழக்க வழக்கங்களை, நமது சுற்றுப்புற சூழ்நிலையை வேண்டுமென்றே மாற்றிக்கொள்வதன் மூலம் நமக்குத் தோன்றும் உதிப்புகளையும் மாற்றலாம்.

அப்போது அடாப்டிவ் அன்கான்ஷியஸ் சரியாகப் பேசும் வாய்ப்பை நாம் உருவாக்குகிறோம். நேரடியான விஷயங்களுக்கு மூளையை உபயோகப்படுத்தலாம். மசால் வடையும், உளுந்து வடையும்தான் இருக்கிறது என்று சொன்னால்,

அதே விநாடி

பசிக்கு எதையாவது சாப்பிட்டாக வேண்டும் என்ற கட்டத்தில், ஒரு சில கணங்கள் யோசித்து உளுந்து வடைதான் என்று முடிவெடுக்கலாம். சாலையில் பள்ளம் இருக்கும்போது, அது கண்ணிலும் பட்ட பிறகு, அதைத்தாண்டிப் போகவேண்டும், அல்லது ஒதுங்கிப் போகவேண்டும் என்ற முடிவு உள்ளுணர்வு எடுப்பதல்ல. நம் அறிவு எடுப்பதுதான். அதுதான் அந்த நேரத்துக்கு சரியும் ஆகும். ஆனால் இரண்டு அழகான பெண்களின் நிழல்படங்களைக் காட்டி, எந்தப் பெண் வேண்டும் என்று கேட்டால், அப்போது நாம் ஒரு பெண்ணைத் தேர்ந்தெடுக்கும் வேலையை அடாப்டிவ் அன்கான்ஷியஸிடம் விட்டுவிடலாம்.

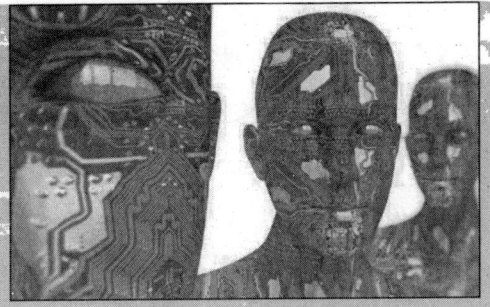

6

உடலாகிய சத்குரு

> இந்த உடலென்பதே இறைவனின் அழகான வெளிப்பாடுதான்
> —ஹஸ்ரத் மாமா

அறிவிருக்கா?

கோபமாக இருக்கும்போது நமக்குக் கோபத்தை மூட்டியவரை நாம் இப்படிக் கேட்டிருக்கலாம். நண்பர்களை, சொந்தக்காரர்களை, ஏன் முகம் தெரியாத நபர்களைப் பார்த்துக்கூட இப்படிக் கேட்டிருக்கலாம். ஆனால் உண்மையில் அறிவில்லாத மனிதனே கிடையாது. ஒரு முட்டாளுக்குக்கூட ரொம்ப அறிவிருக்கிறது என்பதுதான் உண்மை. என்ன, அறிவிருக்கா என்ற கேள்வியை இப்போது என்னைப் பார்த்துக் கேட்கவேண்டும் போலுள்ளதா?

தெரியும். அப்படித்தானே? பரவாயில்லை. நான் சொல்லவருவதைக் கொஞ்சம் பொறுமையுடன் கேளுங்கள் போதும். அறிவில்லாததனால்தானே ஒருவரை முட்டாள் என்று சொல்கிறோம்? உண்மைதான். ஆனால் அது முழு உண்மை யல்ல. ஒரு விஷயத்தில் அறிவிருக்கும் ஒருவர் இன்னொரு விஷயத்தைப் பொறுத்தவரை முட்டாளாக இருப்பார். இதில் படித்தவர் படிக்காதவர் என்று வித்தியாசமே கிடையாது. அப்படி வித்தியாசப்படுத்திப் பார்க்க வேண்டுமென்றால், ஒரு உண்மையை நான் இப்போது சொல்லவேண்டிவரும். அது என்னவென்றால்,

எல்லாருமே ஏதாவதொரு விஷயத்தில் முட்டாளாகத்தான் இருக்கிறார்கள் என்றால், அதில் அதிகமாக முட்டாளாக இருப்பது படித்தவர்கள்தான்! என்னை வைத்தே நான் இந்த உண்மையை நிரூபிக்க முடியும்!

சரி போகட்டும். மனிதர்கள் எல்லாருமே அறிவாளிகள் என்று நான் சொன்னது வேறொரு அர்த்தத்தில். அது என்ன அர்த்தத்தில்? ஒன்றுமில்லை, நம்முடைய உடலை வைத்துத்தான். ஆமாம். நம் உடலுக்கு இருக்கின்ற அறிவு நமக்குக் கிடையாது என்பதுதான் உண்மை! சொல்லப் போனால் நம் உடல் உண்மையில் ஒரு ஞானி. நாம் ஒரு ஞானகுருவை நாடி எங்காவது போகவேண்டுமென்ற அவசியமே இல்லை. நம்முடைய முதல் ஞானகுரு, சத்குரு, ஸ்ரீ ஸ்ரீ, ஷெய்கு, மாஸ்டர், முர்ஷித் - எல்லாமே நம் உடல்தான். அதனிடம் நாம் கற்றுக்கொண்டாலே போதும்.

அதற்கு என்ன செய்ய வேண்டும்? முதலில் அது பேசுவதை நாம் கேட்கவேண்டும். உன்னிப்பாக. ஆமாம். பின்பு அதன் பேச்சை மதித்து நடக்கவேண்டும். அதை மட்டும் நாம் செய்து

“நம் முகம் பத்தாயிரம் விதமான உணர்ச்சி வெளிப்பாடுகளைக் காட்டவல்லது”

அதே விநாடி

பழகிவிடுவோமென்றால், நம்மைப் பற்றிய ரகசியங்களைத் தெரிந்துகொள்வது எளிதாகிவிடும்.

நம்முடைய உடலுக்கு அறிவிருக்கிறது என்று சொல்வதைவிட நம் உடலுக்கு ஞானமிருக்கிறது என்று சொல்வதுதான் சரி. ஏனெனில் பல நேரங்களில் வெறும் தகவல்களைக்கூட நாம் அறிவென்று நினைத்து மயங்கிவிடுகிறோம். நாகூர் ரூமி என்று ஒரு எழுத்தாளர் இருக்கிறார் என்பது ஒரு தகவல். அது அறிவல்ல. அவர் சில நேரங்களில் மட்டுமே சிந்திக்கிறார், பெரும்பாலான நேரங்களில் முட்டாளாக இருக்கிறார் என்று தெரிந்துகொண்டால், புரிந்துகொண்டால், உணர்ந்துகொண்டால் அது அறிவு. (இதை நான் பணிவாக, அவையடக்கம் கருதி, நகைச்சுவைக்காகவெல்லாம் சொல்லவில்லை. என்னைப் பற்றி நான் தெரிந்துகொண்டதைத்தான் உங்களோடு பகிர்ந்துகொண்டு சில உண்மைகளைப் புரியவைக்க முயன்றுகொண்டிருக்கிறேன். ஒரு முட்டாள், தன்னை ஒரு முட்டாளென்று புரிந்துகொள்ளும்போது அவன் முட்டாளில்லை என்ற அறிவையும் சேர்த்தே)! என் முதல் கவிதைத் தொகுதியில் என் முட்டாள்தனம் பற்றி நான் ஒரு கவிதை எழுதினேன். இதோ அது உங்கள் அறிவுக்கு விருந்தாக:

ஒரு முட்டாளின் கவிதை
தெரிந்து விட்டது எனக்கு
நான் ஒரு முட்டாள் என்று
நீங்கள்?

வாசித்துப் பார்த்தேன்
வாசிக்க வாசிக்க
மண்டை நிறைய
முட்டாள் தனம்
விவாதித்துப் பார்த்தேன்
வென்றதெல்லாம்
முட்டாள்தனம்

எழுதிப் பார்த்தேன்
மை போல் கொட்டியது
முட்டாள்தனம்

செலவு செய்ய வேண்டியிருந்தது
எல்லா வார்த்தைகளையும்
மௌனத்தை வாங்குவதற்கு

எனினும்
மேதையென
போற்றினார்கள்
என்னைவிட முட்டாள்கள்

அட என்ன ஒன்று
என் முட்டாள்தனம்
கொஞ்சம் கவர்ச்சியானது
கொஞ்சம் அழகானது
உங்களதை விட

எனினும்
போரடிக்கிறது
இந்த மேதை வேஷம்
பொறுமையில்லை இனி
முட்டாள்களே கேளுங்கள்
நான் ஒரு முட்டாள்
நீங்கள்?

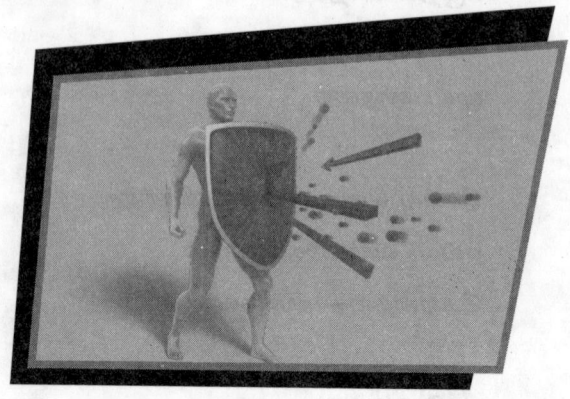

என்னைப் பற்றி இப்போது கொஞ்சம் புரிந்துகொண்டிருப்பீர்கள் என்று நினைக்கிறேன்! போகட்டும். நம் உடலுடைய ஞானம் பற்றி 1980களில் இந்த உலகம் மிகவும் தெளிவாக, விஞ்ஞானப்பூர்வமாகவே தெரிந்துகொண்டது. நம்மைப் பற்றிய அறிவின் தொடக்கமே நம் உடலின் அறிவு பற்றிய அறிவுதான். நம்முடைய உடல் எவ்வளவு அறிவோடு செயல்படுகிறது என்று தெரிந்துகொள்வதன் மூலமாகத் தான் நாம் யார் என்ற உண்மையை நோக்கி நாம் பயணிக்க வேண்டும். உடல் என்பது ஞானத்தின் முதல் படி என்று கூறுவேன்.

நம்முடைய உடல் எவ்வளவு அறிவானது என்பதற்கு சில உதாரணங்கள் தருகிறேன்.

நம் உடல் பல மண்டலங்களாகப் பிரிந்துள்ளது. நோய்த்தடுப்பு மண்டலம் (immune system), செரிமான மண்டலம் (digestive system), இப்படி. அவற்றில் பல சிறப்பு செய்தி அறிவிப்பாளர்கள், தூதுவர்கள் உள்ளனர் (molecules). அவர்கள் நம் உடலெங்கும் சென்று முக்கியமான தகவல்களைச் சேகரித்து மூளைக்குச் சொல்வர். மூளையிலிருந்து சில செய்திகளை எடுத்துக் கொண்டு சென்று உடல் உறுப்புகளுக்குச் சொல்வர். ஆனால் இந்த வேலைகளையெல்லாம் அவர்கள் மூளையின் உத்தரவின்றியே, அவர்களாகவே செய்வார்கள்.

நம் உடலுக்குள் புகுந்துவிடும் ஒரு நோய்க்கிருமிக்கும், தெரியாமல் உள்ளே மாட்டிக்கொள்ளும் தூசிக்கும் உள்ள வித்தியாசத்தை ஒருவெள்ளை அணு புரிந்துகொள்கிறது. ஒன்றை நம் உடலின் எதிரி என்றும், இன்னொன்றை எதிரியல்ல என்றும் புரிந்துகொள்ளும் அளவுக்கு, அந்தப் புரிதலின் அடிப்படையில் செயல்படும் அளவுக்கு அதற்கு அறிவுண்டு. அப்படிப்

புரிந்துகொள்ளும்போது அது ஒரு அறிவார்ந்த முடிவை எடுக்கிறது. ஆனால் அந்த முடிவை எடுக்கும்போது அது மூளையோடு சேர்ந்து செயல்படுவதில்லை. நமது ரத்த ஓட்டத்தின் கதியில் அது தனியாகத்தான் மிதந்துகொண்டிருக்கிறது. ஆனால் அப்படி மிதந்து கொண்டிக்கும் போதேதான் அது இப்படிப்பட்ட முடிவுகளை எடுத்துச் செயலாற்றுகிறது. அப்படியானால் நம்முடைய ஒவ்வொரு அணுவுக்கும் நாம் கற்பனை செய்யமுடியாத அளவுக்கு அறிவிருக்கிறது என்றுதானே அர்த்தம்? அவனன்றி அணுவும் அசையாது என்று சொல்வார்கள். நான் சொல்கிறேன், அறிவின்றி அணுவும் அசையாது. ஒருவேளை அந்த அறிவுதான் அவனோ?!

நம்முடைய சிறுகுடல் சிந்திக்கிறது என்று சொன்னால் சிரித்திருப்பார்கள் சில ஆண்டுகளுக்கு முன். ஆனால் இன்று அது உடலியல் ரீதியாக, மருத்துவ ரீதியாக நிரூபிக்கப்பட்ட உண்மை. நம் மூளை மட்டுமல்ல, நம் சிறுகுடல், பெருங்குடல், கல்லீரல், வயிறு - என நம் உடலின் எல்லா பாகங்களுமே சிந்திக்கின்றன. மூளையைப் போலவே. நம்முடைய அணுக்களின் அறிவு, மூளைக்கும் முந்தியது. பல்லாயிரக்கணக்கான ஆண்டுகளாக நம் உடலின் அணுக்கள் சிந்தித்துக்கொண்டுதான் வந்திருக்கின்றன. அந்த சிந்தனையின் விளைவாகத்தான் நாம் இன்று நாமாக இருக்கிறோம். இன்னும் சொல்லப்போனால், நாம் இந்தப் பிரபஞ்ச அறிவோடு இணைந்து செயல்படுவதைவிட அதிகமாக நமது உடலின் அணுக்கள்தான் இணைந்து, இயைந்து செயல்பட்டு வந்துள்ளன.

அதே விநாடி

அப்படி நமது உடல் நம்மிடம் என்னதான் பேசுகிறது? ஒரு சில உதாரணங்கள் தருகிறேன். சிந்தித்துப் பாருங்கள். அப்படிச் செய்வீர்களேயானால், அது உண்மையை நோக்கிய பயணத்துக்கு நிச்சயம் உதவியாக, வழிகாட்டியாக இருக்கும்.

நம்முடைய வாழ்க்கைக்கு சுயநலம் தாண்டியதொரு உயர்ந்த, உன்னதமான நோக்கமிருக்கிறது. ஆமாம். சுயநலமற்ற, உன்னதமான நோக்கம். இதுதான் நம் உடலின் முதல் செய்தி. எப்படி என்கிறீர்களா? சொல்கிறேன்.

நம் உடலில் உள்ள ஒவ்வொரு அணுவும் தனக்காக மட்டும் வாழ்வதில்லை. ஒட்டு மொத்த உடலையும் பாது காக்கவே அது வாழ்கிறது, செயலாற்றுகிறது. ஒரு நோய்க்கிருமி உடலுக்குள் புகுந்துவிட்டால் அதோடு சண்டை போட்டுச் சாகவும் அது தயாராக இருக்கிறது. அப்படிச் சாகின்ற அணுக்கள்தான் சீழாக வெளிவருகின்றன என்பது நமக்குத் தெரிந்த பாலபாடம்தானே? ஒவ்வொரு மணி நேரத்துக்கும் நம் தோலில் உள்ள பல ஆயிரக்கணக்கான அணுக்கள் செத்துப் போகின்றன. புதிய அணுக்களுக்கு வழிவிட்டு. அது நம் தோலைப் பளபளப்பாக்கவும், பாதுகாக்கவும்தான் என்று சொல்லவும் வேண்டுமா?

ஒட்டுமொத்த உடலின் நன்மைக்காக, ஒரு அணு தன் உயிரையே தியாகம் செய்ய எப்போதுமே தயங்குவதில்லை. நமக்கு மிகவும் தெரிந்த இந்த செய்தியைப் பற்றி நாம் என்றைக்காவது யோசித் திருக்கிறோமா? நாம் எப்படி வாழ்கிறோம்?

நம் அணுக்கள் நமக்குச் சொல்லும் இன்னொரு செய்தியைச் சொல்லவா? அது படைப்புத் திறன் தொடர்புடையது. ஆமாம். புதியதைச் செய்ய நம் உடல் எப்போதுமே தயாராக இருக்கிறது. புதுமையைக் கண்டு அது அஞ்சுவதே இல்லை. இதுவரை சாப்பிடாத உணவை நாம் சாப்பிட்டாலும் நம் உடல் அதைச் செரிக்கும். இதுவரை யோசிக்காத விஷயம் பற்றியும் நம் மூளை யோசிக்கும். தெரிந்த பாதையில்தான் போவேன் என்று அது அடம் பிடிப்பதில்லை.

புதிய பாதைகளை வகுக்க அது எப்போதுமே தயாராக இருக்கிறது. ரிஸ்க் எடுப்பது அதற்கு எப்போதுமே ரஸ்க் சாப்பிடுவது மாதிரிதான். ஆனால் நாம் அப்படியா இருக்கிறோம்? படகு கரையில் கட்டி வைக்கப்பட்டிருந்தால் அது படகுக்கு பாதுகாப்புதான். ஆனால் படகு அதற்காக செய்யப்படவில்லையே?!

நம்மால் வாழ்நாள் பூரா தூங்காமல் இருக்க முடியுமா? அல்லது வாழ்நாள் பூராவும் தூங்கிக்கொண்டே இருக்கத்தான் முடியுமா? தூங்காமல் நம்மால் இருக்க முடியாது. தூக்கமின்மை எவ்வளவு பெரிய பிரச்சனை, அதனால் எவ்வளவு பிரச்சனைகள் ஏற்படுகின்றன என்று நம் அனைவருக்குமே தெரியும். உழைக்க வேண்டும். அதேசமயம் ஓய்வும் எடுத்துக்கொள்ளவேண்டும். உழைத்துக்கொண்டேதான் இருப்பேன் என்றோ, ஓய்வு மட்டுமே எடுப்பேன் என்றோ நாம் சொல்லமுடியாது. அப்படி வாழவும் முடியாது. இதுவும் நம் உடலின் செய்திதான்.

இன்னொரு முக்கியமான செய்தியைச் சொல்லவா? எல்லாமே அடிப்படையில் ஒன்றுதான். பார்வைக்குத்தான் வித்தியாசம் தெரிகிறதே தவிர, அடிப்படையில், மூலத்தில் எந்த வித்தியாசமும் இல்லை. ஜாதி, மதம், நாடு, நகரம், மொழி, கலாச்சாரம், நிறம், இனம் என்று மனிதன் வேறுபாடு காட்டினாலும் எல்லாமே, எல்லாருமே ஒன்றுதான். ஒன்றுக்குள் ஒன்றுதான். இது என்ன தத்துவம் என்கிறீர்களா? இல்லை. இது தத்துவமல்ல. இது இயற்கையின் மகத்துவம் என்று வேண்டுமானால் சொல்லலாம். நம் உடல் சொல்லும் செய்தி இது.

நம் உடலில் உள்ள உறுப்புக்களின் உயிரணுக்களின் அமைப்பும், தோற்றமும் வேறுவேறு. நம்முடைய கண்ணில் உள்ள உயிரணுக்களைப்போலஇருக்காதுஇதயத்தின்உயிரணுக்கள். ஆனால் அடிப்படையில் எல்லா உயிரணுக்களும் ஒரே மாதிரியானவைதான் என்று அவைகளுக்குத் தெரியும். சோதனை அறையில் வைத்து ஒன்றை மற்றொன்றாக மாற்ற முடியும். சின்ன இட்லி, பெரிய இட்லி, குஷ்பு இட்லி என்று எத்தனை மாதிரியாக இட்லி சுட்டாலும், இட்லியை உருவாக்கும் மாவு ஒன்றுதானே! நீங்கள் அமெரிக்கராக இருந்தாலும் பசிக்கும், ஆப்பிரிக்கராக இருந்தாலும் பசிக்கும். நீங்கள் இந்தியராக இருந்தாலும் சரி, இந்தோனேஷியராக

இருந்தாலும் சரி, வாய் வழியாக உட்கொள்ளும் உணவு செரித்து கழிவுகளெல்லாம் கீழ்வழியாகத்தான் வெளியேறவேண்டும். நீங்கள் ராவணனாக இருந்தாலும் சரி, ராஜபக்ஷேயாக இருந்தாலும் சரி, ஒருநாளைக்கு இறந்துதான் போகவேண்டும். இந்த அடிப்படைகளில் இருந்து எவரும் தப்ப முடியாது. இந்த ஒற்றுமையைப் பின்பற்றாமல் இருக்கமுடியாது. இதுவும் நம் உடல் சொல்லும் செய்திதான்.

நம்முடைய அணுக்களிலேயே ஆன்மிகம் உள்ளது என்பதுதான் சத்தியமான உண்மையாகும். ஒவ்வொரு உயிரணுவும் மூன்று வினாடிகளுக்குத் தேவையான உணவையும் ஆக்சிஜனையும் மட்டும்தான் எடுத்துக்கொள்கிறது. நாம் மட்டும் ஏன் வாயைக்கட்ட முடியாமல் தின்று கொழுத்து தொந்தியுடன் அலைகிறோம்? நம் அணுக்கள் பேராசைப்படுவதில்லை. பேராசைப்பட்டால் அது கான்ஸராக மாறும் என்று அவை தெரிந்துவைத்துள்ளன. ஆனால் நாம் மட்டும் ஏன் பேராசைக்கு ஆளாகிறோம்?

கிட்டத்தட்ட இருநூற்றைம்பது வகையான உயிரணுக்கள் நம் உடலுக்குள் ஒவ்வொரு நாளும் அவற்றுக்குரிய பலதரப்பட்ட வேலைகளைப் பார்க்கின்றன. நம் கல்லீரல் ஐம்பது வகையான வேலைகளைச் செய்கிறது. ஆனால் அவ்வேலைகள் நம் சிறுநீரக அணுக்கள் செய்யும் வேலைகளிலிருந்து முற்றிலும் வேறுபட்டவை. ஒருவர் வேலையில் இன்னொருவர் தலையிடுவதில்லை. அதேசமயம் ஒருவர் வேலைக்கு மற்றவர் உதவாமல் இருப்பதில்லை. வேற்றுமையில் ஒற்றுமை என்பது இதுதான். நம் ஒவ்வொரு அணுவும் இப்படி இருக்கும்போது நாம் மட்டும் ஏன் வேறு மாதிரி யோசிக்கிறோம், செயல்படுகிறோம்?

நம் உடலின் பேச்சைக் கேட்பதுதான், அது காட்டும் திசையில் செல்ல முடிவெடுத்து அடியெடுத்து வைப்பதுதான் உண்மையிலேயே நாம் யார் என்பதை அறிந்துகொள்வதற்கான முதல் வழி.

நம் உடலில் மட்டுமா அறிவு உள்ளது? இந்த பிரபஞ்சத்திலும் அறிவு உள்ளது. சால்மன் (சாலமன் அல்ல) என்றொரு மீன் உள்ளது. அது வஞ்சிரமீன் வகையைச் சேர்ந்தது. எங்காவது ஒரு சின்ன நீர்நிலையில் அது பிறக்கிறது. பின்பு கடலைத்தேடிச் சென்று கடலிலேயே சில ஆண்டுகள் வாழ்கிறது, வளர்கிறது. முட்டையிடும் வயது வந்தவுடன், தான் பிறந்த நீர்நிலைக்கே திரும்பி வந்து அங்கே தன் முட்டைகளை இடுகிறது! பிரசவத்துக்கு பிறந்த வீட்டுக்கு வரும் பழக்கம் இயற்கையிலேயே உள்ளது! ஆத்திர அவசரத்துக்கு என்று வேறு எந்த இடத்தையும் அது

நாசுவர் ரூமி

பயன்படுத்துவதில்லை. பல ஆண்டுகள் ஆகியிருந்தாலும் பிறந்த இடத்தை மறக்காமல், ஆயிரக்கணக்கான மைல்கள் பயணித்து அவை பிறந்த இடம் தேடி வந்து 'ராசியான' அந்த இடத்தில்தான் தன் வருங்கால சந்ததியினரை உருவாக்கிச் செல்கின்றன! The adult salmon then return primarily to their natural streams to spawn என்று கூறுகிறது விக்கிபீடியா. தீபக் சோப்ராகூட ஒரு நூலில் இது பற்றிக் குறிப்பிடுகிறார். ஒரே மாதிரியாக இருக்கும் இரட்டைக் குழந்தைகளில் ஒருவர் விபத்தில் இறந்துவிட்டால், இறந்தவர் ஆயிரக்கணக்கான மைல்களுக்கு அப்பால் இருந்தாலும், கூடப்பிறந்த இன்னொருவருக்கு தன் சகோதரர் இறந்துவிட்டார் என்று அந்தக் கணமே தெரிந்துவிடுமாம். இந்த அற்புதமான தகவலையும் தீபக் சோப்ராதான் கூறுகிறார்.

அப்படியானால், இந்த பிரபஞ்சம் என்பது உடலின் நீட்சி தான். அல்லது அந்த மஹா உடலின் ஒரு கூறுதான் நம்முடைய உடல். எனவேதான் கண்ணுக்குத் தெரியாமல் தகவல் பரிமாற்றம் நிகழ்ந்துகொண்டே இருக்கிறது.

இது மட்டுமா? நாம் வாய் மூலமாகப் பேசுவதைவிட அதிகமாக உடல் மூலமாகத்தான் பேசிக்கொண்டிருக்கிறோம். நமது தகவல் தொடர்புகள் 93 விழுக்காடு வாயல்லாத உடலின் மற்ற பகுதிகள் மூலமாகத்தான் நடக்கின்றன. சின்னச் சின்ன அசைவுகள், முகபாவங்கள், உடல் இயக்கங்கள் இவை மூலமாக. எளிதில் கண்டுகொள்ள முடியாத நுட்பமான, கணத்தில் தோன்றி மறையும் உணர்ச்சி வெளிப்பாடுகளைக்கூட நம் முகம்

காட்டவல்லது. அவற்றை ஆங்கிலத்தில் microexpressions என்று கூறுவர். பால் எக்மேன் என்ற உளவியலாளர் இது பற்றி ஆராய்ச்சி செய்து நம் முகம் பத்தாயிரம் விதமான உணர்ச்சி வெளிப்பாடுகளைக் காட்டவல்லது என்று நிரூபித்திருக்கிறார்! உதாரணமாக, ஒருவர் உண்மையிலேயே மனம் விட்டுச் சிரிக்கும்போது அவருடைய கண்ணின் முடிவின் ஓரத்தில் crows feet என்று சொல்லப்படும் காக்கைக் கால்களைப் போன்ற கோடுகள், சுருக்கங்கள் ஏற்படும். ஒருவர் உண்மையாகவே சிரிக்கிறாரா அல்லது நடிக்கிறாரா என்று அதிலிருந்து தெரிந்துகொள்ளலாம்.

இவ்வகை ஆராய்ச்சிகளும் அவை சொல்லும் உண்மைகளும் நமக்கு மிகுந்த தெளிவை ஏற்படுத்தவல்லவை. ஒரு படத்தை சாதாரணமாகப் பார்ப்பதற்கும் HD-யில் பார்ப்பதற்கும் உள்ள வித்தியாசம் போன்றது இது.

நம் உடலின் செய்தி உண்மையின் செய்தி. நம் அணுக்களின் செய்தி அந்த ஆண்டவனின் செய்தி. வாருங்கள் முன்னேறலாம், அணு அணுவாய். அணுவைப் பின்பற்றி. அனுதினமும்.

7

அச்சம் என்பது

> துணிச்சல் என்பது பயமில்லாமல் இருப்பதல்ல. பயத்தை வெற்றி கொள்வதாகும்.
> —நெல்சன் மண்டேலா

> நெல்சன் மண்டேலா
> சொன்னதைக் கவனித்தீர்களா?
> பயத்தை வெற்றி
> கொள்ளவேண்டும் என்கிறார்.
> அப்படியென்றால் என்ன
> என்று கேட்கிறீர்களா?
> அச்சத்தை அடித்து
> நொறுக்கவேண்டும். அது
> எப்படி என்கிறீர்களா? எதைக்
> கண்டு பயப்படுகிறோமோ,
> அதையே செய்யவேண்டும்!
> மின்விசிறிக்குக் கீழே படுக்க
> பயமாக இருந்தால், அந்த
> பயம் போகவேண்டுமெனில்,
> வேண்டுமென்றே
> மின்விசிறிக்குக் கீழே
> படுத்துறங்கவேண்டும்!
> அப்போதுதான் மின்விசிறி
> கீழே விழுந்து நம் மண்டை
> உடைந்து சிதறாது என்பது
> புரியும்!

நம்முடைய வெற்றிக்குத் தடையாக இருப்பதில் முக்கிய பங்காற்றுகிறது அச்சம். முட்டாள்தனத்திற்கு இன்னொரு பெயர்தான் பயம் என்றுகூடச் சொல்லலாம். 'அச்சம் என்பது மடமையடா' என்று மன்னாதி மன்னன் திரைப்படத்தில் வரும் பாடல் நமக்கெல்லாம் தெரிந்ததுதானே! ஆனால் அதை ஒரு பாடலாக மட்டும் பார்க்காமல் ஒரு முக்கியமான வாழ்வியல் கோட்பாடாகவும் பார்க்க வேண்டும். அங்கேதான் விஷயமே உள்ளது.

ரொம்ப சின்ன வயதில் ரொம்ப அன்போடும் அக்கறையோடும் நம் மூளைக்குள் விதைக்கப்பட்ட கெட்ட விஷயங்களில் ஒன்று

இந்த அச்சமாகும். மாலை ஆறு மணிக்கு மேல் எங்களூரில் பையன்களை வெளியில்போக அனுமதிக்க மாட்டார்கள். கேட்டால், ''மால மஹ்ரி நேரம் வெளிய போவக்கூடாது'' என்று மட்டும்தான் சொல்வார்கள். அது என்ன 'மால மஹ்ரி நேரம்' என்று கேட்டால் அவர்களுக்கும் தெரியாது! அவர்களுடைய வீட்டில் அப்படி சொல்லித்தான்அவர்கள்வளர்க்கப் பட்டிருந்தார்கள். 'மால' என்றால் 'மாலை'. 'மஹ்ரி' என்றால் 'மக்ரிப்' என்று அரபியில் சொல்லப்படும் தொழுகை நேரம். மாலை ஆறரை மணிவாக்கில் அது வரும். சரி, அந்த நேரத்தில் ஏன் வெளியில் போகக்கூடாது? அந்த நேரத்தில் 'காத்து கருப்பு' உலாவரும் என்று ஒரு நம்பிக்கை! அதனால் குழந்தைகளைக் 'காப்பாற்ற' பெரியவர்கள்எடுத்துக்கொள்ளும் முயற்சிதான் ''மால மஹ்ரி நேரம் வெளிய போவக்கூடாது'' என்ற உத்தரவு!

''ஏய் அங்க போகாதே, பூச்சாண்டி இருக்கான்'' என்று பெற்றோர் அல்லது உறவினர் சொல்வதும் இப்படிப் பட்டது தான். அவர்கள் ஏன் அப்படிச் சொன்னார்கள்? அங்கே உண்மையில் பூச்சாண்டி, பூதம் ஏதாவது இருந்ததா? நிச்சயமாக இல்லை. அங்கே ஏதாவது சாக்கடை, குழி அல்லது பள்ளம் இருந்திருக்கும். அதில் போய்

"நமது அச்சங்கள் யாவும் நமது கற்பனையிலிருந்து உருவானவை. அதைப் புரிந்து கொள்வதுதான் அதிலிருந்து விடுபடும் வழியாகும்"

குழந்தை விழுந்துவிடலாம், அடிபடலாம் என்ற அச்சத்தில் ஒரு கற்பனையான பூதத்தை உருவாக்கி அந்தப் பள்ளத்தில் நாம் விழாமல் நம் பெரியவர்கள் நம்மைக் காப்பாற்றிவிட்டார்கள். ஆனால் அவர்களுக்கே தெரியாமல் அதைவிட பெரிய பாதாளத்தில் நம்மை அவர்கள் தள்ளிவிட்டார்கள்! அடிமட்டமற்ற அந்த பாதாளம்தான் அச்சம். அதனால்தான் பேய், பிசாசுகளைப் பார்த்ததில்லை என்பது நடப்பு நிஜமென்றாலும் நாம் வளர்ந்த பிறகும் தனியாக இருக்கவும், இருட்டில் போகவும் பலர் பயப்படுகிறோம்.

எத்தனைவிதமான அச்சங்கள் இருக்கின்றன என்று 'லிஸ்ட்' போடவே முடியாது. ஆயிரக்கணக்கில் அவை உள்ளன. பயம் என்பது படிக்காதவர்களுக்குத்தான் வரும் என்பதில்லை. அச்சம் என்பது இடி மாதிரி. அது எல்லார் தலையிலும் விழும். படித்தவர் படிக்காதவர் என்ற வித்தியாசமெல்லாம் அது பார்க்காது. நமக்கு வரும் கோபம்கூட ஒருவகையில் அச்சத்தின் இன்னொரு வடிவம்தான்! நாம் செய்யவேண்டிய ஒரு வேலையை நமக்குக் கீழே உள்ளவனிடம் கொடுக்கிறோம். அவன் அதை சொதப்பிவிடுகிறான்.

இப்போது என்ன செய்வது? அவனை நாம் கன்னா பின்னாவென திட்டுகிறோம். கோபத்தில் கொதிக்கிறோம். ஏன்? ஏனென்றால் அந்த வேலை நமக்கு நமக்கு மேலே இருக்கின்ற ஒரு அதிகாரியால் கொடுக்கப்பட்டது! நான் எனக்குக்கீழே இருந்தவனிடம் கொடுத்து செய்யச் சொன்னேன், அவன் சொதப்பிவிட்டான் என்று நம் மேலதிகாரியிடம் சொல்லமுடியாது. அவரை சந்திக்க நமக்கு இப்போது அச்சம் வந்துவிட்டது. அந்த அச்சத்தையும் அவமானத்தையும் நினைத்து நாம் நமக்குக் கீழே இருந்தவனிடம் கோபப்படுகிறோம்! இப்படி யோசித்துப் பார்த்தால், நமக்கு வரும் கோபங்களின் பின்னாலும் பயம் இருப்பதை நம்மால் தெளிவாகப் பார்க்க முடியும்!

பிரபல எழுத்தாளர் புதுமைப்பித்தன் 'காஞ்சனை' என்று ஒரு சிறுகதை எழுதினார். அது ஒரு பேய்க்கதை. உங்களுக்கு பேய் நம்பிக்கை உண்டா என்று அதுபற்றி அவரிடம் கேட்ட போது, 'பேய் இருக்கிறதா இல்லையா என்று எனக்குத் தெரியாது, ஆனால் பயம் இருக்கிறது' என்று சொன்னாராம் என்பதை ஏற்கனவே பார்த்தோம். அச்சம் இல்லாத மனிதனே இல்லை என்றுகூடச் சொல்லிவிடலாம்.

அதேசமயம், அடுத்தவரின் அச்சத்தை வைத்துப் பிழைப்பு நடத்தும் திறமையும் நமக்கு இருக்கிறது. தாயத்து, வேப்பிலை இத்யாதிகள் அச்ச வியாபாரத்திற்கு மிகவும் உதவியாக உள்ளன.

பேய் பயம், இருட்டு பயம், தனிமை பயம், கும்பல் பயம், உயர பயம், உச்சி பயம், பள்ள பயம், நீர் பயம், நெருப்பு பயம், பாம்பு பயம், பெண்கள் பயம், ஆண்கள் பயம், அம்மா பயம், அப்பா பயம், அதிகாரி பயம், படுக்கைக்குப் போக பயம், பள்ளிக்கூடத்துக்குப் போக பயம், சில புதுமாப்பிள்ளைகளுக்கு பள்ளியறைக்குள் போகக்கூட பயம் - இப்படி பயங்களின் அணிவகுப்பு நீண்டு கொண்டே போகிறது.

அச்சத்தை எப்படிப் போக்குவதென்று ஒரு முறை நான் எங்கள் குருநாதர் ஹஸ்ரத் மாமாவிடம் கேட்டேன். எல்லா உணர்ச்சி களையும் போல அச்சமும் ஒரு இயற்கையான உணர்வுதான். எனவே அச்சப்படுவதற்கு உகந்த இடம் மேலிடம்தான். நம் அச்சத்தை அங்கே வைத்துவிடவேண்டும் என்று அவர் கூறினார்.

அது அச்சத்தைப் பற்றிய முடிவான வாக்கல்ல. அந்த நேரத்தில் நான் கேட்டதற்கு, என் அப்போதைய தகுதிக்கு ஏற்றவகையில் அவர் அப்படிச் சொன்னார். அவர் சொன்னதைப் பின்பற்றினால் 90 விழுக்காடு அச்சங்களிலிருந்து விடுபடுவதற்கு வழியை அது காட்டும் என்பது நிச்சயம். ஏனெனில் இறைவனுக்கு மட்டுமே நான் அஞ்சுவேன் என்று ஒருவர் முடிவெடுத்து விட்டால், மற்ற எல்லா விஷயங்களிலிருந்தும் இறைவன் நம்மைக் காப்பாற்றுவான் என்றநம்பிக்கைஅவருக்குவந்துவிடும்.

என்றாலும் இறைநம்பிக்கை அற்றவர்களுக்கும், ஆழமாக சிந்திப் பவர்களுக்கும் இது பொருந்தாது. அப்படியானால் என்ன செய்யலாம்? ஒரு விஞ்ஞான பரிசோதனைக் கூடத்தில் ஒரு தவளையை அல்லது எலியை வெட்டிக் கூறுபோட்டு பாகம் பாகமாகப் பிரித்து அலசி ஆராய்ந்து புரிந்துகொள்வதைப் போல, அச்சத்தையும் கூறுபோட்டுப் புரிந்துகொள்ளவேண்டும்! அது ஒன்றுதான் வழி. அதற்கு இந்த அத்தியாயம் உதவும்.

அச்சம் என்பது எப்போதுமே கடந்த காலத்தோடோ அல்லது எதிர்காலத்தோடோ தொடர்புகொண்டதாக இருக்கும். அச்சம் தொடர்பாக நாம் தெரிந்துகொள்ளவேண்டிய பாலபாடம் இதுதான்.

நேற்று அவருக்கு அப்படி ஆனதே, அதைப்போல நமக்கு நாளை ஆகிவிடுமோ என்பதுதான் அச்சத்தின் அடிப்படை. புது பைக்-கை எடுத்துக்கொண்டு உங்கள் மகன் வேகமாகப் போகிறான் என்று வைத்துக்கொள்ளுங்கள். உடனே, "டேய், வேகமாப் போகாதே" என்று கூறுவீர்கள். அது சரிதான் என்றாலும், நீங்கள் அப்படிச் சொல்வதற்கான காரணம் அச்சத்தை அடிப்படையாகக் கொண்டது.

ஒரு மாதத்துக்கு முன் யாராவது தெரிந்தவரின் மகன் அப்படி வேகமாகச் சென்று விபத்துக்குள்ளாகி அடிபட்டு இறந்திருப்பான். அப்படி ஏதாவது ஆகிவிடுமோ என்ற பயம் உங்களுக்கு. எனவே உங்கள் அறிவுரை அச்சத்தை அடிப்படையாகக் கொண்டது. உங்கள் அச்சம் கடந்த காலத்தை அடிப்படையாகக் கொண்டது. அதாவது உங்கள் கற்பனையை அடிப்படையாகக் கொண்டது. வேறு மாதிரியாக இதைப் புரிந்துகொள்வதானால் இப்படிச் சொல்லலாம்.

அச்சமானது எப்போதுமே நிகழ்காலத்தோடு தொடர்பு கொள்வதில்லை. அச்சம் சொல்லவரும் கதையை நாம் கேட்பதே இல்லை. அதற்கு நாம் நம்மைத் தயார் செய்துகொள்வதே இல்லை. அச்சம் வந்த உடனேயே நாம் கடந்த காலத்துக்கோ எதிர்காலத்துக்கோ போய்விடுகிறோம். நிகழ்காலத்துக்கு வருவதே இல்லை. இதுதான் அச்சம் தொடர்பான முதல் பிரச்சனை.

இதிலே இன்னொரு உண்மை ஒளிந்துகொண்டிருக்கிறது. அதாவது, அச்சம் என்பது நாமே அன்றாடம் தண்ணீர் ஊற்றி வளர்க்கும் நம்முடைய கற்பனை போன்சாய் மரமாக இருப்பதால், அதை நாம்தான் வெட்ட வேண்டுமே தவிர வெளியிருந்து யாரும் அதற்கு உதவவே முடியாது. அச்சம் என்ற ஒன்று இருக்கும்வரை, நாம் எவ்வளவு உயரத்திற்குச் சென்றாலும், எத்தனை கடவுள்களைத் துணைக்கு அழைத்தாலும் நாம் "இருட்டில்தான் இருக்கமுடியும்" என்கிறார் ஞானி ஜேகே.

அச்சம் இரண்டு வகைப்படும். ஒன்று உடல் ரீதியானது, இன்னொன்று மன ரீதியானது. உடலில் வலி ஏற்படுமே என்ற அச்சம் ரொம்பப் பழமையானதும் முதன்மையானதும்கூட. பல் பிடுங்குவது, பல்லில் உள்ள சொத்தையை நீக்குவது போன்ற காரியங்களெல்லாம் அந்தக் காலத்தில் மிகுந்த வேதனை தரும் விஷயங்களாகத்தான் இருந்துள்ளன. பயத்தில் பல் டாக்டரின் விரலைக் கடித்துத் துப்பிய கதைகள் ஏராளம் உண்டு! ஆனால் உடல் வலி பற்றிய அச்சங்களைவிட முக்கியமானது மனரீதியான அச்சங்கள். ஆங்கிலத்தில் phobias என்று ஒரு சொல்லே உருவாக்கியுள்ளார்கள்.

இந்த ஃபோபியாக்களுக்கு ஒரு முடிவே இல்லாத மாதிரி தோன்றுகிறது.

வலி பற்றிய கற்பனை அதிக வலியை ஏற்படுத்தவல்லது. பிரசவ காலத்தில் பெரும்பாலான பெண்களுக்கு ஏற்படுவது இப்படித்தான்.

முருகா, ஏசப்பா என்று அவர்கள் கத்திக் கதறுவதற்குக் காரணம் கற்பனை கலந்த அச்சம்தான். ஆடுமாடுகளெல்லாம் குட்டிகள் போடும்போது வேதனைப் படுகிறதா என்ன? குறைந்தபட்ச வலி இருக்கலாம். ஆனால் அது இயல்பானதாக, தாங்கிக்கொள்ளக் கூடியதாகத்தான் இருக்கும். இது ஒரு ஆணாதிக்க மனப்பான்மையின் வெளிப்பாடு என்று நீங்கள் நினைக்க வேண்டியதில்லை.

என் மூத்த மகள் உண்டான காலத்திலிருந்து நான் அவளுக்கு, அவள் எப்படி சிந்திக்க வேண்டும் என்று பயிற்சி கொடுத்துக் கொண்டிருந்தேன். வேதனையில்லாமல் குழந்தை பெற்றுக் கொள்வது சாத்தியம்தான் என்று சொல்லிச் சொல்லி அவளைத் தயார் படுத்திக்கொண்டிருந்தேன். அவளும் முழுமையாகத் தயாரானாள்.

பிரசவ நேரத்தின்போது அவளோடு இன்னும் இரண்டு பெண்கள் பிரசவக் கணங்களில் இருந்திருக்கிறார்கள். என் மகள் கையைப் பிடித்துக்கொண்டிருந்த ஒரு செவிலி, ''எனக்கு போரடிக்குது. இந்தப் பொண்ணு கத்தவே மாட்டேங்குது'' என்று சொல்லி அடுத்த மேஜைக்குப் போய்விட்டாராம்! ''இன்னும் எவ்வளவு நேரம் டாக்டர்?'' என்று என் மகள் கேட்டிருக்கிறாள்.

அதற்கு எங்கள் குடும்ப டாக்டர், ''அடியே குழந்தை பொறந்திடுச்சுடீ'' என்றிருக்கிறார்! பெரும்பாலான வலியும் வேதனையும் மனம் சார்ந்தவை என்பதற்கு என் குடும்ப அனுபவத்திலிருந்தே நான் உதாரணம் கொடுத்துவிட்டேன். எனவே இந்த physiological and psychological அச்சங்களை நாம் புரிந்துகொள்ளவேண்டியது அவசியம்.

முதல் வகை அச்சம் மிருக அச்சமாகும். புலியைப் பார்த்து உயிரைக் காப்பாற்றிக்கொள்ளப் பாய்ந்தோடும் மானின் அச்சம். மிருக அச்சத்தின் மூலம் மன அச்சங்களை நாம் புரிந்துகொள்ளவோ,

போக்கவோ முடியாது. ஆனால் நம் உள்ளத்தில் தோன்றும் அச்சங் களை நாம் புரிந்துகொண்டோமென்றால் அவற்றின் மூலம் மிருக அச்சத்திலிருந்தும் நாம் மீளலாம்.

அச்சத்தைப் பற்றிய இன்னொரு முக்கியமான விஷயம் என்னவெனில் அது எப்போதுமே இன்னொரு பொருளோடு தொடர்பு கொண்டது. வேலை போய்விடுமோ என்ற அச்சம் வேலையோடு, அதன் மூலமாகக் கிடைக்கும் வருமானத்தோடு தொடர்பு கொண்டது. "என்ன அங்கே சத்தம்?" என்று சத்தமாக முல்லாவின் மனைவி கேட்டார். "ஒன்னுமில்ல, என் சட்டை கீழே விழுந்துடுச்சு" என்று முல்லா பதில் சொன்னார். "சட்டை கீழே விழுந்தா அதுக்கு ஏன் இவ்வளவு சத்தம்?" என்று மனைவி மறுபடியும் கொக்கி போட்டார். உடனே முல்லா ஒரு அசட்டுச் சிரிப்பு சிரித்துவிட்டு, "சட்டைக்குள்ள நா இருந்தேன்" என்றாராம்! அவரது பயம் அவரது மனைவியோடு தொடர்பு கொண்டது.

நிறைய மருமகள்களின் அச்சம் மாமியார்களோடு தொடர்புகொண்டிருப்பது மாதிரி. முல்லாவுக்குத் தோன்றிய அச்சம் உடல்ரீதியானதும் உள்ள ரீதியானதும்கூட! மனைவி வெளுத்து வாங்கிவிடுவாரோ என்ற உடல்ரீதியான அச்சம் அவரிடமிருந்து தன்னைக் காப்பாற்றிக்கொள்ள வேண்டும் என்ற மனரீதியான அச்சத் தோடு தொடர்பு கொண்டது.

இது ஒரு கதைதானே என்று நினைக்கவேண்டாம். பெரிய பெரிய ஞானிகளின் வாழ்க்கையிலும் இதுபோன்ற சம்பவங்கள் நடந்துள்ளன. கிரேக்க மேதை சாக்ரடீஸின் வாழ்க்கையில்கூட முல்லா கதையில் வருவதுபோன்ற ஒரு நிகழ்ச்சி உள்ளது. அவரது மனைவி சாந்தியோப்பி பொறுமையற்ற ஒரு பஜாரி. (சாந்தமே இல்லாத அவளுக்கு 'சாந்தி'யோப்பி என்று பெயர்!). ஒரு நாள் சாக்ரடீஸ் தன் மாணாக்கர்கள் அல்லது நண்பர்களோடு பேசிக்கொண்டிருந்தபோது உள்ளேயிருந்து அவள் அவரைத் திட்டிக்கொண்டே இருந்தாள்.

ஒரு கட்டத்தில் அவரது தத்துவ உரைகளைக் காதில்வாங்கும் பொறுமையிழந்தவளாக, துணிதுவைக்க வாளியில் வைத்திருந்த தண்ணீரைக் கொண்டுவந்து அவர் தலையில் கொட்டினாள்! சாக்ரடீஸ் பொறுமையாகச் சொன்னார், "முன்பு இடி இடித்தது. இப்போது மழை பெய்திருக்கிறது!" திருமண வாழ்க்கையில் இதெல்லாம் சகஜமப்பா என்று எத்தனை பேரால் சாக்ரடீஸ் மாதிரி அச்சப்படாமல் போகமுடியும்?

சரி, அச்சம் வரும்போது நாம் என்ன செய்கிறோம்?

அவற்றிலிருந்து தப்பித்து ஓட முயற்சிக்கிறோம். இதுதான் நாம் அனைவரும் செய்யும் முதல் தவறு. ஆங்கில இலக்கியம் படித்தபோது நான் டி.எஸ். எலியட் போன்ற சில கவிஞர்களைக் கண்டு பயந்தேன். அவர்களுடைய கவிதைகள் கொஞ்சம்கூடப் புரியவே இல்லை.

அதனால் நான் எலியட்டைப் படிக்காமலே விட்டுக்கொண்டிருந்தேன்! என் பேராசிரியர் ஆல்பர்ட் தான் எனக்குத் தெளிவை ஏற்படுத்தி எலியட் மீதான அச்சத்தைப் போக்கினார். எப்படி? "ஏன் பயப்படுகிறாய்? புரியும் கவிதை புரியாத கவிதை இரண்டுமே ஆங்கிலத்தில்தானே எழுதப்பட்டிருக்கிறது?

ஆங்கிலம் என்பது என்ன? 26 எழுத்துக்களின் கூட்டுத்தொகைதானே? அதை வைத்துத்தானே அவர்கள் விளையாடுகிறார்கள்? ஏ, பி, சி, டி-யைப் பார்த்து ஒரு மனிதன் பயப்படலாமா?" என்று அவர் சொன்னார்.

அட ஆமா! வெறும் எழுத்தைப் பார்த்து ஒரு மனிதன் பயப்படலாமா? என்ற ரீதியில் முதன் முறையாக நான் யோசிக்க ஆரம்பித்தேன். அதன்பிறகு? எலியட் எனக்கு மிகவும் பிடித்த கவிஞர்களில் ஒருவராகிப் போனார்! ஓடிப்போக முயற்சி செய்தால் அச்ச நாய் நம்மைத் துரத்திக்கொண்டேதான் வரும்.

திரும்பிநின்று அதை எதிர்கொள்ளவேண்டும். அப்படிச் செய்தால் அது பயந்து ஓடிவிடும். பயத்தைக் கண்டு அதிலிருந்து தப்பித்து ஓட முயற்சித்தால் அதனால் ஏற்படும் ஒரே விளைவு பயம் அதிகமாவது தான்! ஆமாம்.

அப்படியானால் அச்சத்திலிருந்து எப்படித்தான் விடுபடுவது?

அச்சத்தை அடக்க முயற்சிப்பது, கட்டுப்படுத்த முயற்சிப்பது, வெற்றி கொள்ள முயற்சிப்பது எல்லாமே வீண் வேலை. இப்படி எந்த முயற்சியை மேற்கொண்டாலும் அது வெற்றியைத் தராது. இவையெல்லாம் அச்சத்திற்கும் நமக்கும் உள்ள இறுக்கத்தை வெளிப்படுத்துகிறதே தவிர அச்சத்தைப் போக்குவதற்கு உதவாது. நமது சக்தியெல்லாம் வீணாகச் செலவாகிவிடும். ஏனெனில் இப்படி எந்த முயற்சியில் நாம் ஈடுபட்டாலும் அது நமக்கும் அச்சத்திற்குமிடையில் ஒரு போராட்டத்தை ஏற்படுத்துமே தவிர வேறொன்றுமில்லை.

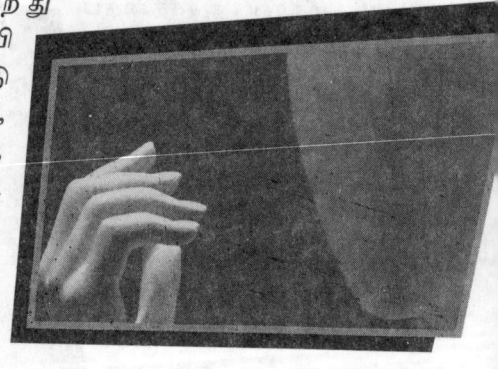

பயமாக இருக்கிறது என்பதற்காக டிவி பார்க்கலாம், நண்பர்களோடு அரட்டை அடிக்கலாம், கோவிலுக்குப் போகலாம், நாவல் படிக்கலாம் - இப்படி ஏதாகிலும் செய்யலாம்தான். ஆனால் இதனாலெல்லாம் பயம் போய்விடுமா? ம்ஹூம். போகவே போகாது. உள்ளேயே ஒளிந்துகொண்டிருக்கும். டிவி பார்த்து முடித்தவுடன், அல்லது பார்க்க முடியாமல் மின் தடங்கல் ஏற்பட்டவுடன், நண்பர்கள் சென்றவுடன், கோவிலுக்குப் போய்விட்டு வந்தவுடன் - பயம் திரும்ப வரும். அதுவும் முன்னைவிட பலம் பொருந்தியதாக, மேலும் அச்சமூட்டுவதாக வரும்!

அப்ப என்னதான் செய்வது என்கிறீர்களா? சொல்லாமலா போய்விடுவேன்! இதோ, இப்போதே சொல்கிறேன். முதலில் பயம் என்றால் என்ன என்று புரிந்துகொள்ளவேண்டும். பின்பு நமக்கிருக்கும் குறிப்பிட்ட அந்த அச்சத்தைப் புரிந்துகொள்ளவேண்டும்.

ஆமாம். அச்சம் என்றால் என்ன? இந்தக் கேள்விக்கு முதலில் பதில் கண்டுபிடிக்கவேண்டும்.

சுற்றிவளைக்காமல் சொன்னால் நிச்சயமான ஒன்றிலிருந்து நிச்சயமற்ற ஒன்றை நோக்கிப் போவதற்குப் பெயர்தான் அச்சம். தேர்வு எழுதிவிட்டோம். 'பாஸ்' ஆவோமா 'ஃபெயில்' ஆவோமா

என்று தெரியாது. தேர்வாகாமல் போய்விட்டால் என்னாவது என்ற அச்சம் வந்துவிடுகிறது. தேர்வு எழுதிவிட்டோம் என்ற நிச்சயமான ஒன்றிலிருந்து 'பாஸ்' ஆவோமா 'ஃபெயில்' ஆவோமா என்ற நிச்சயமற்ற ஒன்றை நோக்கிப் போகும்போது உண்டாகிறது பயம். தெரிந்த ஒன்றிலிருந்து தெரியாத ஒன்றை நோக்கிய இயக்கம், பயணம்தான் அச்சம். தேர்வு எழுதியாகிவிட்டது. 'ரிசல்ட்' எப்போது வரும்? சில மாதங்கள் கழித்து. அதாவது எதிர்காலத்தில். எனவே இங்கே அச்சம் எதிர்காலத்தை நோக்கியதாக உள்ளது.

ஒருவர் இறந்து போவதைப் பார்க்கும்போது நாமும் நாளைக்கு இப்படி இறந்து போகலாம் என்று நினைக்கும்போது பயம் வந்துவிடுகிறது. 'செத்துவிடுவோம்' என்ற வார்த்தை நம்மை பயமுறுத்துகிறதா அல்லது மரணம் என்ற நிஜம் நம்மை பயமுறுத்து கிறதா? ஒரேயடியாக இப்படித்தான், அப்படித்தான் என்று முடிவு கட்டிவிட முடியாது. வார்த்தையும் வாழ்வும் பின்னிப் பிணைந்த ஒன்றாகவே உள்ளது. இதுவாக அதுவும் அதுவாக இதுவும் உள்ளது.

வேறு மாதிரியாகச் சொன்னால், இதைப் பற்றியும் அதைப்பற்றியும் சிந்திப்பதால் அச்சம் வருகிறது. இன்னும் சரியாகச் சொன்னால் எண்ணம்தான் அச்சத்தை ஏற்படுத்துகிறது. ஒரு விஷயத்தை நேரடியாக எதிர்கொள்ளும்போது அச்சம் ஏற்படுவதில்லை. அதைப் பற்றிய எண்ணமே அச்சத்தை ஏற்படுத்துகிறது. இது மிக முக்கியமானது. இதைப் புரிந்துகொள்வது அவசியம்.

நாம் நடந்து போய்க்கொண்டிருக்கிறோம். திடீரென்று நமக்குப் பின்னாலிருந்து ஒரு பஸ்ஸோ காரோ வேகமாக நம்மீது மோதுவதுபோல வருகிறது. உள்ளுணர்வால் உந்தப்பட்ட நாம் சட்டென்று நகர்ந்துகொள்கிறோம். இந்த நகர்வு ஏற்படுவது அச்சத்தாலா? அல்ல. அது நம் அறிவுத்திறத்தால் (intelligence). ஒரு பாம்பு திடீரென்று கொத்த வருகிறது என்று வைத்துக்கொள்வோம்.

அப்போதும் நாம் சட்டென்று நகர்ந்துகொள்வோம். அதுவும் அச்சத்தினால் அல்ல. அறிவுத்திறத்தால். நம் உயிர் போய்விடாமல் இருக்க நம் அறிவுத்திறன், நம் உள்ளுணர்வு எல்லாம் சேர்ந்து அப்போது நம்மை இயக்குகிறது. ஏனெனில் அப்போது நாம் நம்மீது மோத வரும் காரைப் பற்றியோ, நம்மைக் கொத்தவரும் பாம்பைப் பற்றியோ சிந்திப்பதில்லை. சிந்திப்பதற்கெல்லாம் அப்போது நேரம் கிடையாது. நம்மைக் காப்பாற்றிக்கொள்ளும் செயல்பாடு மட்டுமே அப்போது சாத்தியம். அதைத்தான் நாம் செய்வோம்.

சிந்திப்பதென்பதே சாவகாசமாகச் செய்வதுதான். அவசர காலத்தில் நாம் சிந்திப்பதில்லை. நம் மூளை, நமது 'அடாப்டிவ் அன்கான்ஷியஸ்' நமக்கான முடிவுகளை எடுத்து நம் உடலுக்கு உத்தரவுகளை மட்டும் அப்போது கொடுக்கும். நம் உடலும் அவ்வுத்தரவுகளை உடனே செயல்படுத்தும். அதீத அறிவு செயல்படும் கணங்கள் அவை. அவைகளை அச்சமான தருணங்கள் என்று நினைத்து குழப்பிக்கொள்ளக்கூடாது.

எனவே, நேருக்கு நேர் ஒரு பிரச்சனையை, ஒரு அபாயத்தை நாம் சந்திக்கும்போது, நாம் உடனடியாக அதிலிருந்து தப்பிக்கச் செயல்படுகிறோம். அங்கே அச்சம் என்பதே இருப்பதில்லை. அறிவு மட்டும்தான் அப்போது வேலை செய்யும். ஒரு விஷயத்தைப் பார்த்து நாம் பயப்படுவதற்கு அதுபற்றி நாம் ஏற்கனவே கொண்டிருக்கும் கருத்துக்களும், அப்போது செய்யும் கற்பனையும்தான் காரணம்.

மீண்டும் சொல்வதானால், அச்சம் என்ற ஒன்று வேலை செய்ய வேண்டுமானால் அதற்குக் கடந்த காலம் அல்லது எதிர்காலம் வேண்டும். வெறும் நிகழ்காலத்தின் நிகழ்வுகளில் அது வேலை செய்ய முடிவதில்லை. அச்சம் என்பது நம் நினைவாற்றலோடு தொடர்பு கொண்டது.

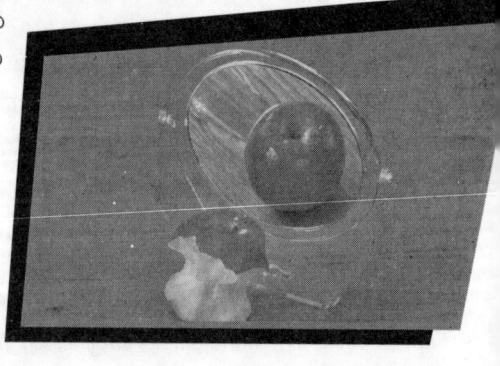

அப்படியானால், அச்சம் என்ற ஒன்றிலிருந்து நாம் விடுபடவேண்டுமெனில், முதலில் அதைத் துணிச்சலாக சந்திக்க வேண்டும். அதிலிருந்து ஓட எந்த முயற்சியும் செய்யக்கூடாது. ஆமாம், 'எனக்கு பயமாக இருக்கிறது' என்பதை ஒத்துக்கொள்ளவேண்டும். 'என்னால் இதுபற்றி எதுவும் செய்ய முடியவில்லை' என்பதை ஏற்றுக்கொள்ளவேண்டும். பின்பு, அந்த பயத்தை பயமில்லாமல் கவனிக்க வேண்டும்!

அதாவது நேருக்கு நேர், கண்ணோடு கண் எதிரியை நோக்குவதுபோல். பயத்தை உண்டாக்கும் வார்த்தைகள், கற்பனைகள், சிந்தனைகள் எதுவுமின்றி நிர்வாணமாக, நேராக அதை எதிர்கொள்ளவேண்டும். அதை உற்றுக் கவனிக்கவேண்டும். 'மாம்பழம்' என்று சொன்னால் இனிக்காது. அதைப்போல

'பேய்' என்று சொன்னால் அது பேயாகாது. வார்த்தைகள் வெறும் சப்தங்கள்தான் என்பதை முதலில் புரிந்துகொள்ளவேண்டும். அவை நம் மனதில் சில கருத்துக்களை, காட்சிகளை ஏற்படுத்துகின்றன. அவற்றின் ஊடாகத்தான் நமக்கு அச்சம் ஏற்படுகிறது. அச்சத்தின் இந்த 'டெக்னிக்'கை நாம் புரிந்துகொள்ளவேண்டும். புரிந்துகொள்வதே விடுதலையாகும். அந்தக் கணமே அதிலிருந்து நாம் விடுபடலாம். நமது கற்பனைதான் நம்மை பயமுறுத்துகிறது என்பதைப் புரிந்துகொள்ளவேண்டும்.

முல்லா ஒரு கப்பலில் வேலைக்காக நேர்காணலுக்குச் சென்றார். "நீங்கள் கப்பலில் சென்றுகொண்டிருக்கும்போது ஐம்பதடி அலை வருகிறது. கப்பலை எப்படிக் காப்பாற்றுவீர்கள்?" என்று முல்லாவிடம் கேட்கப்பட்டது. உடனே முல்லா, "நங்கூரத்தை உடனே போட்டு கப்பலை நிறுத்திக் காப்பாற்றுவேன்" என்றார்.

"திடீரென நூறடிக்கு ஒரு அலை வந்து கப்பலை அலைக் கழிக்கிறது. அப்போது எப்படிக் கப்பலைக் காப்பாற்றுவீர்கள்?" என்று கேட்டனர்.

"சட்டென்று இன்னொரு பெரிய நங்கூரத்தை கடலில் இறக்கி கப்பலை நிறுத்துவேன்" என்றார் முல்லா. கொஞ்சம் கடுப்பாகிப்போன அதிகாரிகள் அடுத்து கேட்டனர்.

"இப்போது இருநூறு அடிக்கு ஒரு அலை வருகிறது. இப்போது கப்பலை எப்படிக் காப்பாற்றுவீர்கள்?"

"உடனே இன்னொரு நங்கூரத்தை இருநூறு அடிக்கு இறக்கி கப்பலை நிறுத்துவேன்" என்றார் முல்லா.

அதற்குமேல் அந்த அதிகாரிகளுக்குப் பொறுமையில்லை. "உங்களுக்கு இந்த நங்கூரங்களெல்லாம் எங்கிருந்து கிடைத்தன?" என்று கேட்டனர்.

சற்றும் யோசிக்காமல் முல்லா சொன்னார், "உங்களுக்கு இந்த ஐம்பதடி அலை, நூறடி அலை, இருநூறடி அலைகளெல்லாம் எங்கிருந்து கிடைத்தனவோ அங்கிருந்துதான்!"

புரிகிறதா? நமது அச்சங்கள் யாவும் நமது கற்பனையிலிருந்து உருவானவையாகவே பெரும்பாலும் இருக்கின்றன. அதனை எதிர்த்து அதனோடு போராடுவது வழியல்ல. அதைப் புரிந்துகொள்வதுதான் அதிலிருந்து விடுபடும் வழியாகும்.

அச்சத்தோடு வாழ்கின்ற மனிதனால் உண்மையையோ கடவுளையோ அறிந்துகொள்ள முடியாது என்று கூறுகிறார் ஞானி ஜேகே. சத்தியமான வார்த்தைகள்.

அதே விநாடி

இந்த அத்தியாயத்தின் ஆரம்பத்தில் நெல்சன் மண்டேலா சொன்னதை மேற்கோள் காட்டினேன். அதில் அவர் அச்சத்தை வெற்றிகொள்வதைப் பற்றிப் பேசுகிறார். அச்சத்தை வெற்றிகொள்ள அதோடு போராட வேண்டியதில்லை. அப்படி எந்தப் போராட்டமும் வெற்றி தராது. வெற்றிகொள்வதெனில் புரிந்து கொள்வதுதான். புரிந்து கொள்வதென்பது ஏற்றுக்கொள்வது. அதை உற்றுக் கவனிப்பது.

இப்படிச் செய்வதற்கு நாம் முதலில் நிகழ்காலத்தில் மட்டும் வாழவேண்டும். கடந்த காலம், எதிர்காலம் பற்றிய சிந்தனைகளில் இருந்தால் அச்சம் போகாது. ஏனெனில் அந்தக் கற்பனைதான் அச்சத்தையே உருவாக்குகிறது. மனமற்ற நிலையில், சிந்தனையற்ற நிலையில் அச்சம் இருப்பதில்லை. நிகழ்கால நடப்பின்மீது மட்டும் கவனமிருந்தாலும் அது அச்சத்திலிருந்து விடுதலை கொடுக்கும். கொஞ்ச நேரம் கண்ணை மூடிக்கொண்டு உடலின் உள்ளே நடக்கும் இயக்கங்களைக் கவனிக்கலாம். அல்லது ஒரு கால்மணி நேரம் மூச்சை கவனிக்கும் பயிற்சியைச் செய்யலாம். இப்படியான தியானங்கள் யாவும் கொஞ்ச நேரம் நாம் நிகழ்காலத்தில் மட்டும் கவனம் வைத்து இருக்கும் பழக்கத்தைக் கொடுக்கும். அப்புறம் யோசித்துப் பார்த்தால், அந்த நேரத்தில் நாம் முற்றிலுமாக அச்சத்திலிருந்து விடுபட்டிருப்போம். நம்முடைய எண்ணங்கள்தான் நமக்கு அச்சத்தை ஏற்படுத்துகின்றன என்ற உண்மை அப்போது புரியும்.

சிந்திக்காமல் கொஞ்ச நேரம் இருப்பது எப்படி என்பது பற்றி சிந்தியுங்கள். அச்சம் போய்விடும்.

8
புள்ளிகள் கொண்ட ஆடுகள்

> இல்லாத ஒன்றைப் பற்றி கற்பனை செய்யும்போது அது இருப்பதாகவே கற்பனை செய்ய வேண்டும்
>
> −ஹஸ்ரத் மாமா

புனித பைபிளில் ஒரு கதை வருகிறது. அது ஜேக்கபின் கதை. முஸ்லிம்கள் அவரை யாக்கூப் என்று கூறுவர். அது ஜேக்கபின் கதை மட்டுமல்ல. மனதின் திரையில் ஒரு காட்சியை விரிப்பது எப்படி என்று கற்றுக்கொடுக்கும் கதையும்கூட. நமது ஆசைகளை நிறைவேற்ற அவற்றைப்போல வேறெதாலும் உதவி செய்ய முடியாது. ஆங்கிலத்தில் visualization என்று அதை அழகாகச் சொல்வார்கள்.

ஆனால் இது ஒன்றும் புதிய விஷயமல்ல. இயற்கையானதும் இயல்பானதுமாகும். மனிதன் சிந்திக்கும் முறையே காட்சி ரீதியானதுதான். ஒரு சொல்லைச் சொன்னால் அது தொடர்பான காட்சிகள் உடனே நம் கற்பனையில் விரியும். 'பூனைக்குட்டி' என்று சொன்னால் உடனே நம் மனதில் ஒரு பூனைக்குட்டியோ அல்லது நாம் யாருக்காவது செல்லமாகப் பூனைக்குட்டி என்று பெயர் வைத்திருந்தால் அவளது முகமும் நம் மனத்திரையில் தோன்றும், அல்லவா? நாம் இப்படித்தான் பெரும்பாலும் சிந்திக்கிறோம். வெறும் வார்த்தைகளை வைத்து நம் மூளை செயல்படுவதில்லை.

இப்படி இயற்கையாக நாம் செய்வதையே ஒரு முறைப்படி செய்தோமெனில் அது நமக்கு வேண்டியதையெல்லால் கொண்டு வந்து கொட்டும் வரமாக, ஜின்னாக, அலாவுதீன் அற்புத விளக்காக மாறும். நான் சொல்லித்தரும் ஆல்ஃபா தியானத்தில் இது ஒரு முக்கியமான பகுதியாகும்.

ஜேக்கப் இறையருள் பெற்றவர். உடம்பில் புள்ளிகளுள்ள ஆடுகளை அவருக்குத் தருவதாக அவருடைய மாமனார் வாக்களித்திருந்தார். வரதட்சணை மாதிரி. ஆனால் அப்படிப்பட்ட

ஆடுகள் அவர் மாமனாரிடம் இல்லை. அவற்றை ஜேக்கப்பே உருவாக்கி எடுத்துக் கொள்ளலாம் என்பதுதான் மாமனார் லபானின் அனுமதி! (மாமியார் கொடுமை மாதிரி மாமனார் கொடுமையோ இது)!

லபானுடைய மகள் ராக்கேலை விரும்பினார் ஜேக்கப். அவளைத் திருமணம் செய்து கொள்வதற்காகத் தான் லபானிடம் அவர் பல ஆண்டுகளாக வேலை பார்த்து அவருடைய ஆடு களையெல்லாம் கவனித்துக் கொண்டிருந்தார். ஏழு ஆண்டுகள் எனக்கு ஊழி யம் செய்தால்தான் என் மக ளைத் திருமணம் செய்து தருவேன் என்று லபான் சொன்னதை நம்பி ஜேக்கப் ஊழியமும் செய்தார். ஆனால் ஏழு ஆண்டுகள் கழித்து லபான் பெண்ணை மாற்றித் திருமணம் செய்து கொடுத்துவிட்டார்.

ஏன் அப்படிச் செய்தார்? எல்லாம் பாசம்தான். ராக்கேல் இளையவள். மூத்தவள் இருக்கும்போது இளையவளைக் கொடுக்க லபான் விரும்பவில்லை. இரவு நேரத்தில் துணியால் மூடப்பட்ட முகத்துடன் வந்தது ராக்கேல்தான் என்று ஜேக்கப்பும் நினைத்துவிட்டார். மறுநாள் காலையில் உண்மை

உங்கள் ஆசையானது பிரபஞ்சத்தில் மிதந்து சென்று அதற்குத் தேவையானவற்றை யெல்லாம் கவர்ந்திழுத்து செயல் வடிவம் பெறப் போகிறது

அதே விநாடி

தெரிந்ததும் விடாப்பிடியாக ராக்கேலை மணமுடித்துக் கேட்டார்.

இன்னும் ஏழு ஆண்டுகள் ஊழியம் செய்ய வேண்டும் என்று லபான் நிபந்தனை போட்டார். அதனால்தான் ஜேக்கப் மொத்தமாக 14 ஆண்டுகள் லபானிடம் மேய்ப்பராக ஊழியம் பார்த்தார். நல்ல மேய்ப்பர்! ராமனுக்கு வனவாசம் 14 ஆண்டுகள் என்பதைப்போல ஜேக்கப்புக்கு 'மணவாசம்' 14 ஆண்டுகள்.

நிபந்தனைக் காலம் முடிவதற்குள் புள்ளிகளுள்ள ஆடுகளைப் பெருக்குவதற்காக ஜேக்கப் ஒரு உபாயம் செய்தார்.

மரங்களிலிருந்து பட்டைகளை உரித்து அதன் உள்ளே இருக்கும் வெள்ளைப் பகுதியை குட்டிக் குட்டி வட்ட வட்ட உருண்டைகளாகச் செய்து, ஆடுகள் தண்ணீர் குடிக்கும் தொட்டிகளுக்குள் போட்டார். ஆடுகள் தண்ணீர் குடித்தபோதெல்லாம் அந்த வெள்ளை வட்டப் புள்ளிகளைப் பார்த்துக் கொண்டே தண்ணீர் குடித்தன.

தொடர்ந்து திரும்பத் திரும்ப வெள்ளைப் புள்ளிகளையே தினமும் பார்த்துக்கொண்டிருந்ததால், அப்புள்ளிகள் அந்த ஆடுகளின் மூளையில் போய் அழகாக உட்கார்ந்துகொண்டன! அதன் காரணமாக, அவைகள் போட்ட குட்டிகள் பலவற்றுக்கு உடம்பில் புள்ளிகள் ஏற்பட்டிருந்தன!

மிருகங்களுக்கும் காட்சிப்படுத்தும் கலையை ஜேக்கப் கற்றுக் கொடுத்திருந்தார்! உலகில் முதன் முதலாக visualization உத்தியைப் பயன்படுத்தியவர் ஜேக்கப்பாகத்தான் இருக்கவேண்டும். அதுவும் ஆடுகளுக்கு!

கர்ப்பிணிப்பெண்கள்படுக்கும்இடத்தில்அழகான, கொழுகொழு குழந்தைகளின் படங்களை மாட்டுவார்கள், தெரியுமில்லையா? அதுவும் காட்சிப் படுத்துவதற்காகத்தான்! அப்படி ஒரு உருவத்தை தினமும் பார்த்துப் பார்த்து, அதுவே மனதில் ஆழமாகப் பதிந்துவிட்டால், பிறக்கும் குழந்தையும் அதைப்போல அழகாக, சதைப்பற்றுடன் பிறக்கும் என்பது நமது முன்னோர்களின் சரியான கணிப்பு. இப்படி நாம் மட்டும் செய்யவில்லை.

இதுகர்ணபரம்பரையாகநமக்குக்கிடைத்திருக்கும்ஞானம்என்றே சொல்லலாம். ஆனால் குழந்தை அப்பா மாதிரியும் இல்லாமல், அம்மா மாதிரியும் இல்லாமல் 'ஜான்சன் பேபி'யாக எப்படி வந்தது என்று சந்தேகத்திற்கான பதில் மாட்டப்பட்டிருக்கும் காலண்டர்களிலும் நிழல்படங்களிலும் இருப்பதை பலர் அறிய மாட்டார்கள்!

பல ஆயிரம் ஆண்டுகளுக்கு முன்பே கிரேக்கர்களால் இம்முறை பின்பற்றப்பட்டது. உடல் அழகுக்கும் உறுதிக்கும் புகழ் பெற்றவர்கள் கிரேக்கர்கள். ஒரு கிரேக்கப் பெண் கர்ப்ப காலத்தில் இருக்கும்போது அவளது அறையில் வீனஸ், அப்போலோ ஆகியோரின் சிலைகளைக் கொண்டு வந்து வைத்துவிடுவார்கள். அச்சிலைகளின் அழகையும், கம்பீரத்தையும், வசீகரத்தையும், உறுதியையும் நாள் தோறும் பல முறை பார்க்க நேரும் அந்தப் பெண் குழந்தை பெறும்போது நிச்சய மாக அழகான, உறுதியான குழந்தையையே பெற்றாள் என்பதும் வரலாறு.

பியானோ எப்படி வந்தது?

ஒரு பியானோ வாங்க வேண்டும் என்று ரொம்ப நாளாக ஒரு பெண்ணுக்கு ஆசை. நிச்சயமாக அவர் இந்தியப் பெண்மணியாக இருந்திருக்க வாய்ப்பில்லை! இந்தியப் பெண்ணாக இருந்திருந்தால் அவர் பியானோ வாங்க ஆசைப்பட்டிருக்க மாட்டார். புடவை வாங்கவே ஆசைப்பட்டிருப்பார்!

ஆனால் பியானோ வாங்குவதற்கான பணத்தைப் பற்றி தன் மனதில் எந்த எண்ணத்தையும் அவர் ஓடவிடவில்லை. அவர் ரொம்ப புத்திசாலி. பணத்தை காட்சிப்படுத்தி ஒரு பியானோ வாங்கும் அளவுக்குப் பணம் அவருக்கு வந்துவிடுமானால், அந்தப் பணத்தைக் கொண்டுபோய் ஒரு பியானோவில் வீணடிக்க அவருடைய கணவர் நிச்சயம் விரும்ப மாட்டார் என்பது அவருக்குத் தெரியும்! எனவே அவர் பியானோவைத்தான் தன் மனதில் எண்ணினார்.

காட்சிப்படுத்துதலில் இது மிக முக்கியமான அம்சம். உதாரணமாக, நமக்கு பத்தாயிரம் ரூபாய் அவசர மாக வேண்டுமென்றால், கரன்சி களாகவோ, செக்காகவோ அப் பணம் நமக்கு வருவதுபோலக் கற்பனை செய்யக்கூடாது. அதனால்பணத்துக்கு அடிமையாகிவிடும் வாய்ப்பு

உள்ளது. ஏற்கனவே அப்படி இருப்பது போதாதா?! இன்னும் கொத்தடிமையாக வேண்டுமா?! அதற்கு பதிலாக, அந்தப் பத்தாயிரம் ரூபாய் எந்தக் காரணத்துக்காகத் தேவையோ, அந்தக் காரியம் நிறைவேறுவதைப் போல மனதில் காட்சிப்படுத்த வேண்டும். இந்தச் சரியான காட்சிப்படுத்தும் உத்தியை பியானோ வாங்க ஆசைப்பட்ட அந்தப் பெண்ணும் பயன்படுத்தினார்.

பியானோ தன் வீட்டுக்கு வந்துவிட்டதைப் போலவும், தான் அதை வாசிப்பதைப் போலவும் தினமும் மனதில் காட்சிகளை ஓட்டினார் அவர். வரப்போகும் பியானோவுக்காகத் தன் வரவேற்பு அறையில் தனியிடத்தை ஒதுக்கி வைத்தார்! அந்த அறையைச் சுத்தம் செய்யும்போதெல்லாம் கற்பனையிலேயே தன் பியானோவையும் துடைத்துச் சுத்தம் செய்தார்! அப்போது அதில் ஏற்படும் இசையொலிகளை மனதால் கேட்டு ரசித்தார்! (இந்த இடத்தை நன்றாக மறுபடியும் படித்துக் கொள்ளவும். ஏனெனில் காட்சிப்படுத்துதலின் இரண்டு ரகசியங்கள் இதில் அடங்கியுள்ளன).

இப்படியே கொஞ்ச நாள் செய்து கொண்டிருந்தார். ஒருநாள் அவர் வீட்டின் அழைப்பு மணியை யாரோ அழுத்தினார்கள். கதவைத் திறந்து பார்த்த போது ஒரு புதியவர் நின்று கொண்டிருந்தார். என்ன விஷயம் என்று கேட்டார்.

"நான் பியானோ விற்பவன், இந்தத் தெரு வழியாகப் போய்க் கொண்டிருந்தேன், என்னவோ உங்கள் வீட்டில் கேட்க வேண்டும் என்று தோன்றியது. உங்களுக்குப் பியானோ வேண்டுமா?" என்று கேட்டார்!

அந்தப் பெண்ணுக்கு ஆச்சரியம் தாங்க முடியவில்லை. ஆஹா, நம் கற்பனை வேலை செய்ய ஆரம்பித்துவிட்டது போலிருக்கிறதே என்று சந்தோஷப்பட்டாள்! ஆனால் அவளால் அப்போது அந்தப் பியானோவை வாங்க முடியவில்லை, ஏனெனில் அதற்கான பணம் அவரிடமில்லை! வெறும் காட்சிப்படுத்தும் தகுதி மட்டுமே அவரிடம் இருந்தது.

அதனால் ஒரு சோகமான புன்னகையினூடே வேண்டாம் என்று சொல்லி அவரை அனுப்பிவிட்டாள். இரண்டு மூன்று நாட்கள் கழி

ஒன்று, மனத்திரையில் காட்சியாய் நம் ஆசை நிறைவேறுவதைப் பார்ப்பது.

இரண்டு, அதில் உணர்ச்சியைக் கலப்பது.

மனத்திரையில் ஒரு காட்சியைப் பார்க்கும்போது, நீங்கள் விரும்பும்ஆசைஅப்போதுநிறைவேறிக்கொண்டிருப்பதைப்போலப் பார்க்க வேண்டும். அதாவது நிகழ்காலத்தில். காட்சிப்படுத்துதலில் கடந்த காலத்துக்கும் எதிர்காலத்துக்கும் வேலையில்லை. இந்த அத்தியாயத்தின் ஆரம்பத்தில் மேற்கோள் காட்டப்பட்டிருக்கும் ஹஸ்ரத் மாமா சொல்வதும் அதுதான்.

ஒரு பைக் வாங்க வேண்டும் என்று நீங்கள் ஆசைப்பட்டால், அதை இப்போது வாங்கி விட்டீர்கள், அதை ஓட்டிப் பார்க்கிறீர்கள் என்பதாகக் காட்சிப் படுத்திக் கற்பனை செய்ய வேண்டும். அதோடு அதை உணர்ச்சி பூர்வமாகச் செய்ய வேண்டும். இங்குதான் ரகசியமே அடங்கியுள்ளது. உணர்ச்சி கலக்காமல் செய்யும் கற்பனை வேலை செய்யாது!

உணர்ச்சி கலப்பது என்றால் என்ன? காதல், அன்பு, அச்சம், கோபம், காமம் எல்லாமே உணர்ச்சிகள்தான். ஆனால் நல்ல, தேவையான உணர்ச்சிகளைத்தான் கலக்க வேண்டும். ஒதெல்லோ எதற்கான தன் மனைவி அழகி டெஸ்டிமோனாவைக் கொன்றான். சந்தேகம். என்ன சந்தேகம்? அவளது 'கர்சீஃப்' வில்லன் காஸியோவின் அறைக்கு எப்படிப் போனது? இயாகோதான் அதை அங்கே போட்டான் என்பது தெரியாமல் சந்தேகம் என்ற உணர்ச்சி மேலிட அவளை அவன் கொன்றான். ஒரு கைக்குட்டைக்காக ஒரு மனைவியைக் கொல்வதா? ஆமாம், ஏனெனில் கைக்குட்டையில் அவனுடைய உணர்ச்சி கலந்திருந்தது? உணர்ச்சி கலந்துவிட்டால் சின்ன விஷயமும் பெரிய விஷயமாகிவிடும். அதற்கு ஒதெல்லாவின் கதை எதிர்மறையான உதாரணம்.

உங்கள் காதலி உங்களுக்கு இரண்டு ரூபாய் பெறுமானமுள்ள ஒரு பேனாவைப் பரிசளித்தால்கூட உங்களுக்கு அது 7,30,000 டாலர்கள் மதிப்பு கொண்ட மாம்ப்ளாங்க் பேனா (Mont Blanc) வைவிட உயர்ந்ததல்லவா? ஏன்? ஏனென்றால் அது உங்கள் காதலி கொடுத்தது!

அதில் உணர்ச்சி கலந்துவிட்டது. அதனால் அதற்கு மதிப்பு கூடிவிட்டது. ஒரு பொருளின் விலை வேறு மதிப்பு வேறு. எல்லாப் பொருள்களுக்குமே ஒரு விலை (price) உள்ளது. அதேபோல, எல்லாப் பொருள்களுக்கும் ஒரு மதிப்பு (value) உள்ளது. அதுவேறு

இது வேறு. இரண்டாவது உணர்ச்சியோடு தொடர்புடையது. ஒரு விஷயத்தில் உணர்ச்சி கலந்துவிடும்போது அதன் மதிப்பு மட்டுமல்ல, அதன் ஆற்றலும் கூடிவிடுகிறது.

உண்மையிலேயே நீங்கள் விரும்பிய பைக் உங்களுக்குக் கிடைத்துவிட்டதென்றால் அதன் பின்னால் உங்களுக்குப் பிடித்தவளை உட்கார வைத்துக் கொண்டு ஓட்டும்போது எவ்வளவு சந்தோஷமாக ஓட்டுவீர்கள்? அதே சந்தோஷத்துடன் கற்பனையிலும் ஓட்ட வேண்டும். கடனே என்று செய்யக் கூடாது. காதலோடு செய்ய வேண்டும். ஆசையோடு, மனமகிழ்ந்து கற்பனை செய்தால், காட்சிப் படுத்தினால், மிக விரைவிலேயே கற்பனை செய்தது கிடைக்கும்.

க்ரெக் லுகானிஸ் என்பவரைத் தெரியுமா? இவர் ஒரு அமெரிக்க நீச்சல் வீரர். 1976-லிருந்து, 1984-வரை நடந்த பின்பக்கமாகவே நீச்சலடிக்கும் ஒலிம்பிக் போட்டிகளில் தங்கங்களை வென்றவர். இவர் ஒரு எய்ட்ஸ் நோயாளியும்கூட. இவர் போட்டிகளுக்குப் போவதற்கு முன்பு, எப்படியெல்லாம் 'டைவ்' செய்யப் போகிறோம், எப்படியெல்லாம் நீந்தப் போகிறோம் என்று மிகத் துல்லியமாகக் கற்பனையிலேயே நீந்திப் பார்ப்பாராம். தனது Breaking the Surface என்ற வாழ்க்கை வரலாற்று நூலில் இதுபற்றி அவர் குறிப்பிடுகிறார்.

தனது பெற்றோரால் கைவிடப்பட்டவர் இவர். தனது வகுப்பு நண்பர்களால் கேலி செய்யப்பட்டவர். எழுத்துக் கூட்டிப் படிப்பதிலும் இவருக்குப் பிரச்சனை இருந்தது. ஆனால் கற்பனை செய்வதில் மட்டும் எந்தப் பிரச்சனையும் இல்லை.

''நான் செய்யப் போகும் ஒவ்வொரு கட்ட நீச்சலையும் என் கற்பனையில் முதலில் திரும்பத் திரும்பச் செய்து பார்த்துவிடுவேன். எனவே நான் போட்டிக்குச் சென்றபோது காலியான தலையோடோ மனதோடோ நான் போனதே இல்லை. ஒவ்வொரு கட்டத்திலும் என்ன செய்யப் போகிறேன் என்பதை மனப்பாடமாக நான் வைத்திருந்தேன். ஏற்கனவே பலமுறை ஒத்திகை பார்த்ததைத்தான் ஒலிம்பிக் போட்டிகளில் நான் செய்தேன்'' என்று அவர் எழுதினார்!

வெய்ன் டக்ளஸ் க்ரெட்ஸ்கி என்பவர் கனடா நாட்டைச் சேர்ந்த உலகப் புகழ் பெற்ற ஐஸ் ஹாக்கி விளையாட்டு வீரர். "Greatest" விளையாட்டு வீரர் என்று வர்ணிக்கப்பட்டவர். ஐஸ் ஹாக்கி விளையாட்டின் உச்சபட்ச விருதான ஸ்டான்ஸி கோப்பையை வென்றவர். நான்கு முறை தங்க மெடல்கள் பரிசு பெற்றவர்.

''எங்களுக்கு முன் ஸ்டான்ஸி கோப்பையை வென்றவர்களுடைய படங்களையெல்லாம் என் அறையில் ஒட்டி அதையே பார்த்துக் கொண்டிருப்பேன். நானும் அவர்களைப் போல, அந்தக் கோப்பையை வெல்வதைப் போல கற்பனை செய்வேன். ஒரு பத்தாயிரம் முறையாவது இவ்வாறு செய்திருப்பேன்'' என்று கூறுகிறார் அவர்!

Ace Ventura, The Mask போன்ற புகழ் பெற்ற திரைப்படங்களில் நடித்த ஹாலிவுட் நகைச்சுவை நடிகர் ஜிம் கேரியை உங்களுக்கு நிச்சயம் தெரிந்திருக்கும். அவர் ஆரம்ப காலத்தில் வறுமையில் மிகவும் கஷ்டப்பட்டார். அவர் குடும்பமே ஒரு வேனில் வசிக்க வேண்டியிருந்தது. அவர் ஹாலிவுட்டில் வாழ்க்கையை மெல்ல ஆரம்பித்தபோது ஒரு காரியம் செய்தார். என்ன தெரியுமா? அவருக்கே அவர் பத்து மில்லியன் டாலர்களுக்கு ஒரு செக் கொடுத்துக் கொண்டார்! 1995-ம்ஆண்டுநடக்கஇருக்கும் நன்றி தெரிவிக்கும் நாளில் அது தனக்கு வருவதாக அவர் அதில் பின் தேதியிட்டுக் கொண்டார்! எங்கு சென்றாலும் அதை அவர் தன்னோடு எடுத்துச் சென்று அடிக்கடி பார்த்துக் கொண்டார்! விரைவிலேயே ஒரு படத்துக்கு இருபது மில்லியன் டாலர் வாங்கும் அளவுக்கு அவர் முன்னேறினார்!

ஸ்காட் ஆடம்ஸ் என்ற அமெரிக்கர் டில்பர்ட் என்ற புகழ்பெற்ற கார்ட்டூன் படங்களை உருவாக்கியவர். அவர் வாழ்க்கையில் முன்னேறியதும் கற்பனையில் உதவியால்தான்.

''உனக்கு என்ன வேண்டுமோ, அதை மனதில் காட்சிப்படுத்து'' என்று ஒரு தாளில் ஒவ்வொரு நாளும் 15 முறை எழுதிப் படித்தார்.

''இப்படி நான் செய்ய ஆரம்பித்தவுடன், ஆச்சரியமூட்டத்தக்க வகையில் தற்செயலாகக் காரியங்கள் நடக்க ஆரம்பித்தன. ஒரு சில மாதங்களிலேயே என் நோக்கம் நிறைவேறியது'' என்கிறார். கவனிக்கவும், தற்செயலாக! (இதுபற்றி விரிவாகப் புரிந்துகொள்ள, ஒரு தனி அத்தியாயமே கொடுத்துள்ளேன்).

அதோடு விட்டாரா? இல்லை. அடுத்ததாக ஒரு இலக்கை நிர்ணயித்துக் கொண்டார். ஸ்டாக் மார்க்கட்டில் அதிக லாபத்துக்கு

விற்கக்கூடிய பங்குகளை வாங்குவது பற்றித்தான் அடுத்த இலக்கு. அதைப் பற்றியே கற்பனை செய்து கொண்டு படுப்பாராம். ஒரு நாள், "க்ரிஸ்லர் கம்பனியின் ஷேர்களை வாங்கு" என்ற உத்தரவுடன் விழித்திருக்கிறார். அப்போது மோசமான நிலையில் போய்க்கொண்டிருந்த அந்தக்கம்பனியின் பங்குகளைக் கவலையின்றி வாங்கினார். ஆனால் என்ன ஆச்சரியம்! அவைகள் அவர் கனவுகள் சொன்னதுபோலவே அதிக லாபம் கொடுத்தன!

உடனே இன்னும் கொஞ்சம் பெரிய லட்சியமாக வைத்துக் கொண்டார். 94 சதவிகிதம் மதிப்பெண்கள் எடுத்து எம்.பி.ஏ. படிப்பது என்பதுதான் அடுத்த இலக்கு! அதுவும் சாத்தியமானது! கடைசியாகத்தான் கார்ட்டூன் தயாரிப்பவராக வேண்டும் என்று ஆசை வைத்துக் கொண்டார். டில்பர்ட் என்ற அங்கதக் கார்ட்டூன்களின் மூலம் உலகப் புகழ் அடைந்தார்! எல்லாமே மனதில் கற்பனை செய்து, காட்சிப்படுத்தியதால் கிடைத்த நன்மைகள்!

ஆக்கப்பூர்வமாகக் கற்பனை செய்வதென்பதும் வாழ்க்கையின் ரகசியத்தைப் புரிந்து கொள்வதும் ஒருவகையில் ஒன்றுதான். ஏனெனில் கற்பனை செய்து நம் ஆசைகளை மனத்திரையில் காட்சிப் படுத்தும்போது, இந்தப் பிரபஞ்சம் எந்த விதிகளின் அடிப்படையில் இயங்கிக் கொண்டிருக்கிறதோ அதே விதிகளோடு இணக்கமாக நாம் இருக்கிறோம்.

இடம் போலத் தோன்றுவதெல்லாம் இடமல்ல. திடம் போலத் தோன்றுவதெல்லாம் திடமல்ல. இதுவாகத் தோன்றுவதெல்லாம் இதுவல்ல. அதுவாகத் தோன்றுவதெல்லாம் அதுவும் அல்ல. என்ன தத்துவம் போல் தோன்றுகிறதா? தத்துவம் அல்ல, உண்மையின் மகத்துவம் இது.

உதாரணமாக, தண்ணீரை எடுத்துக் கொள்வோம். அது நீர். ஆனால் அது உண்மையில் நீரல்ல. ஆக்ஸிஜன், ஹைட்ரஜன் என்ற இரண்டு வாயுக்களின் கலவை. இல்லையா? அப்படியானால் நீர் என்பது நீரல்ல, வாயு என்று சொல்லலாம். ஆனால் ஆக்சி ஜனையோ, ஹைட்ரஜனையோ ஆராய்ந்தால் அவை வாயுவல்ல என்பது தெரியவரும்! எல்லாவற்றையும் துருவித் துருவி ஆராய்ந்து கொண்டே போனால், சின்னச் சின்னதாகப் பகுத்துக் கொண்டே போனால், கடைசியில் எல்லாமே, சூரியனிலிருந்து சூர்யா வரை, அணுக்களால் ஆனவைதான் என்பது தெரியும். அணுக்களின் உள்ளேயும் போய்ப்பார்த்தால், எல்லாமே சக்தியின் வெவ்வேறு வடிவங்கள்! அவைகள் வெவ்வேறு விதமான வேகத்தில் அதிர்ந்து கொண்டிருக்கின்றன! அவ்வளவுதான்.

இந்த சக்தி அலைகளில் எண்ணம் என்பது மிகவும் நுட்பமான, அதி விரைவாகச் செல்லக் கூடிய, அதிர்வலைகளை ஏற்படுத்தக் கூடிய சக்தி வடிவமாகும். அதனால்தான் எந்தக் காரியத்தையும் செய்வதற்கு முன்னர் நாம் அதைப்பற்றி முதலில் நினைக்கிறோம். நினைப்பே காரியங்களை சாத்தியமாக்குகிறது.

நாம் எதைப்பற்றி அடிக்கடி நினைக்கிறோமோ, எதை உறுதியாக நம்புகிறோமோ, எதை எதிர்பார்த்துக் கொண்டே இருக்கிறோமோ அது நிச்சயமாக நமக்கு வரும். அது நல்லதாகவும் இருக்கலாம், கெட்டதாகவும் இருக்கலாம். இது ஒரு பிரபஞ்ச விதி. ஆங்கிலத்தில் இதை Law of Attraction, அல்லது Law of Radiation என்று சொல்கிறார்கள். ''பிறர்க்கின்னா முற்பகல் செய்யின், தமக்கின்னா பிற்பகல் தாமே வரும்'' என்று வள்ளுவரும் இதை மிக அழகாகச் சொல்லியிருக்கிறார்.

கூடைப்பந்து மேதை மைக்கேல் ஜோர்டான் உடலை இரண்டு முறை முழுமையாக 720 டிகிரி திருப்பி பின்பு பந்தை கூடைக்குள் செலுத்தி 'கோல்' போடுவார். அவர் கையில் பந்து போய்விட்டதென்றால் அடுத்தது 'கோல்'தான். தினசரி, அடிக்கடி, பந்து கோலில் விழுவது போன்ற காட்சியைத் தன் மனத்திரையில் பார்த்ததுதான் அவரது அபார விளையாட்டின் ரகசியமாக இருந்தது.

கால்ஃப் பந்து விளையாட்டில் உலகில் முதல் இடத்தில் இருக்கும் டைகர் உட்ஸ் என்பவர் பயன்படுத்தியதும் இந்த உத்திதான். பந்து எங்கே போய், எந்தக் குழியில் விழ வேண்டுமோ அதில் விழுவதாக அவர் அடிக்கடி கற்பனை செய்வார்.

நீங்கள் யார் மீதாவது கோபப்பட்டுக் கொண்டே இருந்தீர்களென்றால், உங்கள்மீது யாராவது கோபப்படுவார்கள். நீங்கள் எப்போதும் பலரை வெறுத்துக் கொண்டே இருந்தீர்களென்றால், நீங்கள் வெறுக்கப்படுவீர்கள். நீங்கள் எல்லார் மீதும் அன்பாக இருக்க முயன்று பாருங்கள். உங்கள் எதிரிகூட உங்கள் நண்பனாகிவிடுவான். Judge not, nor ye be judged என்று ஜீசஸ் சொல்லவருவதும் இதுதான்.

அற்புத மனிதன்

வரலாற்றைப் புரட்டிப் பார்த்தால், பெருவெற்றி பெற்ற, சாதனை படைத்த யாருடைய வாழ்விலும் இந்தக் காட்சிப்படுத்திப் பார்க்கும் பண்பு பெரும் பங்கு வகித்திருப்பது புரியும்.

அவர் பெயர் மோரிஸ் குட்மேன் (Morris Goodman). பெயருக்கேற்றாற்போல் நல்ல மனிதர். ஒரு இன்ஷுரன்ஸ்

அதே விநாடி

கம்பனியின் ஏஜண்டாக வேலை பார்த்து வந்தார். நல்ல வருமானம். பணம், புகழ் எல்லாம் கிடைத்தது. கூடவே சொந்தமாக ஒரு விமானமும். அங்கேதான் பிரச்சனை ஆரம்பமானது. ஏதோ ஒரு இடத்தில் அது விபத்துக்குள்ளானது. அது மோரிஸின் வாழ்க்கையைத் தலைகீழாகப் புரட்டிப் போட்டது. அவருடைய கழுத்தெலும்பு இரண்டு இடங்களில் உடைந்து போனது. முதுகுத்தண்டு முற்றிலுமாக நசுங்கிப்போனது. அவருடைய சிறுநீரகம், குடல்கள், வயிறு, உதரவிதானம் எல்லாமே செயலற்றுப்போயின. அவரால் சாப்பிடவோ, குடிக்கவோ, பேசவோ முடியாது. உயிர் மட்டும் மீதியுள்ள பிணம்போல அவர் மருத்துவமனையில் கிடந்தார்.

அவரால் செய்ய முடிந்ததெல்லாம் இரண்டு காரியங்கள்தான். வேண்டும் என்றால் ஒரு முறையும், வேண்டாமென்றால் இரண்டு முறையும் கண்களை மூடித் திறப்பார். அவ்வளவுதான் அவரது இயக்கம்.

ஆனால் அந்தச் சூழ்நிலையிலும் அவருக்கு ஒன்று தெளிவாகத் தெரிந்திருந்தது. ஒரு மனிதன் எதை நினைக்கிறானோ அதுவாகவே அவன் ஆகிறான் என்பதுதான் அது. As a man thinketh என்ற பைபிள் வாசகம் பிரபலமானது. எனவே அவரும் நினைக்க ஆரம்பித்தார். காட்சி வடிவத்தில். நமக்கிருக்கும் பிரச்சனைகளை ஒவ்வொன்றாகத் தீர்க்கலாம் என்ற முடிவோடு.

அவரது முதல் முயற்சி தன் மீது பொருத்தியிருக்கும் வெண்டிலேட்டரை எடுத்துவிட்டு இயற்கையாக மூச்சு விடுவது தான். அதற்கான முதல் முயற்சியாக கொஞ்சம் காற்றை அந்த யந்திரம் மூலம் உறிஞ்சி உள்ளே இழுக்க முயன்றார். அப்படி அவர் ஒவ்வொரு முறை முயன்றபோதும் அவரது நுரையீரல் எதிலோ போய் இடித்துக் கடுமையான வேதனை கொடுத்தது.

என்றாலும் அவர் விடவில்லை. கடுமையாக முயன்று நூறு முறை மூச்சு விட்டார். பிறகு 200 முறை, பிறகு 300 முறை! அப்படிச் செய்தபோது அவரது நுரையீரல் மூன்று மடங்கு பெரிதானது! வெண்டிலேட்டரை மருத்துவர்கள் எடுத்துவிட்டார்கள். ஆனால் எப்படி அவரால் மூச்சுவிட முடிந்தது என்ற அதிசயம் மட்டும் அவர்களுக்குப் புரியவே இல்லை.

அவரது அடுத்த ப்ராஜக்ட் கிறிஸ்துமஸுக்கு முன் எழுந்து நடப்பதுதான்! அதற்காக அவர் தினமும் செய்தது ஒன்றுதான். நடப்பது மாதிரி கற்பனை செய்தார். ஆனால் அவர் காட்சி வடிவத்தில் நினைத்தது

போலவே அடுத்த கிறிஸ்துமஸில் அவர் எழுந்து நடமாடவும் செய்தார்! டயஃப்ரம் எனப்படும் அவரது உதரவிதானம் முழுமையாகக் கெட்டுக் கிடந்ததால், தனது மன உறுதியின் மூலமும், காட்சிப்படுத்துதலின் மூலமும் அதற்குப் பதிலாக தன் வயிற்றுத் தசையை அவர்பயன்படுத்தினார்! இப்படி இந்த உலகில் செய்ய முடிந்த ஒரே மனிதர் இவர்தானாம்! ஒரு வாக்கியத்தைப் பேச அவருக்கு இரண்டு ஆண்டுகளானது. ஆனால் பிடிவாதமாக, காட்சிப்படுத்திப் பார்த்தலின் மூலமாக மட்டுமே குணமடைந்த இவர் ''அற்புத மனிதர்'' என்று மிகச் சரியாக வர்ணிக்கப்படுகிறார்.

எதை நாம் காட்சி ரீதியான மனதில் அடிக்கடி ஓட்டுகிறோமோ அதுதான் நடக்கிறது. விரைவாகவோ தாமதமாகவோ. நாம் புரிந்துகொள்ள வேண்டிய முக்கியமான விஷயம் இதுதான். விடாப்பிடியாகஒருகாரியத்தைத்தொடர்ந்துநாம்செய்துவரும்போது, நமக்கு இயல்பாகவே அமைந்திருக்கும் காட்சிப்படுத்தும் திறமையும் வேகமாக வளரும்.

காட்சிப்படுத்துதல் என்ற கற்பனையை எப்படிச் செய்வது?

இரண்டு பயிற்சிகள்

- மற்ற பயிற்சிகளுக்கு செய்வதைப் போலவே ஒரு இடத்தையும் ஒரு நேரத்தையும் தேர்ந்தெடுத்துக் கொள்ளுங்கள்.
- முகம், கை,கால்களைக் கழுவி விட்டு நேராக அமர்ந்து கொள்ளுங்கள் அல்லது நேராக, தலையணை இல்லாமல், மல்லாக்கப் படுத்துக் கொள்ளுங்கள்.
- காலில் இருந்து தலைவரை உங்கள் உடல் எப்படி இருக்கிறது என்று அவசரப்படாமல் உணர்ந்து பாருங்கள். இப்படிச் செய்வதால் உடல் ரிலாக்ஸ் ஆகும். உடல் ரிலாக்ஸ் ஆவதால் மனம் ரிலாக்ஸ் ஆகும். ஏனெனில் உடல் வேறு மனம் வேறு அல்ல. கண்ணால் பார்க்கக்கூடிய மனம்தான் உடல், கண்ணால் பார்க்க முடியாத உடல்தான் மனம் என்று ஓஷோ அழகாகச்

அதே விநாடி

சொன்னார். மனம் ரிலாக்ஸ் ஆனால்தான் கற்பனை வேலை செய்யும்.

- இப்போது சில நல்ல வார்த்தைகளை, வாசகங்களை லேசாக வாயாலோ, அல்லது மனதாலோ மூன்று முறை சொல்லிக் கொள்ளுங்கள். உதாரணமாக, ''ஆண்டவன் கருணை கொண்டு நான் தேர்வில் நல்ல மதிப் பெண்கள் பெற்று பாஸ் ஆகிறேன்''.

- இப்படி சொல்லும்போதே, நினைக்கும்போதோ, அதற்கு மாற்றமாக, உங்கள் நினைப்பைக் கேலி செய்வது மாதிரி, எங்கே நடக்கப் போகிறது என்பது மாதிரியான எதிர்மறையான எண்ணங்கள் வந்தால், அதை எதிர்த்துப் போராட வேண்டாம். அப்படியே அவற்றை அனுமதியுங்கள். எதிர்த்தால்தான் அவைகளுக்கு சக்தி ஏற்பட்டுவிடும். அப்படியே வரவிட்டு சும்மா பார்த்துக் கொண்டிருங்கள். அவைகள் தாமாகவே பலமிழந்து போய்விடும்.

- இப்போது உங்கள் ஆசையை உங்கள் மனத்திரையில் காட்சியாக ஓட்டிப் பாருங்கள்.

- தினமும் அதே நேரத்தில், அதே இடத்தில் இந்தப் பயிற்சியைச் செய்யுங்கள்.

- இது ஒரு ஐந்து நிமிடமாக இருக்கலாம். அல்லது நீங்கள் விரும்பும் நேரம் வரை செய்யலாம்.

- தூங்கப் போவதற்கு முந்தியோ, காலையில் விழித்த உடனேயோ இந்தப் பயிற்சியை செய்வது மிகுந்த பலனை விரைவில் தரும்.

- உட்கார்ந்து கொண்டாலும் சரி, படுத்துக் கொண்டாலும் சரி, முதுகுத்தண்டு நேராக இருப்பதுபோல் பார்த்துக் கொள்ள வேண்டும். அப்போதுதான் சக்தி பரவ வழி ஏற்படும். அப்போதுதான் நாம் நமக்கு வெற்றி தரக்கூடிய ஆல்ஃபா என்ற மனநிலையில் இருப்போம்.

- கற்பனை செய்யும்போது யாருக்கும் தீங்கு நேர்வது மாதிரி செய்யக் கூடாது. உதாரணமாக, உங்களுக்கு வேலையில் பதவி உயர்வு வர விரும்பிக் கற்பனை செய்தால், உங்களுக்கு மேலே உள்ளவருக்கு வேலை போவதாகவும், அந்த இடத்தில் நீங்கள் அமர்வதுபோலவும் நினைக்க வேண்டாம். அவருக்கு வேறு ஒரு பதவி உயர்வு கிடைப்பதாகவும், உங்களுக்கும் கிடைப்பதாகவும் நினைக்க வேண்டும். உள்ளுவதெல்லாம் உயர்வுள்ளல் என்பதை நினைவில் கொள்ளுங்கள்.

  இதுவும் பிரபஞ்ச விதிதான். யாரையும் அடித்து வீழ்த்திவிட்டு நாம் முன்னேற முடியாது. அப்படிச் செய்தால் நம்மை அடித்து வீழ்த்த இன்னொருவன் வருவான். எல்லாருக்கும் நன்மையை நினைத்தால் உங்களுக்கும் அதுவே நடக்கும்.

- **கீழ்க்காணும் வாக்கியங்களையோ அல்லது இவற்றையொத்த வாக்கியங்களையோ பயிற்சியின்போது சொல்லிப் பழகலாம்:**

- ஒவ்வொரு நாளும், ஒவ்வொரு வகையிலும் நான் முன்னேறிக் கொண்டே இருக்கிறேன்
- என் வாழ்க்கையின் எஜமானன் நானே
- நான் தேடுவதெல்லாம் எனக்குள்ளேயே இருக்கிறது
- இந்தப் பிரபஞ்சம் மிகுந்த வளமுள்ளது. இதில் எல்லோருக்குமே நிறைய உள்ளது
- நான் எவ்வளவு அதிகமாகக் கொடுக்கிறேனோ, அவ்வளவு அதிகமாகப் பெற்றுக் கொள்கிறேன்.

இளஞ்சிவப்பு நீர்க்குமிழி பயிற்சி

மேலே சொன்னமாதிரியெல்லாம் செய்துவிட்டு காட்சிப்படுத்தும் கட்டத்துக்கு வரும்போது, இந்தப் பயிற்சியைச் செய்யலாம். ஒரு இளஞ்சிவப்பான, ராட்சச நீர்க்குமிழி ஒன்று உங்களுக்கு மேலே மிதக்கிறது. அதற்குள் உங்கள் ஆசை நிறைவேறும் காட்சியை வையுங்கள்.

அதாவது இளஞ்சிவப்பு வட்ட வடிவ நீர்க்குமிழித் திரைக்குள் படம் பார்ப்பது மாதிரி. பின் கொஞ்ச நேரத்தில் அந்தக் காட்சியோடு அந்தக் குமிழி பறந்து போய் பிரபஞ்சத்தில் சேர்ந்து கொள்கிறது. அல்லது அப்படியே காற்றில் மிதந்து வானத்துக்குப் போகிறது என்பதாகவும் கற்பனை செய்யுங்கள். உங்கள் ஆசையானது பிரபஞ்சத்தில் மிதந்துசென்று அதற்குத் தேவையானவற்றையெல்லாம் கவர்ந்திழுத்து செயல் வடிவம் பெறப் போகிறது என்று அர்த்தம். செய்து பாருங்கள்.

9 வண்ணத்துப்பூச்சி என்ன சொல்கிறது?

> பெரிய விளைவுகளை ஏற்படுத்தக்கூடிய சின்னச் சின்ன அசைவுகள், விழிப்புணர்வின்றி செய்யும் சின்னச் சின்ன இயக்கங்கள், சின்னச்சின்ன காரியங்கள் இவைதான் சிமிலாரிட்டி. சின்னதை மாற்றினால் பெரியதும் மாறும்
>
> —ஹஸ்ரத் மாமா

வில்லியம் ப்ளேக்-கின் 'ஆகரீஸ் ஆஃப் இன்னொசன்ஸ்'
(Auguries of innocence) என்ற கவிதையில்
A dog starved at his master's gate
Predicts the ruin of the state
என்று ஒரு வரி வருகிறது.

ஒரு நாய்க்காக இவ்வளவு இரக்கப்படுகிறாரே, ரொம்ப மென்மையாக கவிஞராகத்தான் இருக்கவேண்டும் என்று அப்போது தோன்றியது. ஆனால் 'சிமிலாரிட்டி சயன்ஸ்' அல்லது 'வண்ணத்துப்பூச்சி விளைவு' என்பதைப் புரிந்துகொண்டபோதுதான் அந்தக் கவிதையின் ஆழமும் புரிய ஆரம்பித்தது. நாய்க்கும் நாட்டுக்குமான உறவு வெறும் சந்தமாக அப்போது தோன்றியது. ஆனால் மறுக்கமுடியாத உண்மையைத்தான் அது சொல்லியது என்பது இப்போதுதான் புரிகிறது. என்ன புரியவில்லையா?

ஒருமுறை என்னைப் பார்க்க ஒருவர் வந்தார். என் நூல்களைப் படித்துவிட்டு அவைகளால் உந்தப்பட்டு என்னைப் பார்க்கவேண்டும் என்ற முடிவோடு வந்திருந்தார். என்னை வந்து கல்லூரியில் பார்த்தார். நான் அவரை அமரவைத்து அவர் சொல்வதையெல்லாம் கேட்டேன்.

பிறகுதான் தெரிந்தது அவர் என்னுடைய பழைய மாணவர் என்று! அவருக்கு என் பெயரும் என் முகமும் ஞாபகம் இருக்கிறது.

ஆனால் எனக்குத்தான் அவர் பெயரோ முகமோ தெரியவில்லை. அவர் பெயர் முந்திரிக்கொட்டை (என்று வைத்துக்கொள்வோம்). நான் ஒரு ஆண்டுக்கு ஆயிரம் மாணவர்களைப் பார்க்கிறேன். எல்லோர் முகங்களையும் பெயர்களையும் நினைவில் வைத்திருப்பது எனக்கு சாத்தியமில்லை. ஆனால் அவர்கள் அனைவரும் என் ஒருவன் முகத்தை மட்டும் வருஷம் பூரா பார்க்கிறார்கள் (பாவம்). எனவே என் பெயரும் முகமும் வேறு வழியின்றி அவர்களுக்கு நினைவில் இருப்பதில் ஆச்சரியமொன்றுமில்லை.

சரி விஷயத்துக்கு வருவோம். ''சார், நீங்க புஸ்தகமெல்லாம் எழுதுவீங்கன்னு எனக்குத் தெரியாது. உங்கள் புஸ்தகத்தப் படிச்சேன். என்னோட பிரச்சனைக்கு உங்களால எதாவது தீர்வு சொல்லமுடியும்னு தோணிச்சு. அதான் வந்தேன்'' என்றார்.

ஒரு நண்பர் கஷ்டத்தில் இருந்தாராம். அவர் கேட்காமலே இவராகவே போய் அவருக்கு ஒரு லட்ச ரூபாய் கொடுத்து உதவி புரிந்திருக்கிறார். இது நடந்து பதினைந்து ஆண்டுகளுக்கு

ALTER ALTER EGO ALTER EGO

ALTER EGOS

வெற்றியைக் கெடுக்கின்ற சிமிலாரிட்டிகள் என்னென்னெ இருக்கின்றன என்று கண்டுபிடித்து அவற்றைப் போக்குவதுதான் சிரமமான காரியம்

முன்பு. ஆனால் பணம் கொடுத்ததற்கான எந்த ஆதாரமும் அவர் வைத்துக்கொள்ளவில்லை. மனிதாபிமானம், இரக்கம் ஆகிய குணங்களே அங்கே மேலோங்கி இருந்திருக்கின்றன.

சரி, அதில் என்ன பிரச்சனை என்கிறீர்களா? இன்னும் முக்கியமான விஷயத்தை நான் சொல்லவில்லை. பொறுமை. இதோ வருகிறேன். அவர் சொன்னார். அந்த நண்பர் நல்ல நிலைக்கு வந்த நேரத்தில் இவர் கெட்ட நிலைக்குப் போயிருக்கிறார்! அவரிடம் போய்க் கொடுத்த பணத்தைக் கேட்டிருக்கிறார். ஆனால் நீ எப்ப எனக்குப் பணம்கொடுத்தே என்று அவர் கேட்டிருக்கிறார்! இதுதான் அவருடைய பிரச்சனை.

அவருடன் பேசிக்கொண்டே இருந்தபோது அவர் இன்னொரு காரியம் செய்தார். பேனா கேட்டு ஒருவர் துறைக்கு வந்தார். என்ன விஷயம் என்று இவரே கேட்டு உடனே தன் பேனாவைக் கொடுத்தார். எனக்குச் சட்டென்று பல ஆண்டுகளுக்கு முன் நடந்த அந்த நிகழ்ச்சி நினைவுக்கு வந்தது. அது ஒரு தெய்வீக உதிப்பு என்றுதான் சொல்லவேண்டும்.

அது என்ன என்கிறீர்களா? இதுதான். ஒருநாள் நான் பாடம் நடத்திக்கொண்டிருந்தேன். நடத்திவிட்டு ஒரு மாணவரைப் பார்த்து அது தொடர்பாக ஒரு கேள்வி கேட்டேன். உடனே அவசர குடுக்கை அந்தக் கேள்விக்கான ட்திலைச் சொன்னார். மாணவர்கள் இப்படிச் சொல்வது எனக்குப் பிடிக்காது.

'நான் உன்னிடமா கேட்டேன்? உன்னிடம் கேட்டால் மட்டும் நீ பதில் சொல்லு' என்று அவரை 'ஆஃப்' செய்தேன்.

இப்போது புரிந்துவிட்டது. அவசரமாக முந்திக்கொண்டு கேட்காத கேள்விக்குப் பதில்சொல்லும் குணம் கேட்காமலே உதவி செய்யும் குணத்தின் பிரதிபலிப்பாக இருந்துள்ளது. அவருடைய பிரச்சனையின் வேர் அங்குதான் இருந்தது. எனக்குப் புரிந்துவிட்டது. இதைத்தான் என் குருநாதர் ஹஸ்ரத் மாமா 'சிமிலாரிட்டி சயன்ஸ்' என்று சொல்வார்கள். விஞ்ஞானம் இதை 'த பட்டர்ஃபிளை எஃபக்ட்' (The Butterfly Effect) என்று கூறுகிறது.

கேட்காமலே பதில் சொல்லும் பழக்கம் அவருக்கு ஏன் இருந்தது? தனக்குத் தெரியும் என்று தம்பட்டம் அடித்துக்காட்டு வதற்கு அவருடைய அறிவு, சுயம் (ஈகோ) துடித்தது. தான் ஒரு அறிவாளி என்று வெளிப்படுத்திக்கொள்ள அவரது சுயம்

விரும்பியது. அதே பழக்கம்தான் பிற்காலத்தில், தான் ஒரு தர்மவான், கேட்காமலே உதவி செய்பவன் என்று காட்டிக்கொள்ள விரும்பியிருக்கிறது. கேட்காமல் அறிவைக் கொடுப்பதால் பெரிய நஷ்டம் எதுவும் வந்துவிடாது. வேறு ஆசிரியராக இருந்திருந்தால் அவரைப் பாராட்டிக்கூட இருக்கலாம். அதை எதிர்பார்த்துத்தான் அவரும் சொல்லியிருப்பார். ஆனால் என்னுடைய பயிற்சி அதை அனுமதிக்கவில்லை. அப்படிப்பட்ட முந்திரிக்கொட்டை பழக்கங்கள் எங்கே கொண்டுபோய் விடும் என்று எனக்குத் தெரியும்.

அதனால்தான் நான் அவரை அப்போது 'ஆஃப்' செய்தேன். ஆனால் வாழ்வின் ஓட்டத்தில், வேறு யாரும் அதைத் தவறு என்று சொல்லாததாலும், தடுக்காததாலும், புகழ்ந்து பேசியதாலும் அவர் அதைத் தொடர்ந்து செய்துகொண்டிருந்துவிட்டார். அதன் விளைவு தான் ஒரு லட்ச ரூபாய் இழப்பாக வந்து அன்று நின்றுகொண்டிருந்தது.

இதைத்தான் நாம் புரிந்துகொள்ளவேண்டும். தேவையே இல்லாமல் தொடைகளை ஆட்டிக்கொண்டே இருக்கிறீர்களா? அப்படியானால் எவ்வளவு பணம் சம்பாதித்தாலும் உங்களால் நிறைவடைய முடியாது. ஏன்? எல்லாப் பணமும் தேவையில்லாமல் செலவாகிக்கொண்டே இருக்கும்! தேவையில்லாமல் தொடையை ஆட்டுவதற்கும் தேவையில்லாமல் பணத்தைச் செலவு செய்ததற்கும் உள்ள தொடர்பு நமக்குப் புரிவதற்குள் நம் வாழ்நாள் முடிந்திருக்கும்.

கணிதவியலாளரும் வானிலை ஆராய்ச்சியாளருமான எட்வர்ட் நார்டன் லாரன்ஸ் என்ற அமெரிக்கர்தான் 'த பட்டர் ஃப்ளை எஃபக்ட்' என்ற வாக்கியத்தை உருவாக்கினார். ஒரு இடத்தில் வண்ணத்துப்பூச்சிகள் தம் சிறகுகளை வேகமாகத் துடிக்கத் துடிக்க ஆட்டிக் கொண்டிருந்தன என்றால் பூமியின் எங்கோ ஒரு மூலையில் ஒரு சூறாவளி உருவாகி வந்துகொண்டிருக்கிறது என்று அர்த்தம் என்பதை அவர் நிரூபித்தார்.

என்ன இது? வண்ணத்துப்பூச்சிகள் வேகமாகத் தம் சிறகுகளை அடித்துக்கொண்டால் சூறாவளி வருமா? ஆம், வரும். ஏனெனில் இந்த உலகில் எதுவுமே தனியாக நடப்பதில்லை. எல்லாமே ஒன்றோடொன்று கண்ணுக்குத் தெரியாத தொடர்பில்தான் இருக்கின்றது. ஒரு விரலைத் தேவையில்லாமல் அசைத்தால்,

அதற்கு ஏற்றபடி இந்தப் பிரபஞ்சத்தில் ஒரு மாற்றம், ஒரு இயக்கம், ஒரு அசைவு ஏற்படும் என்று என் குருநாதர் சொன்னதும் இதற்காகத்தான். கை அரித்தால் பணம் வருமா என்ற கேள்வியும் இதோடு தொடர்பு கொண்டதுதான். 'எல்லாமே விதி' என்ற அத்தியாயத்தில் இதுபற்றி விரிவாகச் சொல்லியிருக்கிறேன்.

அமெரிக்காவுக்குக் கிளம்பிக்கொண்டிருந்த விவேகானந்தர் தன் குருவின் மனைவியான அன்னை சாரதாவிடம் ஆசிபெற்றுக்கொள்ள விரும்பினார்.

''நீ அமெரிக்காவில் போய் என்ன செய்யப்போகிறாய்?'' என்று அன்னை கேட்டார்.

''நான் தர்மத்தின் செய்தியை அந்த நாட்டில் பரப்பப் போகிறேன்'' என்றார் விவேகானந்தர்.

சமையல் கட்டில் இருந்த அன்னை, ''அந்தக் கத்தியை எடுத்துக் கொடு'' என்று காய்கறி நறுக்கும் கத்தியை எடுத்துக் கொடுக்கச் சொல்லிக் கேட்க, கத்தியை எடுத்து விவேகானந்தர் கொடுக்கிறார். கத்தியை வாங்கிக்கொண்ட அன்னை ''உனக்கு என் ஆசிகள்'' என்று ஆசீர்வதித்தார்.

ஆனால் ஸ்வாமிக்கு சந்தேகம் வந்தது. கத்தியை எடுத்துக் கொடுத்ததற்கும் அன்னையின் ஆசிக்கும் என்ன தொடர்பு? அன்னை சொன்னார் : ''நீ கத்தியை எப்படி எடுத்துக் கொடுக்கிறாய் என்று பார்த்தேன். நீ சரியாகத்தான் எடுத்துக்கொடுத்தாய். தர்மத்தின் செய்தியை அமெரிக்காவில் சொல்ல நீ சரியானவன்தான் என்று புரிந்துகொண்ட பிறகே உன்னை ஆசீர்வதித்தேன்'' என்றார்.

என்ன புரியவில்லையா? விவேகானந்தர் கத்தியின் கூர்மையான முனை தன்பக்கம் இருக்குமாறு பிடித்துக்கொண்டு அன்னையிடம் அதைக் கொடுத்தார். பொதுவாகக் கத்தியை அல்லது எந்தக் கூர்மையான பொருளையும் நாம் ஒருவருக்குக் கொடுக்கும்போது கூர்மையான பக்கம் அடுத்தவரை நோக்கி இருக்குமாறுதான் கொடுப்போம். அதில் தவறொன்றுமில்லைதான்.

ஆனால்விவேகானந்தர்கொடுத்தமுறையில்ஒருவேளைகத்தியால் குத்துப்பட நேர்ந்தால் அதன் கூர்முனை கொடுப்பவரைத்தான் குத்தியிருக்கும். வாங்குபவரை அல்ல. அதுதான் தர்மம், அதுதான் அஹிம்சை. நாம் கஷ்டப்பட்டாலும் பரவாயில்லை, அடுத்தவர் கஷ்டப்படக்கூடாது என்ற மன நிலையின் வெளிப்பாடு.

அதுமட்டுமல்ல. கூர்மையான எந்தப் பொருளையும் இந்த முறையில் நாம் கொடுப்போமென்றால் அது வாங்குபவரை

மரியாதைப் படுத்துவதாகும். ஆனால் இப்படி பரிசோதிக் கப்படுவோம் என்று விவேகானந்தர் எதிர்பார்க்கவில்லை. அன்னை யார்? பரமஹம்சரோடு வாழ்ந்தவராயிற்றே! விவேகானந்தரின் இயல்பே அடுத்தவரைக் காயப்படுத்தாததாக இருந்தது. கத்தியை அவர் எடுத்துக் கொடுத்தது ஒரு சின்ன விஷயம்தான். ஆனால் தர்மத்தை ஒரு நாட்டுக்கே எடுத்துச் சொல்லப்போகின்றவரின் மனநிலையை விளக்கிய ஒரு பெரிய விஷயமாக அது இருந்தது. அதனால்தான் அன்னை ஆசிவழங்கினார்கள்.

இதைத்தான் ஆங்கிலத்தில் similarity science என்றும் the buttefly effect என்றும் சொல்கிறார்கள். தமிழில் மொழிபெயர்க்க முடியாத வாக்கியங்கள் இவை.

ஒரு மனிதன் பெரிய பெரிய விஷயங்களில், பிரச்சனைகளில் எப்படி நடந்து கொள்வான் என்பதை வெளிப்படுத்துகின்ற சின்னச்சின்ன விஷயங்கள் அவனிடம் இருக்கும். அதாவது அந்த பெரிய விஷயங்களுக்கு இணையான சின்ன விஷயங்கள். ஒரு புள்ளி போட்டால் கோலமே போட்டுவிடுவேன் என்றோ கோடு போட்டால் ரோடு போட்டுவிடுவேன் என்றெல்லாம் வசனம் பேசுகிறோமல்லவா? அந்த புள்ளி அல்லது கோடுதான் இந்த வண்ணத்துப்பூச்சி விளைவு. ஒரு சின்ன அசைவு. அது நம்மைக் காட்டிக்கொடுப்பதாகவோ அல்லது யாரென்று நிரூபிப்ப தாகவோ அமைந்து விடும்.

யூதாஸ் இயேசுவின் கைகளில் முத்தமிட்டான். மரியாதையை வெளிப்படுத்த சீடர்கள் அப்படிச் செய்வது வழக்கம்தான். ஆனால் அன்று யூதாஸ் கொடுத்த முத்தம் மரியாதையின் காரணமாக அல்ல. அது காட்டிக் கொடுத்த முத்தம். இயேசுவை சிலுவையைச் சுமக்கவும், சிலுவையில் அறையவும் வைத்த முத்தம். மிகப்பெரிய விளைவை ஏற்படுத்திய ஒரு மிகச் சின்ன காரியம். இப்படிப்பட்ட முத்தங்களை நீங்கள் உங்களுக்கே கொடுத்துக்கொண்டு உங்களை நீங்களே சிலுவையில் அறைந்துகொள்வதுதான் நம் காலத்தின் சோகமே! மேலே சொன்ன கதையில் முந்திரிக்கொட்டை அதைத்தான் செய்துகொண்டிருந்தார். அவருக்குத் தெரியாமலே!

ரெஜிஸ்டர் திருமணம் செய்து கொள்ள ஒரு காதல் ஜோடி சென்றது. தனக்கான விண்ணப்பப் படிவத்தில் மணமகள் கையெழுத்துப் போட்டாயிற்று. அடுத்து மணமகன் போட்டான். அதைப் பார்த்த மணமகள், ''நான் இவனை உடனே விவாகரத்து செய்ய விரும்புகிறேன்'' என்று கூச்சலிட்டாள். இன்னும் திருமணமே நடக்கவில்லை, அதற்குள் விவாகரத்தா? என்ன விஷயமென்று கேட்டதற்கு அவள் சொன்னாள்:

''நான் சின்ன எழுத்துக்களில் கையெழுத்துப்போட்டேன். ஆனால் இவன் (மணமகனைத்தான் மரியாதையாக) பெரிய எழுத்துக் களில் போடுகிறான். ஆணாதிக்கம் இங்கேயே ஆரம்பித்துவிட்டது. இவனோடு நான் வாழமுடியாது'' என்று கூறினாள்!

ஒரு சின்னக் கையெழுத்தை வைத்து தன் எதிர்காலத் தலையெழுத்தையே அவள் கணித்துவிட்டாள்! வண்ணத்துப்பூச்சி விளைவைத் தெரிந்துகொண்டவள்போலும்! உண்மைதான். சென்னையில் ஒரு பிரபல மருத்துவமனையில் சில ஆண்டு களுக்கு முன் இது நடந்தது. (இப்போதும் நடக்கிறதா என்று தெரியவில்லை). நீங்கள் கையெழுத்துப் போட்டால் போதும். உங்கள் ரத்தம் எந்த 'க்ரூப்' என்று மிகச் சரியாக ஒருவர் எழுதிக் கொடுப்பார்! ரத்தப்பரிசோதனை செய்து பார்த்து பலர் அதை உறுதிசெய்து ஆச்சரியப்பட்டுப்போனார்கள். அதுவும் இதோடு தொடர்புடையதுதான். இதற்கும் அதற்கும் தொடர்பு, இணைப்பு உள்ளது. அதை இதுவும், இதை அதுவும் வெளிப்படுத்திக்கொண்டுதான் இருக்கிறது. ஆனால் நாம்தான் புரிந்துகொள்வதில்லை.

இந்த மாதிரி சின்னச் சின்ன விஷயங்களில் மறைந்திருக்கும் வண்ணத்துப்பூச்சி விளைவைப் புரிந்துகொள்ளாததனினால் நமக்கு வரவேண்டிய வெற்றிகளையெல்லாம் நாம் தடுத்துக் கொண்டிருக்கிறோம். அல்லது தோல்விகளாக மாற்றிக் கொண்டிருக்கிறோம். இதை நாம் புரிந்துகொள்வது மிகவும் அவசியம்.

வின்ஸ்டன் சர்ச்சில் இங்கிலாந்தின் பிரதம மந்திரியாகத் தேர்வானதற்குப் பல காரணங்கள் சொல்லப்பட்டன. அதில் ஒரு சுவாரஸ்யமான காரணம், போட்டியிட்ட, எல்லோராலும் விரும்பப் பட்ட இன்னொருவர் அன்றைக்கு வரவில்லை என்பது! அவர் ஏன் வரவில்லை? அவருக்கு அன்று ஒரு பல் உடைந்துபோனதால்,

அதைச் சரி செய்ய அவர் மருத்துவரைப் பார்க்கப் போனாராம். அதனால் சர்ச்சிலுக்கு அடித்தது யோகம் என்று கூறுவார்கள். அவர் அன்று பல் டாக்டரைப் பார்க்காமலிருந்திருந்தால் இங்கிலாந்தின் பிரதமராகியிருக்கலாம் என்கிறார்கள். ஆனால் இது வண்ணத்துப் பூச்சி விளைவுக்கான சரியான உதாரணம் அல்ல. ஏனெனில் பல் உடைந்தது ஒருவருக்கு, பிரதம மந்திரியானது இன்னொருவர். நான் சொல்லவருவது, உங்களிடம் இருக்கும் சின்னச்சின்ன அசைவுகள், பழக்கங்களின் காரணமாக உங்களுக்கு நீங்களே நல்ல அல்லது கெட்ட பெரிய விளைவுகளை ஏற்படுத்திக்கொள்கிறீர்கள் என்பதைப் பற்றித்தான்.

ஆபிரஹாம் லிங்கன் பிரச்சாரத்துக்குப் போனார். அவர் மிகவும் உயரமாகவும் ஒல்லியாகவும் இருந்தார். அவரது கன்னங்கள் குழி விழுந்திருந்தன. அவரைப் பார்த்த ஒரு சின்னப் பெண் அவருக்கு ஒரு கடிதம் எழுதினாள். ''திரு லிங்கன் அவர்களே, நீங்கள் பார்ப்பதற்கு அசிங்கமாக இருக்கிறீர்கள். நீங்கள் தாடி வைத்தீர்களென்றால் நன்றாக இருக்கும். ஜனாதிபதியாகலாம்'' என்று எழுதியிருந்தாள். அதை மதித்து லிங்கன் தாடி வைத்தார். ஜனாதிபதியாகவும் ஆனார்!

இப்போது சில கேள்விகள் எழலாம். என்ன இது அபத்தமாக இருக்கிறது? தாடி வைத்தால் ஜனாதிபதியாகலாமா? பில் க்ளிண்டன், புஷ், ஒபாமா என்று யாருக்குமே தாடி இல்லையே என்று கேட்கலாம். இங்கே விஷயம் தாடி அல்ல. ஆனால் தோற்றம். ஒருவருக்கு எவ்வளவு திறமை இருந்தாலும் அது சமூகத்தால் உடனே புரிந்துகொள்ளப்படமாட்டாது. வாரன் ஹார்டிங் பிழை என்பதைப்பற்றி ஒரு அத்தியாயத்தில் பார்த்தோமல்லவா? அமெரிக்காவின் மிக மோசமான ஜனாதிபதி என்று பெயர்பெற்ற வாரன் ஹார்டிங் ஏன் தேர்ந்தெடுக்கப்பட்டார்? அவருடைய அழகான தோற்றத்துக்காக! 'டொக்கு' விழுந்த முகத்துடன் இருந்த ஆறடி லிங்கனை யாரும் ஜனாதிபதியாக விரும்பியிருக்கமாட்டார்கள். ஆனால் தாடிதான் அவரைக் காப்பாற்றியது. 'மயிரிழையில்' லிங்கன்

அதே விநாடி

தப்பினார்! ஒரு சின்ன விஷயம். கொஞ்சம் முகத்தில் முடி. அது எவ்வளவு பெரிய அந்தஸ்தை அவருக்குக் கொடுத்திருக்கிறது என்று பாருங்கள். இது சிமிலாரிட்டி சயன்ஸுக்குச் சிறந்த உதாரணம். உங்கள் தோற்றத்தில், இன்னும் சின்னச் சின்ன விஷயங்களில் கவனம் செலுத்துங்கள்.

1. குளிக்காமல், தலைவாராமல் வெளியில் போகிறீர்களா?

2. பைக் ஓட்டிகொண்டே செல் ஃபோனில் பேசிக்கொண்டு போகிறீர்களா?

3. ஒரு நாளைக்கு 'இன்' பண்ணிக்கொண்டும், இன்னொரு நாளைக்கு 'இன்' பண்ணாமலும் போகிறீர்களா?

4. ஒரு நாளைக்கு செருப்பு, இன்னொரு நாளைக்கு ஷூ என்று போடுகிறீர்களா?

5. பார்த்த, பழகிய மனிதர்களின் பெயர்களை ஞாபகம் வைத்திருக்கிறீர்களா?

6. சிரித்த முகத்துடன் இருக்கிறீர்களா?

7. முக்கியமானவர்களின் பிறந்தநாள், திருமணநாள் முதலியவற்றை நினைவில் வைத்து அவர்களுக்கு வாழ்த்துச் சொல்கிறீர்களா?

ஒன்று முதல் நான்கு வரை 'ஆமாம்' என்று பதில் சொன்னாலோ, ஐந்து முதல் ஏழு வரை இல்லை என்று பதில் சொன்னாலோ உங்களிடம் இருக்கும் சிமிலாரிட்டி தவறானது என்று அர்த்தம். மாற்றிச் சொன்னால் சரியாக இருக்கிறது என்று அர்த்தம். நீங்களே உங்களை 'செக்' செய்துகொள்ளுங்கள்.

தீமை தரும் பெரிய விளைவுகளைத் தடுப்பதெப்படி? இதுதான் நாம் தெரிந்துகொள்ளவேண்டியது.

சின்னச் சின்ன விஷயங்களைக் கவனிக்கவேண்டும். எதற்கு எது சிமிலாரிட்டி என்று புரிந்துகொள்ளவேண்டும். இதற்கு கொஞ்சம் பயிற்சி தேவை. ஆனால் அனைவரும் கற்றுக்கொள்ளலாம்.

உதாரணமாக ஒருவன் எவ்வளவு பணம் வந்தாலும் வீண் செலவு செய்வதாக வைத்துக் கொள்வோம். இது மாற்றவேண்டிய பழக்கம். இதற்கு என்ன செய்யலாம்? அவனை அழைத்து விரிவான விரிவுரை ஆற்றலாமா? அப்படிச் செய்வதால் பயனிருக்காது. மாறாக அவன் இன்னும் அதிகமாக வீண் செலவு செய்ய ஆரம்பிக்கலாம்.

அப்படியானால் என்ன செய்வது?

அவனுடைய பிரச்சனைக்கான சிமிலாரிட்டி அவனிடம் என்ன இருக்கிறதென்று கவனிக்கவேண்டும். நிச்சயம் இருக்கும். ஒவ்வொருவரிடமும்.

உதாரணமாக, அவன் தேவையில்லாமல் பேசக் கூடியவனாகவோ, தேவையில்லாமல் தொடைகளை அல்லது காலை ஆட்டுபவனாகவோ இருப்பான்.

அல்லது வளவளவென்று அனாவசியாகப் பேசுபவனாக இருப்பான். அதை நிறுத்தினால் போதும். பணத்தை வீண் விரயம் செய்வது தானாகவே நின்றுபோகும். பேய் பிடித்ததாகச் சொல்லப் படுபவர்களுக்கு தாயத்து கட்டுவது மாதிரி. ஒரு சின்ன கறுப்பு நூல் சுற்று, பேயை ஓட்டிவிடும்! சிமிலாரிட்டியும் இது போன்றதுதான்.

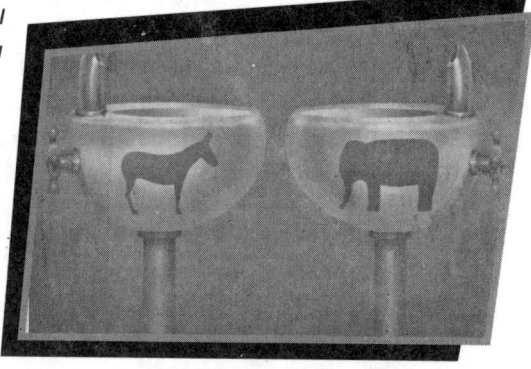

ஒரு மருந்துக்கடையில் போய் மெடாசின் கேட்கிறீர்கள். அவர் க்ரோசின்தான் இருக்கிறது, எல்லாம் ஒரு குடும்பம்தான் சார் என்கிறார். நீங்களும் வாங்கி வந்துவிடுகிறீர்கள். இதில் ஏதாவது தவறு உள்ளதா? மெடாசின், க்ரோசின் எல்லாம் ஒரு குடும்பம்தான் என்பது சரியே. ஆனால் மெடாசின் வாங்கவேண்டுமென்று நீங்கள் எடுத்த முடிவு என்னானது? உங்கள் முடிவை மருந்துக்கடைக்காரர் மாற்றிவிட்டார். அப்படியானால் ஜெயித்தது யார்? நிச்சயமாக அவர்தான்.

இது ஒரு முக்கியமான சிமிலாரிட்டி. வாழ்க்கையில் நீங்கள் எந்த முடிவு எடுத்தாலும் அதை அடுத்தவருக்காக விட்டுக் கொடுத்துவிடுவீர்கள் அல்லது அடுத்தவரின் பேச்சு உங்கள் முடிவை மாற்றவல்லது என்று அர்த்தமாகும். ஒரு சின்ன மெடாசின் எங்கே கொண்டுபோய் விடுகிறது என்று பார்த்தீர்களா? நிகழ்காலத்தில் என்ன நடக்கிறதோ, எதையெல்லாம் நீங்கள் அனுமதிக்கிறீர்களோ அதையெல்லாம் எதிர்காலத்திலும் நீங்கள் அனுமதிப்பீர்கள். நிகழ்காலத்தில் உங்களுக்கான முடிவை

அடுத்தவர் எடுக்க அனுமதித்தீர்கள் என்றால், எதிர்காலத்திலும் அதையேதான் செய்வீர்கள். எதிர்காலத்தைக் காட்டும் கண்ணாடி தான் நிகழ்கால சிமிலாரிட்டிகள்.

எதிலுமே நல்லது கெட்டது இரண்டுமே உள்ளதுபோல இதிலும் நல்ல சிமிலாரிட்டி, கெட்ட சிமிலாரிட்டி என்று உள்ளது. ஒருவன் எப்போதும் சுத்தமாக இருக்கிறான். அவனுடைய சட்டையின் எல்லாப் பித்தான்களையும் போடுவான் என்றால் அவன் ஒழுங்கை விரும்புபவன் என்று அர்த்தம். தர்மத்தைப் போதிக்கச் செல்பவர் ஒரு சின்னக் கத்தியைக் கொடுக்கும்போதே குத்துவது மாதிரி கொடுத் தால் தர்மத்தைப் போதிக்கின்ற தகுதி உள்ளவர் என்று அவரைச் சொல்லமுடியாதல்லவா? அதைப்போலவே பெரிய விஷயங் களைத் தீர்மானிக்கிற சின்னவிஷயங்களில் நாம் கவனம் செலுத்த வேண்டியது வெற்றிக்கு மிகமிக அவசியம்.

வெற்றிக் குணாதிசயங்கள் நம்மிடம் இருப்பதற்கான அறிகுறிகளாக உள்ள சிமிலாரிட்டியைப் பற்றி நாம் கவலைப்பட வேண்டியதில்லை. சொல்லப்போனால் அவற்றைப்பற்றி பெருமைதான் பட வேண்டும். ஆனால் வெற்றியைக் கெடுக்கின்ற சிமிலாரிட்டிகள் என்னென்ன இருக்கின்றன என்று கண்டுபிடித்து அவற்றைப் போக்குவதுதான் சிரமமான காரியம். முதலில் அப்படி ஒரு ‘ஏரியா’ இருப்பது தெரிந்தால்தானே அதில் கவனம் செலுத்த முடியும்? அதற்காகத்தான் இவ்வளவும் சொன்னேன்.

அலைபேசி ஒலித்தால் உடனே செய்துகொண்டிருக்கும் வேலையைப் போட்டுவிட்டு ஓடிச்சென்று அதை எடுத்துப் பேசவேண்டிய அவசியமில்லை. அது தவறும்கூட. நம்முடைய முக்கியத்துவத்தை நாமே குறைத்துக்கொள்கின்ற காரியமாகும் அது. கொஞ்ச நேரம் ஒலிக்கட்டும் என்று விட்டுவிட வேண்டும்.

காரணம் அதன் அழைப்பு முக்கியமல்ல. அழைக்கப்படுபவர்தான் முக்கியம். இது உண்மையெனில் நாம் எடுக்காமல் போனாலும் அழைப்பு மறுபடி வரும். எனவே நம்முடைய முக்கியத்துவத்தை நாமே அறிந்துகொள்ள வாய்ப்பாக வேண்டுமென்றே தொலைபேசி ஒலிக்கும்போது உடனே எடுக்கக்கூடாது. திரும்பிக்கூடப் பார்க்கக்கூடாது. நமக்கு வெளியே நிகழ்கின்ற எதுவும் நம்மை பாதிக்கவிடக்கூடாது. இதற்கு சிமிலாரிட்டியாக அலைபேசி அழைப்புகளைப் பயன்படுத்த வேண்டும்.

சில உதாரணங்கள்

▶ ஒருபொருள் கொடுக்கப்படும்போது உடனே வாங்கிவிட வேண்டும் (பிடுங்குவது மாதிரி அல்ல). இல்லையெனில், வாய்ப்புக் கிடைக்கும்போது பயன்படுத்தத் தெரியாமல் காத்துக்கொண்டே இருப்பீர்கள் என்று அர்த்தம்.

▶ பணம் எண்ணப்படும்போது அதைப் பார்க்கக்கூடாது. ஒரு அழகான பெண்ணைப் பார்ப்பதைப் போன்றது அது. நமக்குக் கிடைக்காது, அல்லது நம்மிடம் இதுபோல இல்லை என்ற ஒரு ஏக்கத்தை அது உருவாக்கும். அந்த ஏக்கமே உங்கள் ஆழ்மனதில் இறங்கி வேலைசெய்து பணத்தைப் பொருத்தவரை ஒரு தோல்வி யாக உங்களை ஆக்கிவிடும்.

▶ சாய்ந்துகொண்டு தான் நீங்கள் எப்போதும் உட்காருவீர்கள் என்றால் அதன் அர்த்தம் அடுத்தவரைச் சார்ந்துதான் உங்கள் வாழ்வு இருக்கும் என்று அர்த்தம்.

▶ அடுத்தவர் பார்க்கும்போது விரல் விட்டு மூக்கை சுத்தப்படுத்தக் கூடாது, 'டூத் பிக்ஸ்' கொண்டு பல்லைக் குத்தக் கூடாது. நீங்கள் ஒரு அசிங்கமானவர், மறைவாகச் செய்ய வேண்டியதை யெல்லாம் பகிரங்கமாக்குவீர்கள் என்பதற்கு அது உதாரணமாக அமையும்.

▶ ஒரு நாளைக்கு ஆறு மணி நேரமாவது டிவி சீரியல் பார்ப்பீர்கள் என்றால் நீங்கள் உருப்படவே போவதில்லை என்று அர்த்தம். நீங்கள் எடுக்கும் சீரியலில் எந்த சீரியல், எந்த காட்சி உங்களுக்குப் பிடிக்கும் என்று ஒரு பிரபல தமிழ் நடிகையிடம் கேட்டனர். அதற்கவர், "அப்படியெல்லாம் ஒன்றுமில்லை. நான் எடுக்கும் எல்லா சீரியல்களுமே எனக்குப் பிடிக்கும்" என்றார். அடுத்து, "நீங்கள் எந்த சீரியல் விரும்பிப் பார்ப்பீர்கள்?" என்று கேட்டனர். அதற்கவர், "நான் சீரியல் எதுவும் பார்ப்பதில்லை. எனக்கு அதற்கெல்லாம் நேரமில்லை" என்றார்! ஆஹா, செருப்படி என்பது இதுதான். யாருக்கு? சீரியல் பார்ப்பவர்களுக்குத்தான்.

சீரியல் அவர் எடுப்பாராம், ஆனால் அவர் பார்க்கமாட்டாராம். அதைப் பார்க்கின்ற வேலையை நம்மைப் போன்ற நேரத்தை வீணடிக்கின்ற, வாழ்க்கையில் எந்த லட்சியமும், குறிக்கோளும் இல்லாத, உருப்படாதவர்களிடம் விட்டுவிடுகிறார்!

ஓரளவு உதாரணங்கள் கொடுத்திருக்கிறேன். சிமிலாரிட்டி சயன்ஸ் அல்லது பட்டர்ஃப்ளை எஃபக்ட் என்றால் என்ன என்று புரிந்திருக்கவேண்டும். இன்னும் புரியவில்லையெனில் அது எங்கேயோ சூறாவளி கிளம்பி உங்களை நோக்கி வந்து கொண்டிருக்கிறது என்று அர்த்தம்! பெரிய விஷயங்கள் மட்டும் பெரியவிஷயங்களல்ல. சின்ன விஷயங்கள்கூடப் பெரிய விஷயங்களாக இருக்கலாம். ஏனெனில் விளைவுகளைப் பொறுத்தே ஒருவிஷயம் சின்னதா பெரியதா என்று முடிவு செய்ய முடியும். ஒரு லீவரை மேலே இழுத்துவிடுவது சின்ன விஷயம்தான். ஆனால் ஒட்டு மொத்தத் தெருவுக்கும் வரும் மின்சாரத்தை அது அணைத்துவிடலாம். அப்போது அந்தச் சின்னக் காரியம் உண்மையில் பெரிய காரியம்தானே?

புரிந்துகொள்ளுங்கள். வண்ணத்துப்பூச்சிகள் சின்ன உயிர்கள் தான். ஆனால் அவைகளின் சிறகுகள் துடிக்கும்போது ஒரு சூறா வளியே கிளம்பிவிடலாம்.

10

எல்லாமே விதி!

வெளியிலே
பார்ப்பவன்
கனவு
காண்கிறான்.
உள்ளே
பார்ப்பவன்
விழித்துக்
கொள்கிறான்

-கார்ல் கஸ்டவ் யங்

அவர் பெயர் மோகன் தாஸ்.
குஜராத்திலிருந்து லண்டன்
போய் வக்கீலுக்குப் படித்தவர்.
தென்னாப்பிரிக்காவில்
இருந்த அப்துல்லாஹ் ஷேத்
என்பவரின் பிரச்சனைக்காகக்
கொஞ்சகாலம் அங்கு சென்று
தன் தொழிலைச் செய்தவர்.
வேலை முடிந்தபிறகு இந்தியா
திரும்ப இருந்தார். அவரை
வழியனுப்ப அப்துல்லாஹ்
ஷேத் ஒரு வழியனுப்பு
விழாவுக்கு ஏற்பாடு
செய்திருந்தார்.

நண்பர்கள் அனைவரும் வரக் காலதாமதமானதால் அங்கிருந்த ஒரு செய்தித்தாளைப் புரட்டிக்கொண்டிருந்தார் மோகன் தாஸ். அதிலே 'இந்தியர்களுக்கான வாக்குரிமை' visualization(Indian Franchise) என்ற தலைப்பில் ஒரு செய்தி வந்திருந்தது. அதைப் படிக்க ஆரம்பித்தார். அதில் தென்னாப்பிரிக்க இந்தியர்களுக்கு வாக்குரிமை வழங்குவதைத் தடுக்கும் மசோதா ஒன்றை நிறைவேற்றப் போவதாக அந்தச் செய்தி தெரிவித்தது. அதைப் படித்த மோகன் தாஸ் அதை எப்படியாவது தடுக்கவேண்டும் என்று விரும்பினார். அது நடக்கவேண்டுமென்றால் அவர் ப்ரிடோரியாவிலேயே இன்னும் கொஞ்சகாலம் தங்கவேண்டும். தங்குவதாக அவரும் முடிவு செய்துவிட்டார். கொஞ்ச காலமென்று யோசித்தது சில ஆண்டுகள் அங்கு தங்கும்படி ஆயிற்று!

அந்த இந்திய வக்கீல் தென்னாப்பிரிக்காவில் தங்கிய ஆண்டுகள் மிக முக்கியமானவை. தென்னாப்பிரிக்காவுக்கும் இந்தியாவுக்கும். அங்கு

வாழ்ந்த இந்தியர்களுக்குச் சில உரிமைகளை வாங்கித் தர அவர் பாடுபட்டதுதான் அவரது புகழை இந்தியாவிலும் பரப்பியது. ஆனால் அவர் அந்த விழாவுக்கு ஒத்துக் கொண்டது, நண்பர்கள் வரத் தாமதமானது, அவர் செய்திதாளைப் புரட்டியது எல்லாமே தற்செயலாக நடந்த நிகழ்வுகள். ஆனால் அவைதான் அவருடைய வாழ்க்கையையும், அங்கு வாழ்ந்த இந்தியர்களின் வாழ்க்கையையும் தீர்மானித்தது.

தற்செயலாகச் சேவைகளைத் தொடர்ந்து செய்த அந்த வக்கீல் வேறு யாருமல்ல. அவர்தான் நமது தேசத்தந்தை மஹாத்மா காந்தி! தன் 'சத்திய பரிசோதனை' என்ற நூலில் இந்த நிகழ்ச்சி பற்றி அவர் கூறுகிறார். ஒரு சாதாரண வக்கீலை ஒரு தற்செயலானது மஹாத்மாவாக்கியுள்ளது.

தற்செயல் நிகழ்ச்சிகள் எல்லார் வாழ்க்கையிலும் நடக்கும். ஆனால் அந்த தற்செயல்களின் பின்னால் நாம் புரிந்து கொள்ள வேண்டிய செய்தி ஒன்று உள்ளது. அதை நாம் புரிந்து கொள்ளாமல் போவதால், எந்த அக்கறையும் கொள்ளாமல் இருப்பதனால் தற்செயல்களின் பின்னால் உள்ள செய்தியை நாம் தவற விட்டுவிடுகிறோம்.

"தற்செயல்களைப் புரிந்து கொள்வது, நாம் விரும்புவதை அடைவதற்கான முதல்படி"

ஆனந்தம்

சில ஆண்டுகளுக்கு முன்பு சினேகா, அப்பாஸ் எல்லாம் நடித்த 'ஆனந்தம்' என்று ஒரு திரைப்படம் வந்தது. அதன் பாடலாசிரியர் ஒருவரின் வாழ்க்கையில் நடந்த உண்மைச் சம்பவத்தைப் பற்றித் தான் நான் சுருக்கமாக உங்களுக்குச் சொல்லப் போகிறேன். அவர் பெயரைப் பிறகு சொல்கிறேன்.

அவர் ஒரு இளம் பாடலாசிரியர். நல்ல கவிஞரும்கூட. அந்தப் படத்துக்கான ஒரு பாடலின் பல்லவியை மட்டும் அவர் எழுதிக் கொடுத்திருந்தார். பாடல் 'ஓகே' என்றால் மறுபடியும் அவரைக் கூப்பிடுவார்கள் என்ற சூழ்நிலை. ஆறுமாதமாகியும் தகவல் ஒன்றும் இல்லை. சரி, நமக்குத் திரைப்பட வாய்ப்பு இல்லை போலிருக்கிறது என்று அவர் கிட்டத்தட்ட முடிவு செய்திருந்த நேரம். அப்போது அவர் தஞ்சாவூருக்கு அருகில் இருந்த அவரது ஊரில் இருந்தார். அவரை மட்டும் வீட்டில் வைத்துவிட்டு வெளியில் போயிருந்த அம்மா மறுநாள் காலையில்தான் வருவார். வீட்டுக்குக் காவல் கவிஞர்தான். அப்போதுதான் அந்த அலை பேசி அழைப்பு அவருக்கு வந்தது.

அவர் எழுதிய பாடல் ஓகே ஆகிவிட்டதாகவும் அவர் உடனே கிளம்பி சென்னை வரவேண்டுமென்றும், மறுநாள் காலையில் பாடல் பதிவு உள்ளது என்றும், அவர் பல்லவி மட்டுமே எழுதிக் கொடுத்திருந்ததால் மீதி சரணங்களை மறுநாள் காலையில் வந்து கொடுத்துவிட்டால் போதும் என்றும் அது சொன்னது. ஆனால் அவர் கிளம்பிப் போவதில் ஒரு கஷ்டம் இருந்தது. அம்மா திரும்பி வர வேண்டும். அவரிடம் வீட்டுச் சாவியை ஒப்படைத்துவிட்டுத்தான் அவர் போக முடியும். ஆனால் அம்மாவோ காலையில்தான் வருவார். அதற்காக வீட்டை அப்படியே போட்டுவிட்டு அக்கம் பக்கத்தில் சொல்லிவிட்டுக் கிளம்பிவிட முடியாது. சூழ்நிலை அப்படி.

போகாவிட்டால், வாழ்க்கையில் அது போன்ற ஒரு வாய்ப்பு மறுபடியும் கிடைக்குமா என்று தெரியாது. கிடைக்காது என்றே சொல்லிவிடலாம். அந்த சூழ்நிலையில்தான் அந்த அற்புத நிகழ்ச்சி நடந்தது.

அம்மா திரும்பி வந்தார்.

கவிஞருக்கு ஒரே ஆச்சரியம். என்ன அம்மா, திரும்பி வந்து விட்டீர்கள் என்று கேட்டதற்கு அம்மா சொன்ன பதில் இன்னொரு அற்புதம். அம்மா அப்படி என்ன சொன்னார்?

''என்னவோ தெரியலப்பா, வீட்டுக்குப் போகணும்னு தோணுச்சு'' என்றார்!

தோணுச்சு! ஆமாம். அவர் தற்செயலாகத்தான் திரும்பி வந்தார். ஆனால் அந்தத் தற்செயல் தற்செயலாக நடந்ததுதானா?! இது தான் இங்கே நாம் தெரிந்து கொள்ள வேண்டிய முக்கியமான விஷயம். சரி, அதற்கு முன் அந்தக் கவிஞர் யார் என்ற ரகசியத்தை அவிழ்த்துவிடலாமா?

அவர் வேறு யாருமல்ல. பிரபல பாடலாசிரியர் யுகபாரதிதான்! ''பல்லாங்குழியின் வட்டம் பார்த்தேன்'' என்று ''ஆனந்தம்'' படத்துக்காக அவர் எழுதிய முதல் பாடல்தான் அது. கும்கி, மைனா, குக்கூ என இதுவரை கிட்டத்தட்ட 500-க்கும் மேற்பட்ட பாடல்களை அவர் எழுதிவிட்டார். அவற்றில் பல ஹிட் பாடல்கள். சினிமா உலகில் தவிர்க்க முடியாத இளம் ஆளுமையாக அவர் இன்று இருக்கிறார். ஆனால் அவருடைய முதல் வாய்ப்பு உறுதியானது ஒரு தற்செயலால்!

யுகபாரதியின் அம்மாவுக்கு வீட்டுக்குத் திரும்பிப் போகவேண்டும் என்று ஏன் தற்செயலாகத் தோன்றியது? அப்போதுதான் யுகபாரதிக்கு சினிமா வாய்ப்பு கிடைக்கும். ஆனால் இது அம்மாவுக்குத் தெரியுமா? தெரியாது. ஆனால் கடவுளுக்குத் தெரியுமில்லையா? அதனால்தான் அம்மா மனதில் வீட்டுக்குப் போகவேண்டும் என்ற உணர்வை ஒரு தற்செயல் மூலமாக, ஆனால் மிக உறுதியாகத் தோற்றுவித்திருக்கிறார்!

இஸ்லாம் ஓர் எளிய அறிமுகம்

'இஸ்லாம் ஓர் எளிய அறிமுகம்' என்ற எனது நூலில் பெண்களைப் பற்றிய ஓர் அத்தியாயம் தயாராகிக் கொண்டிருந்த நேரம். எப்படிப்பட்ட உரிமைகளை இஸ்லாம் பெண்களுக்கு அந்தக் காலத்திலேயே வழங்கியுள்ளது என்று காட்டுவதற்காக சில வரலாற்று நிகழ்ச்சிகளை உதாரணம் காட்ட நினைத்தேன். குறிப்பாக நமது நாட்டில் பிரபலமான ஷாபானு என்ற பெண்மணி தொடர்பான வழக்கு.

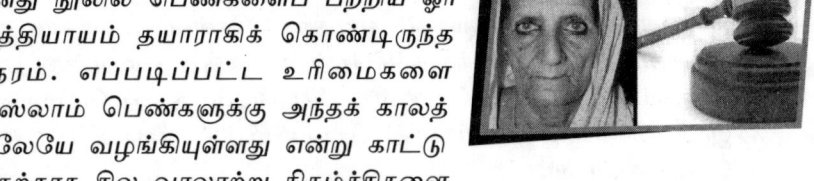

அதே விநாடி

வயதான ஷாபானுவை அவர் கணவர் விவாகரத்து செய்தார். ஷாபானுவுக்கு ஜீவனாம்சம் வழங்க வேண்டும் என்று உச்ச நீதிமன்றம் தீர்ப்பு வழங்கியது. இஸ்லாமிய சட்டப்படி ஜீவனாம்சம் இல்லாததால் அந்த தீர்ப்பு சரியல்ல என்று நாடுதழுவிய விவாதம் எழுந்தது. கடைசியில் மறைந்த பிரதமர் ராஜீவ் காந்தியின் முயற்சியால் இஸ்லாமிய ஷரியத் சட்டத்தின் அடிப்படையில் பாராளுமன்றத்தில் ஒரு திருத்தம் கொண்டு வரப்பட்டு உச்ச நீதிமன்றத் தீர்ப்பு தவறென்று சொல்லப்பட்டது. ஆனால் விவாகரத்து செய்யப்பட்ட ஒரு பெண்ணுக்கு ஜீவனாம்சத்தை மறுப்பது அவளுக்கு இழைக்கப்படும் அநீதி என்று நாடு தழுவிய விவாதம் நடந்தது.

தீர்ப்பு பற்றி விவாதிப்பது இங்கே நமது நோக்கமல்ல. மேலே சொன்னது தவிர, வேறு விபரங்கள் பொதுவாக யாருக்குமே தெரியவில்லை. ஆனால் ஷாபானு வழக்கு தொடர்பான எல்லா விபரங்களையும் என் நூலில் புட்டுப்புட்டு வைக்க நான் விரும்பினேன். அதற்காக எனக்குக் கிடைத்த கடந்தகால செய்தித்தாள்களை எல்லாம் ஆராய்ந்தேன். எதுவுமே கதைக்கு ஆகவில்லை. நான் மதித்த சில நபர்களைப் போய்ச் சந்தித்து விபரம் கேட்டேன். எனக்குத் தெரிந்ததைவிடக் கூடுதலாக அவர்களுக்கும் தெரியவில்லை. நான் எவ்வளவு முயற்சி செய்தும் ஷாபானு வழக்கு பற்றிய முழு விபரங்கள் எனக்குக் கிடைக்கவே இல்லை.

பெண்கள்பற்றிய அத்தியாயம் முழுமையடையாமல் இருக்கிறதே என்ற கவலை எனக்கு. ஆனால் என்ன செய்வதென்று தெரியவில்லை. தகவல் கிடைக்க வேண்டும் என்ற ஆழமான விருப்பம் மட்டும்தான் என்னிடம் இருந்தது. பற்றி எரிந்து கொண்டிருந்த நிறைவேறாத ஆசை என்றுகூட அதைச் சொல்லலாம்.

அந்த ஏக்க நெருப்போடு ஒரு வாரம் இரண்டு வாரம் இருந்திருப்பேன். அதன் முடிவில் என்னோடு பணி புரிந்துகொண்டிருந்த ஒரு நெருங்கிய நண்பர் என்னைப் பார்த்து, 'என்னப்பா, ஏதோ இஸ்லாத்தப் பத்தி புஸ்தகம் எழுதறதா கேள்வி. உனக்காக ஒரு புஸ்தகம் கொண்டு வந்திருக்கிறேன். உனக்கு உதவுமான்னு பார்' என்றார். புத்தகம் எங்கே என்று கேட்டேன். தனது மேஜையின் இழுப்பறையில் இருப்பதாகச் சொல்லிவிட்டு அவர் வகுப்புக்குச் சென்றுவிட்டார்.

ஆர்வத்தோடு நான் வேகமாகச் சென்று அவர் மேஜையின் இழுப்பறையைத் திறந்து பார்த்தேன். கொஞ்சம் பெரிய அளவில்

ஒரு ஆங்கிலப் புத்தகம் இருந்தது. அதன் தலைப்பு என்னை வியப்பிலாழ்த்தியது: How Wrong the Supreme Court in Shah Bano Case! அதன் ஆங்கிலத் தலைப்பில் இலக்கணப் பிழை இருந்தது. ஆனால் அப்போது இலக்கணமா முக்கியம்? புத்தகத்தைத் திறந்து பார்த்தேன். ஷாபானு வழக்கின் எல்லா விபரங்களும், ஆமாம் ஒன்று விடாமல் எல்லா விபரங்களும், இருந்தன!

வழக்கு என்ன, தீர்ப்பின் வாசகங்கள் என்ன, அதை எந்தெந்த முக்கியப் புள்ளிகள் எதிர்த்தார்கள், ஏன், எப்படி, தீர்ப்பில் இருந்த தவறு என்ன, நீதிபதி எப்படி குரானின் வசனம் ஒன்றுக்குத் தவறாக அர்த்தம் எடுத்துக் கொண்டு தீர்ப்பு வழங்கியிருந்தார், அந்த வசனத்தின் உண்மையான பொருள் என்ன - இப்படி விலாவாரியாகச் சென்றது அந்த நூல்.

நான் நினைத்துக் கொண்டிருந்த, கேட்டுக் கொண்டிருந்த எல்லாக் கேள்விகளுக்குமே பதில் கிடைத்துவிட்டது. அதுவும் ஒரே ஒரு புத்தகம் மூலமாக! இது தற்செயலாக நடந்ததா?

வரலாற்று ஆவணங்கள்

'நல்ல மனதில் குடியிருக்கும் நாகூர்' என்று ஒரு நூலை எழுதிக் கொண்டிருந்தேன். நாகூர் தர்கா மற்றும் நாகூர் ஆண்டகை பற்றிய வரலாற்று நூல். நாகூர் தர்காவின் ஐந்து மினாராக்களில் மிக உயரமான பெரிய மினாராவைக் கட்டிக் கொடுத்தது பிரதாப் சிங் என்ற தஞ்சாவூர் மன்னன். அச்சுதப்ப நாயக்கன் என்ற இன்னொரு தஞ்சை மன்னனின் வயிற்று வலியைப் போக்கியதற்காகவும், அவர் குழந்தை பாக்கியம் பெற ஆசீர்வதித்ததற்காகவும் சில கிராமங்களை அந்த மன்னனும் அவர் மகனும் பரிசாகக் கொடுத்தனர். அந்த நிலத்தில்தான் இன்று நாகூர் தர்கா இருக்கிறது. இது போன்ற தகவல்களை ஆதாரங்களுடன் கொடுக்க விரும்பினேன்.

அதற்கான ஆதாரங்கள் அந்த மன்னர்களாலேயே கொடுக்கப் பட்ட கல்வெட்டுக்களாக இருந்ததாகவும் கேள்விப்பட்டுள்ளேன். நாகூர் தர்காவில் போய்க்கேட்டேன்.

எதுவுமே அங்கே இல்லை என்ற தகவல் பெருத்த அதிர்ச்சியாகவும் ஏமாற்றமாகவும் இருந்தது. புத்தகத்தின் நம்பகத்தன்மையே குறைந்துவிடுமே என்ற கவலை வந்துவிட்டது எனக்கு. ஆனால் கவலைப்படுவதால் எந்தக்காரியமாவது உலகத்தில் முடிந்திருக்கிறதா என்ன? எனவே கவலையை ஆழமான விருப்பமாக மாற்றிக் கொண்டேன். ஆவணங்களைத் தேடிக்கொண்டே இருந்தேன்.

தர்காவில் ஆவணங்கள் கேட்டு ஏமாந்த நிகழ்ச்சி நடப்பதற்கு சில நாட்களுக்கு முன் சென்னையில் இருந்த ஒரு நண்பர் இஸ்லாமிய இலக்கிய மாநாட்டுக்கு என்னை வரும்படி அழைத்தார். அவர் அதில் சில பொறுப்புகளை மேற்கொண்டிருந்தார். எனக்கு மாநாட்டில் கலந்து கொள்வதில் ஆர்வமில்லை. ஆனால் அவர் என்னை விடுவதாக இல்லை. எனக்காக அவரே பேராளர் பணம் கட்டினார். அவருடைய அன்புத் தொல்லை காரணமாக நான் அதை அனுமதித்தேன். எனக்காக அவர் பணம் கட்டி, மாநாடு முடிந்தவுடன் கொடுக்கப்பட்ட சில புத்தகங்களையும் ஒரு கட்டைப் பையில் போட்டு வைத்திருந்தார். எனக்கு அந்தப் பை கொடுக்கப்பட்டபோது நானும் ஆர்வமாகக் குழந்தைகளை அன்பாகத் தடவுவது மாதிரி ஒவ்வொரு புத்தகமாக எடுத்துப் பார்த்துக்கொண்டே போனேன்.

''தமிழக வரலாற்று ஆவணங்கள்'' என்று ஒரு புத்தகம் கண்ணில் பட்டது. கையில் எடுத்து, கைக்கு வந்த பக்கத்தைப் பிரித்தேன். 'நாகூர் தர்கா கல்வெட்டுக்கள்' என்ற கட்டுரை இருந்தது! வானத்துக்கும் பூமிக்கும் வளர்ந்துவிட்ட மாதிரி சந்தோஷமாகிப் போனேன்.

படித்துப் பார்த்தேன். எனக்கு என்னென்ன தேவை என்று நான் ஒரு பட்டியல் போட்டு வைத்திருந்தேனோ அவை அத்தனையும், கல்வெட்டுக்களின் படங்களோடு, அவற்றின் லிபி ஒரு பக்கத்திலும் அதன் தமிழாக்கம் எதிர்ப்பக்கத்திலுமாக இருந்தன! என்ன சொல்வதென்றே தெரியவில்லை. வாயடைத்துப் போனேன். இது தற்செயலாக நடந்ததா?

தீபக் சோப்ரா

இவர் பற்றி ஏற்கனவே பார்த்துவிட்டோம். இவர் ஒரு ஆங்கில மருத்துவர் மட்டுமல்ல, எழுத்தாளர் மற்றும் ஒரு ஆன்மிக குருவின் அந்தஸ்துக்கு வளர்ந்துவிட்டவர் என்று சொல்லலாம். அவருடைய புத்தகங்கள் உலக அளவில் பெரும் வரவேற்பைப் பெற்று வருகின்றன. இந்திய வம்சா வழியைச் சேர்ந்த இவர் தற்போது அமெரிக்காவில் இருக்கிறார். ஆங்கில மருத்துவம் வேண்டவே

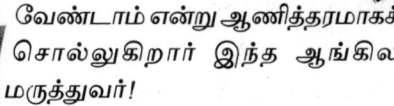

வேண்டாம் என்று ஆணித்தரமாகச் சொல்லுகிறார் இந்த ஆங்கில மருத்துவர்!

இவருடைய தந்தையும் ஒரு மருத்துவர். இதயநோய் நிபுணர். மவுண்ட் பேட்டன் பிரபுவுக்கு மருத்துவராக இருந்தவர். அவர் முதன் முதலாக மருத்துவத்தில் எல்லாத் தேர்வுகளிலும் 'பாஸ்' ஆன செய்தியை தன் அப்பாவுக்கு - தீபக் சோப்ராவின் தாத்தாவுக்கு - தந்தி மூலம் தெரிவிக்கிறார். அதைக் கேள்விப்பட்டு சந்தோஷப்பட்ட அவர் தந்தை அதைக் கொண்டாடுகிறார். வீட்டில் இருந்தவர்களையெல்லாம் சினிமாவுக்கு, ஹோட்டலுக்கு என்று அழைத்துச் சென்று குஷிப்படுத்துகிறார். பின்பு அன்று இரவு அமைதியாக உறங்கச் செல்கிறார். அது அவருடைய கடைசி உறக்கமாக அமைகிறது.

மிகச் சரியாக அவர் இறந்து போவதற்கு முன்பு தன் மகன் டாக்டராகிவிட்ட செய்தியைக் கேட்டுவிட்டு, அதைக் கொண்டாடி விட்டு இறந்து போயிருக்கிறார். அந்தச் செய்தி ஒரு நாள் கழித்துக் கிடைத்திருக்கலாம் அல்லவா? ஏன் அவர் இறப்பதற்குச் சற்று முன்பு அந்தச் செய்தி கிடைக்க வேண்டும்? தற்செயலா?

இன்னொருநிகழ்ச்சி. இதுவும் தீபக் சோப்ராசம்பந்தப்பட்டதுதான். அமெரிக்காவில் மருத்துவப் படிப்பை முடித்த பிறகு ந்யூரோ எண்டாக்ரினாலஜி என்ற படிப்பில் சிறப்பாகக் கவனம் செலுத்த அவர் விரும்பினார். அதிலும் குறிப்பாக மனித மூளையில் சுரக்கும் வேதிப்பொருள்கள் பற்றிப் படிக்க அவர் ஆர்வம் கொண்டிருந்தார். அதற்காக மிகவும் புகழ் பெற்ற ஒரு விஞ்ஞானியின்கீழ் இருந்த ஆறு பேரில் ஒருவராகச் சேர்த்துக் கொள்ளப்பட்டார். அதில் அவருக்கு ரொம்பப் பெருமையும்கூட.

ஆனால் கொஞ்ச நாள் ஆனவுடன்தான் அவருக்கு விஷயமே புரிந்தது. அந்த விஞ்ஞானி எந்த வேலையும் பார்ப்பதில்லை. தனக்குக் கீழிருந்த ஆறு பேரையும் கசக்கி அவர் பிழிந்து கொண்டிருந்தார். அதுதான் அவர் செய்த ஒரே வேலை. ஆராய்ச்சிக் கட்டுரைகள் எழுதிக்கொண்டே இருக்கவேண்டும் என்று அவர்களை அவர் வாட்டி எடுத்துக் கொண்டிருந்தார். அந்தக் கட்டுரைகளினால் கிடைத்த பெயரையும் புகழையும் அவர் ருசித்துக் கொண்டிருந்தார்.

காம் துமாரா, நாம் ஹமாரா என்று உருதுவில் சொல்லுவார்கள். வேலை உனக்கு, விருது எனக்கு என்று அர்த்தப்படுத்தலாம். அந்த மாதிரி அவர் செய்துகொண்டிருந்தார். அந்த ஆறு பேருக்கும், குறிப்பாக தீபக் சோப்ராவுக்கு, வேலை என்று பெரிதாக எதுவும் இல்லாமலிருந்தது. நாள் பூரா எலிகளுக்கு ஊசி போட்டு போட்டுப் பரிசோதித்து முடிவுகளை கட்டுரைகளாக எழுதிக் கொண்டிருப்பதுதான் முழு நேர வேலையாக இருந்தது.

தீபக் சோப்ரா கடுப்பாகிப்போனார். தனது கனவுகளெல்லாம் இங்கே இருந்தால் நிச்சயமாக நிறைவேறாது என்பதைக் கண்டு கொண்டார். இந்தக் கோபத்தில் நாட்கள் நகர்ந்து கொண்டிருந்தபோது, ஒவ்வொரு நாள் காலையிலும் Boston Globe என்ற தினசரியை சும்மா புரட்டுவது வழக்கம். அதில் வரும் பல விளம்பரங்களில் ஒரு ஆஸ்பத்திரியின் எமர்ஜன்ஸி அறைக்கு உதவியாளர்கள் தேவை என்ற ஒரு சின்ன விளம்பரம் அடிக்கடி கண்ணில் படும். ஆனால் அதை தீபக் சோப்ரா எப்போதுமே பொருட்படுத்தியதில்லை.

ஒருநாள் அந்த விஞ்ஞானிக்கும் தீபக் சோப்ராவுக்கும் கடுமையான வாக்கு வாதம் மூண்டது. பொறுமை இழந்து, கோபமாக அவரைத் திட்டி விட்டு வெளியேறினார் தீபக் சோப்ரா. இத்துடன் உன் எதிர்காலமே அஸ்தமனமாகிவிட்டது என்றெல்லாம் அந்த விஞ்ஞானி மிரட்டிப் பார்த்திருக்கிறார். ஆனால் கடுப்பின் உச்சகட்டத்தில் இருந்த தீபக் சோப்ரா அதைக் கண்டு கொள்ளவே இல்லை. நேராக அந்த ஆஸ்பத்திரிக்குச் சென்று அந்த எமர்ஜன்ஸி அறை வேலையை வாங்கிக் கொண்டார்.

அதன் பிறகுதான் உண்மையிலேயே உதவி தேவைப்பட்ட மனிதர்களுக்கு சேவை செய்ய ஆரம்பித்தார் அவர். உண்மையில் Boston Globe தினசரி அவரை தினமும் அழைத்துக் கொண்டுதான் இருந்தது. ஆனால் அந்தத் தற்செயலை அவர் உதாசீனப்படுத்திக் கொண்டிருந்தார். கடைசியில்தான் அதை அவர் பொருட்படுத்தினார். அதுவும் அவரது வாழ்க்கையையே தலைகீழாக மாற்றியது.

உண்மையில் அந்த ஆஸ்பத்திரி வேலைக்கு வருவதற்கான ஒரு முன் தயாரிப்புதான் அந்த விஞ்ஞானி, அந்த எலிகள், அந்த ஊசிகள், அந்தக் கடுப்பு, அந்த விவாதம் எல்லாமே என்று சோப்ரா கருதுகிறார். இந்த ஆஸ்பத்திரியில் வந்து முடியவேண்டும் என்பதற்காகத்தான் அவை அனைத்தும் நடந்துள்ளன என்றும், எல்லாமே இறை ஏற்பாட்டின் கூறுகள் என்றும் அவர் கூறுகிறார். ஏனெனில் அந்த விஞ்ஞானியின் சோதனைச் சாலையில் பணி

புரியாதிருந்தால், Boston Globe தினசரி கண்ணில் பட்டிருக்காது, அதைப் பார்த்திருக்காவிட்டால் அந்த வேலைக்குச் சென்றிருக்க முடியாது என்று இந்தத் தொடர்புகளை அவர் சரியாகப் புரிந்து கொள்கிறார்.

ஒரு நாள் எங்கள் வீட்டுப் பீர்க்கங் கொடி திடீரென்று பட்டுப் போனது. மறு நாள் காலை என் தாத்தா இறந்து போனார். கொடி பட்டுப் போனதற்கும் தாத்தா இறந்து போனதற்கும் நேரடியாக எந்தத் தொடர்பும் இல்லை. அதாவது தொடர்பு தெரியவில்லை. கொடி தற்செயலாக பட்டுப் போனது என்றே நான் அப்போது நினைத்தேன். ஆனால் ஒரு குடும்பத்தின் தலைவர் இறந்து போகப் போகிறார் என்ற செய்தியை எங்களுக்கு அது சொல்லியிருக்கிறது. ஆனால் எங்களால் அதை மொழிபெயர்த்துப் புரிந்து கொள்ள முடியவில்லை.

வெய்ன் டயர் வாழ்வில்

எழுத்தாளர் வெய்ன் டயரின் தந்தை ஒரு குடிகாரர். மனைவியைத் திட்டுவார், அடிப்பார். டயருக்கு ஒன்பது வயதிருக்கும்போது அவர்களை விட்டு அவர் பிரிந்தும் சென்றுவிட்டார். எங்கு போனார், என்ன ஆனார் என்றே தெரியாது. ஆனால் தன் தந்தையின்மீது டயருக்கு தீராத கோபமிருந்தது. ஏனெனில் கிட்டத்தட்ட அனாதை மாதிரி தானும் தன் அம்மாவும் அடுத்தவர்களின் உதவியிலேயே வாழவேண்டியிருந்தது. கிட்டத்தட்ட இருபது ஆண்டுகள் கழித்து, அவர் தந்தை அதிகமான குடிப்பழக்கத்தின் விளைவால் இறந்துவிட்டதாகவும் பிலாக்ஸி என்ற ஊரில் அடக்கம் செய்யப்பட்டுவிட்டதாகவும் ஒரு நண்பர் டயரிடம் தெரிவிக்கிறார்.

தன் தந்தையின் கல்லறைக்குச் சென்று மனதிலுள்ள ஆத்திரத்தையெல்லாம் கொட்டித் தீர்த்துவிட வேண்டும் என்று ஒரு வெறி வருகிறது டயருக்கு.

ஆனால் தந்தையின் கல்லறை இருக்கும் ஊரின் பெயரோ, அந்த இடுகாடு இருக்கும் இடத்தின் பெயரோ நிச்சயமாகத் தெரியாது. நண்பர் சொன்ன ஊரின் பெயரும் மறந்துவிட்டிருந்தது.

அந்த நிலையில் ஏதோ வேலையாக ஒரு நாள் ஒரு புதுக் காரை வாடகைக்கு எடுத்துக் கொண்டு டயர் போகிறார். கொஞ்ச தூரம் போன பின்பு காரின் சீட் சரியாக இல்லையென்ற உணர்வு அவருக்கு ஏற்படுகிறது. சீட்டைத் தூக்கி சரி செய்யப் பார்த்தபோது சீட்டுக்கு அடியில் ஒரு விசிட்டிங் கார்டு இருந்தது. அதில் போடப்பட்டிருந்த ஓர் இடத்தின் அல்லது ஊரின் பெயரைப் படித்ததும் டயருக்கு உள்ளுக்குள்ளிருந்து ஏதோ மணியடித்தது! ஆம், அந்த கார்டில் பிலாக்ஸி என்ற பெயர் இருந்தது! அந்த ஊரில் அல்லது இடத்தில்தான் தன் தந்தை இறந்து போனதாக அந்த நண்பர் சொன்னதும் ஞாபகம் வந்தது.

தான் எந்த இடத்தில் இருக்கிறோம் என்று விசாரித்தார். அவருக்கு இன்னொரு ஆச்சரியம் காத்திருந்தது. இன்னும் கொஞ்ச தூரம் சென்றுவிட்டால் தன் நண்பர் சொன்ன தன் தந்தை இறந்த ஊரான பிலாக்ஸி வந்துவிடும்! தன் தந்தை அடக்கம் செய்யப்பட்ட இடத்திலிருந்து கூப்பிடு தூரத்தில்தான் அவருடைய கார் நின்று கொண்டிருந்தது! அவருக்கு நம்பவே முடியவில்லை.

உடனே பிலாக்ஸிக்கு காரை ஓட்டிச் சென்றார். அங்கிருந்த ஒருவரிடம் அந்த ஊரில் உள்ள இடுகாடுகளின் முகவரி கேட்டார். அவர் விசாரித்த இடத்துக்கு அருகிலேயே ஒரு இடு காடு இருந்தது! அங்கே சென்று தன் தந்தையின் பெயரைச் சொல்லி விசாரித்தார். என்ன ஆச்சரியம்! அங்கேதான் அவர் தந்தை அடக்கம் செய்யப்பட்டிருந்தார்!

அப்போது டயர் தனது முப்பதுகளில் இருந்தார். தந்தையின் கல்லறைக்குச் சென்று அங்கே மூன்று மணி நேரமாக நின்று கொண்டிருந்தார். வாய்க்கு வந்தபடியெல்லாம் திட்டினார். கடைசியில் அவர் மனச் சுமைகள் யாவும் இறங்கி ரிலாக்ஸானார். அவர் மனமும் மாறியது. "நான் உங்களை மன்னித்துவிட்டேன். இப்போது நான் உங்களுக்கு என் அன்பை அனுப்புகிறேன் அப்பா" என்று அழுது கொண்டே கூறினார். அதற்குப் பிறகுதான் அவர் வாழ்க்கை படு வேகத்தில் முன்னேற ஆரம்பித்தது. அவர் எழுதிய நூல்கள் லட்சக் கணக்கில் விற்றுத் தீர்ந்தன!

டயரின் வாழ்வில் நடந்த அந்த நிகழ்ச்சி இரண்டு வகையில் நமக்கு மிகமிக முக்கியமானது. ஒன்று நாம் இந்த அத்தியாயத்தில் பேசிக்கொண்டிருக்கும் இறைவனின் செய்தி எப்படித் தற்செயல்கள் மூலமாக நமக்குக் கிடைக்கும் என்பது. இன்னொன்று, மன்னிப்பு என்ற குணம்.

கோபம், வெறுப்பு, பழிவாங்குதல் போன்ற உணர்ச்சிகளை மனதில் வைத்துக் கொண்டே இருப்பதால் இரண்டு தீமைகள் நடக்கின்றன. ஒன்று நமது ஆரோக்கியம் கெட்டுப் போகிறது. இன்னொன்று, இறைவனின் உதவி கிடைப்பது நின்றுவிடுகிறது! ஆம். தங்களை அனாதைகளாக்கிவிட்டுப் போன தனது தந்தையை டயர் மன்னித்த பிறகே அவருடைய வாழ்வில் ஒளி பிறந்ததை நாம் கவனிக்க வேண்டும்.

மணப்பெண் தேடி எங்கெங்கோ வருஷக் கணக்கில் அலைந்து விட்டு கடைசியில் பக்கத்து வீட்டுப் பெண்ணை மணந்து கொள்ள நேரிடலாம். வெளியே கிளம்பும்போது தலையில் அல்லது காலில் இடித்துக் கொள்ளலாம். போன வேலை முடியாமல் போகலாம். அல்லது பாதகமாக முடியலாம்.

ஏன் செய்கிறோம் என்றே தெரியாமல் செய்தித்தாளில் இருந்து ஒரு செய்தியை வெட்டி வைத்திருக்கலாம். அது ஒரு மாதம் கழித்து ஒரு நண்பரின் நீண்ட நாளைய நோய் குணமாகக்கூடிய வழியை அது காட்டலாம். இப்படி எத்தனையோ தற்செயல்களை அடுக்க டுக்காகச் சொல்லிக் கொண்டே போகலாம்.

ஒரு நிமிஷம் கண்களை மூடிக்கொண்டு கொஞ்சம் உங்கள் கடந்த காலத்தை நினைத்துப் பார்த்தீர்களென்றால் இத்தகைய தற்செயல்கள் ஏராளமாக இருப்பதைப் பார்க்கலாம்.

இந்தத் தற்செயல்கள் சொல்வது என்ன? நம் வாழ்க்கையில் நடக்கும் எதுவுமே தற்செயலானதல்ல என்ற முக்கியமான செய்தியைத்தான் அவைகள் கூறுகின்றன!

ஆமாம். அவைகள் தற்செயலாக நடப்பதைப் போன்ற தோற்றம் கொண்டிருக்கின்றன. ஆனால் உண்மையில் அவை நமக்காகத்தான் நடக்கின்றன. நம்மைவிடப் பெரிய ஒரு அறிவாளி நமக்காகப் போட்ட திட்டம்தான் தற்செயல்கள் மூலம் நிறைவேறுகிறது! ஆம். யார் அந்த மகா அறிவாளி? வேறு யார் ஆண்டவன்தான். உங்களுக்கு இந்த வார்த்தை பிடிக்கவில்லை என்றால், பிரபஞ்சப் பேரறிவு என்று வைத்துக் கொள்ளுங்கள்.

அதே விநாடி

தற்செயல்களை அலட்சியப் படுத்துவதன் மூலம், நமது ஒட்டு மொத்த வாழ்க்கையையும் நடத்திச் செல்லும் பேராற்றலைப் புரிந்து கொள்ளத் தவறிவிடுகிறோம் நாம். நமது விதிவசப் பட்டோலையின் ஒரு துண்டு என்று தற்செயல்களை வர்ணிக்கலாம். ஆம். நமது விதியின் குறிப்பு நிச்சயமாக அவைகளில் உள்ளது.

நமக்குள்ளே, நமது உடல், மனம், உணர்ச்சிகள் இவைகளுக்கு அப்பால், ஒரு பேராற்றல் மறைந்து கிடக்கிறது. அதைத் தரிசிப்பதற்கான வழிகளில் ஒன்றுதான் தற்செயல்கள். அவைகளைக் கவனிப்பதன் மூலம் அவைகளைப் புரிந்து கொள்ளலாம். அவைகளைப் புரிந்துகொள்வதன் மூலம் நமக்கான தற்செயல்களை நாமே உருவாக்கிக் கொள்ளலாம்!

ஆச்சரியமாக இருக்கிறதா? இருக்கலாம். ஆனால் இது உண்மை. அந்தப் பேராற்றலின், பெருங்கருணையின் உலகத்தைப் புரிந்து கொண்டால் போதும். அங்கே எதுவும் சாத்தியம். எல்லாமும் சாத்தியம். முடிவற்ற சாத்தியக் கூறுகளைக் கொண்ட உலகம் அது. அது நமக்குள்ளே இருப்பதுதான் அற்புதம். அதற்குள்ளே போகும் வழிதான் தற்செயல்கள்.

தற்செயல்கள் நமக்கு வழிகாட்டுகின்றன. நம் வாழ்க்கையையே புரட்டிப் போடுகின்ற வலிமை கொண்டவை அவை. நான் மேலே கொடுத்த உதாரணங்களை தியானித்துப் பாருங்கள். அவை போல உங்கள் வாழ்க்கையிலும் நிச்சயமாகப் பல தற்செயல்கள் நடந்திருக்கும். ஞாபகப்படுத்திப் பாருங்கள், தெரியும்.

தற்செயல்கள் நம்மிடம் பேசுகின்றன. ஆனால் நாம் அந்தப் பேச்சை மதிப்பதில்லை. அவற்றை மதிக்க ஆரம்பித்துவிட்டால் போதும், நம் வாழ்க்கையை எந்த சக்தி ஆட்டிப் படைத்துக் கொண்டிருக்கிறதோ அது புரிய ஆரம்பித்துவிடும்.

அதன் மூலமாக, தற்செயல்களை எந்த ஆற்றல்கள் உருவாக்குகின்றனவோ அவற்றின் மீது நாம் தாக்கத்தை ஏற்படுத்தலாம். அவற்றை நாம் கட்டுப்படுத்தலாம். அப்படிச் செய்ய முடிவதன் மூலம் நமக்கான தற்செயல்களை நாமே உருவாக்கிக் கொள்ளலாம்.

இதை எப்படிச் செய்வது? ஒன்றும் கம்ப சூத்திரமில்லை. எளிமை யானதுதான். எல்லோராலும் செய்ய முடிவதுதான்.

முதலில் தற்செயல்கள் என்னென்ன நடந்தன என்று கடந்த காலத்தைத் திரும்பிப் பார்த்துப் புரிந்து கொள்ளவேண்டும். அவைகள்

கொடுத்த செய்தியை மதிக்க வேண்டும். அடுத்த கட்டமாக, நிகழ் காலத்தில் நடக்கும் தற்செயல்களை நடக்கும்போதே விழிப்புணர் வுடன் புரிந்து கொள்ள வேண்டும். டாக்டர் வெய்ன் டயர் செய்த மாதிரி. ஒரு தற்செயல் நிகழும்போது நீங்கள் விழிப்புணர்வுடன் இருந்து விட்டீர்களேயானால், அடுத்தடுத்த தற்செயல்கள் நடக்கும்போதும் நீங்கள் அவைகளை நிச்சயம் அடையாளம் கண்டு கொள்வீர்கள்.

தற்செயல்களைக் குட்டி அற்புதங்கள் என்று சொல்லலாம். அந்த அற்புதங்கள் நடக்கும்போது நீங்கள் உஷாராக இருந்தால் போதும். எப்படி இருப்பது என்று கேட்கிறீர்களா? உதாரணமாக இந்தப் புத்தகத்தை நீங்கள் படித்துக் கொண்டிருப்பதையே எடுத்துக் கொள்ளலாம்.

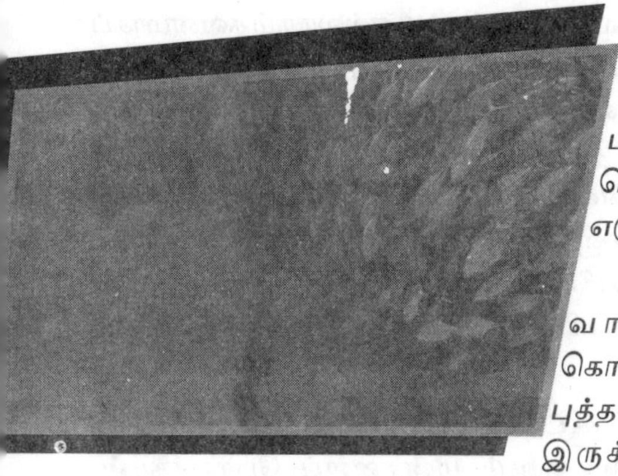

இதை நீங்கள் ஒரு கடையில் வாங்குவதாக வைத்துக் கொண்டு பேசுவோம். ஆயிரம் புத்தகங்கள் அந்தக் கடையில் இருக்க நீங்கள் ஏன் இந்தப் புத்தகத்தைத் தேர்ந்தெடுத்தீர்கள்? தற்செயலாக இது உங்கள் கண்ணில் பட்டிருக்கலாம். துருத்திக் கொண்டு, வெளியே நீட்டிக் கொண்டு இருந்திருக்கலாம். இதன் அட்டைப்படம் உங்களைக் கவர்ந்திருக்கலாம். விலை மலிவாக இருக்கிறதென்று நீங்கள் நினைத்திருக்கலாம்.

இந்தப் புத்தகம் உங்கள் கண்ணில்பட்டதும், இதை நீங்கள் தேர்ந்தெடுத்ததும் தற்செயல்கள். ஆனால் இந்தத் தற்செயல்கள் உங்களுக்காக நடந்தவை. இந்தப் புத்தகமோ, இதில் உள்ள ஒரு செய்தியோ உங்களுக்கு மிகவும் தேவைப்பட்டிருக்கிறது. அதனால்தான் இது உங்கள் கண்ணில் பட்டிருக்கிறது. அல்லது உங்களுக்கு முன் இதைப் பார்த்த யாரோ உங்கள் கண்ணில் படும்படி இதைத் துருத்திக் கொண்டு நிற்குமாறு வைத்துவிட்டுப் போயிருக்கிறார்கள். ஏனென்று அவர்களுக்குத் தெரியாமலே.

நல்லதாக இருந்தாலும் சரி, கெட்டதாக இருந்தாலும் சரி, இந்த உலகத்தில் நடக்கும் எதுவுமே தற்செயலானதல்ல. எல்லா நிகழ்வுகளும் ஒன்றோடொன்று தொடர்பு கொண்டவை. அந்தத்

தொடர்பு நம் கண்களுக்குத் தெரிவதில்லை. அவ்வளவுதான். தற்செயல்கள் யாவும் நமக்குச் சுட்டிக் காட்டும் உண்மை இதுதான்.

மீன்கள் தொட்டியில் நீந்திச் செல்வதைப் பார்த்திருக்கிறீர்களா? திடீரென்று எல்லா மீன்களும் வலப்பக்கமாகவோ, இடப் பக்கமாகவோ திரும்பும். எல்லா மீன்களும் சொல்லி வைத்தாற்போல ஒரே சமயத்தில் திரும்பும். ஒன்றுகூட தப்பான திசையில் போகாது. மந்தையில் இருந்து விலகிச் செல்லும் ஆடுகள் அவைகளில் கிடையாது.

இது எப்படி நடக்கிறது? அந்த மீன் கூட்டத்துக்கு ஒரு புரட்சித் தலைவனோ புரட்சித் தலைவியோ உண்டா? எல்லாரும் கவனமாகப் பார்த்துக் கொள்ளுங்கள், நான் இப்போது வலப்பக்கமாகத் திரும்பப் போகிறேன், எல்லோரும் என்னைப் பின்பற்றித் திரும்ப வேண்டும் என்று "தல" மற்ற மீன்களிடம் சொல்கிறதா? இல்லையே! மீன்கள் முன்னமேயே பேசி வைத்துக் கொண்டு திரும்புவதில்லை. அவைகளுக்கிடையே எந்த விதமான தகவல் தொடர்பும் நடக்கவில்லை. பின் யாரோ சொல்லிக் கொடுத்த நடன இயக்கத்துக்கு ஆடுவது மாதிரி மிகத் துல்லியமாக அந்த இயக்கம் எப்படிச் சாத்தியமானது?

பறவைகள் வானத்தில் கூட்டமாகப் பறந்து போகும்போது பார்த்திருக்கிறீர்களா? அவைகளும் மீன்களைப் போலத்தான். ஒரே திசையில் ஒன்றாகப் பறக்கும். ஒரே நேரத்தில் எல்லாப் பறவைகளும் ஒன்றாகத் திரும்பும். அவைகளும் பேசிக்கொண்டு இதைச் செய்வதில்லை. தண்ணீருக்குள்ளும், விண்ணுக்குள்ளும் ஏன் பார்க்க வேண்டும், மண்ணுக்குள்ளேயே பார்க்கலாம். வாத்துக் கூட்டம் போவதைப் பார்த்திருக்கிறீர்களா? அவைகளும் இப்படித்தான். ஒரே கணத்தில் எல்லா க்வாக், கவாக்குகளும் ஒரே திசையை நோக்கித் திரும்பும்.

இந்த உதாரணங்களில் இருந்து நமக்கு என்ன தெரிகிறது? நம் கண்ணுக்குத் தெரியாவிட்டாலும் மீன்கள் ஒவ்வொன்றுக்கும் இடையில், பறவைகள் ஒவ்வொன்றுக்கும் இடையில், வாத்துகள் ஒவ்வொன்றுக்கும் இடையில் தொடர்பு உள்ளது என்பதுதானே?

இயற்கையில் தற்செயல்கள் மலிந்து கிடக்கின்றன என்றே சொல்லலாம். மலிவாகக் கிடைக்கும் எந்த ஒரு விஷயத்தின் பெருமையையும் நாம் புரிந்துகொள்வதே இல்லை. உதாரணமாக ஆப்பிளையும் வாழைப்பழத்தையும் சொல்லலாம். ஆப்பிள் சீசனில் கிடைக்கிறது. ஒரு ஆப்பிளை நாம் இருபது ரூபாய் வரை

விலை கொடுத்து வாங்குகிறோம். ஒரு ரூபாய்க்கோ இரண்டு ரூபாய்க்கோ அன்றாடம் சாலையோரக் கடைகளில் கிடைக்கும் வாழைப்பழத்தை வாங்க நாம் அவ்வளவு ஆர்வம் காட்டுவதில்லை. ஆனால் உண்மை என்ன தெரியுமா? நூறு கிராம் ஆப்பிள், நூறு கிராம் வாழைப்பழம் இரண்டையும் ஆராய்ந்து பார்த்தார்கள். கார்போஹைட்ரேட், ப்ரோட்டின், நார்ச்சத்து இப்படி எல்லாமே ஆப்பிளில் கிடைப்பதைவிட வாழைப்பழத்தில் அதிகமாகக் கிடைப்பதை விஞ்ஞானம் கண்டுபிடித்தது.

ஆனால் நாம் ஆப்பிளை விரும்பி வாங்குவதுபோல் வாழைப்பழத்தை வாங்குவதில்லை. வாழ்க்கையை நாம் இப்படித்தான் புரிந்து வைத்திருக்கிறோம். அதனால்தான் மிக முக்கியமான செய்திகளைக் கொண்டு வரும் தற்செயல்களை நாம் அலட்சியப்படுத்துகிறோம்.

ஆனால் இந்த விஷயத்தில் ஆர்வம் கொண்டவர்கள் இதை அலட்சியப்படுத்தவில்லை. அவர்கள் தீவிரமாக ஆராய்ச்சிகள் செய்தார்கள். அதன் பலனாக பல உண்மைகளைப் புரிந்து கொண்டார்கள். ஆங்கிலத்தில் இப்படி தற்செயல்கள் நடப்பதை அவர்கள் 'சிங்க்ரானிசிட்டி' (Synchronicity) என்று சொன்னார்கள். கார்ல் கஸ்டவ் யங் என்ற நவீன உளவியலாளர்தான் முதன் முதலில் அந்த வார்த்தையை அறிமுகப்படுத்தினார். ஒன்றை ஒன்று உருவாக்காத, தோற்றத்தில் தொடர்புகளற்ற இரண்டு அல்லது அதற்கு மேற்பட்ட நிகழ்ச்சிகளுக்கு இடையே இருந்த தொடர்பை அவர் அறிமுகப்படுத்தினார். பின்னால் வந்த சிந்தனையாளர்கள் அதை மேலும் ஆராய்ந்து உறுதிப்படுத்திக் கொண்டனர்.

நாய்கள்

ரூபர்ட் ஷெல்ட்ரேக் என்ற விஞ்ஞானி அப்படிப்பட்டவர்தான். அவர் ஒரு ஆங்கிலேயர். பயோகெமிஸ்ட் மற்றும் தாவர விஞ்ஞானி என்று சொல்லலாம். 'இந்த உலகத்தை மாற்றவல்ல ஏழு பரிசோதனைகள்' என்ற ஒரு கருத்தை அவர் முன் வைத்தார். அதில் அவர் விளக்கிய முதல் பரிசோதனை நாய்களைப் பற்றியது. தம் எஜமானர்கள் எப்போது வீடு திரும்புவார்கள் என்று நாய்களுக்குத் தெரியும் என்பதைப் பற்றிய பரிசோதனை அது. இயற்கையில் தற்செயல்கள் எப்படி ஆட்சி புரிகின்றன என்பதை விளக்க அந்தப் பரிசோதனை நமக்கு மிகவும் உதவும்.

நாயின் சொந்தக்காரர் பாரிஸில் இருந்தார். நாயோ அவருடைய லண்டன் வீட்டில் இருந்தது. இரண்டு வாரங்கள் விடுமுறையில்

அவர் பாரிஸ் போயிருந்தார். ஆனால் திடீரென்று ஒரே வாரத்தில் ஊருக்குத் திரும்பிவிடலாம் என்று அவர் முடிவெடுத்துக் கிளம்புவதற்கான ஆயத்தங்கள் செய்தார். அப்போதே, அதே கணத்திலேயே அவருடைய லண்டன் வீட்டு நாயும் தன் அறையில் இருந்து எழுந்து வாசலுக்கு வந்து வாலை ஆட்டிக் கொண்டு, நாக்கைத் தொங்கப் போட்டுக் கொண்டு தன் எஜமானனைப் பார்ப்பதற்காக வழிமேல் விழிவைத்துக் காத்திருந்தது. இவையாவும் அதற்குத் தெரியாமல் பல வீடியோ கேமராக்களை அதன் இடத்திலும் வாசலிலும் வைத்துப் பதிவு செய்து உறுதிப்படுத்தப்பட்டன. பத்து நிமிடங்களில் இருந்து இரண்டு மணி நேரத்துக்கு முன்னதாகவே நாய்களுக்கு அதன் எஜமானர்கள் வீட்டை நோக்கிக் கிளம்பி வருவது தெரிந்து விடுகிறது.

எஜமானர் வீட்டுக்கு வருவதற்கும் நாய் வாசலில் வந்து காத்து நிற்பதற்கும் இடையில் எந்தத் தொடர்பும் இருப்பதாகத் தெரியா விட்டாலும், எஜமானர்கள் வருவது தெரிந்துதான் அவை வாசலில் போய்க் காத்திருக்கின்றன என்பது உறுதி செய்யப்பட்டு விட்டது. வீட்டு எஜமானருக்கே அவர் எப்போது, எங்கே போகப் போகிறார், எப்போது வீடு திரும்பப் போகிறார் என்றெல்லாம் தெரியாமலே, அதாவது சொல்லாமலே, அவருடைய அனுமதியின் பேரிலும் இத்தகைய பரிசோதனைகள் செய்யப்பட்டன. அப்போதும் அவர் வீட்டை நோக்கிக் கிளம்பியதுமே நாய் உடனே தன் இருப்பிடத்தை விட்டு வாசலுக்கு வந்து எஜமானனை எதிர்பார்க்க ஆரம்பித்தது.

தீபக் சோப்ரா ஒரு நோயாளியைப் பரிசோதித்துக் கொண்டிருந்தபோது திடீரென்று அவர் கடுமையான வயிற்று வலி வந்தவரைப் போலத் தரையில் படுத்து உருண்டாராம். ஏன் என்று கேட்டதற்கு என் வயிற்றில் யாரோ கத்தியால் குத்தியது போல

வலித்தது என்று அந்த நோயாளி சொன்னார். அவருடைய அம்மாவை யாரோ உண்மையிலேயே அந்த நேரத்தில் ஃபிலடெல்ஃபியாவில் கத்தியால் குத்தியது பிறகுதான் தெரிய வந்ததாம்! தான் எழுதிய 'Synchrodestiny' என்ற புத்தகத்தில் தீபக் சோப்ரா இதையெல்லாம் குறிப்பிடுகிறார்.

பழங்குடிப் பாடல்

ஆப்பிரிக்கப் பழங்குடியினரிடையே ஒரு அழகான பழக்கமிருந்தது. ஒருத்தி குழந்தை உண்டாகிவிட்டால் உடனே அந்தக் குழந்தைக்கு ஒரு பெயர் வைத்து, அதற்காக ஒரு பாடலையும் தயார் செய்துவிடுவாள். அந்தப் பாடலை அவள் இன்னும் பிறக்காத, தன் வயிற்றுக்குள்ளிருக்கும் குழந்தைக்குப் பாடிக் காட்டிக் கொண்டே இருப்பாள். முக்கியமான நாட்களிலெல்லாம் அந்தப் பாடல் குடும்பத்தில் உள்ள அனைவராலும் பாடப்படும். குழந்தை பிறந்த பிறகும், அதற்குப் பால் கொடுக்கும்போதும், அது வளரும் ஒவ்வொரு கட்டத்திலும் அந்தப் பாடலே பாடப்படும். தாயையும் குழந்தையையும் எல்லாக் கட்டத்திலும் இணைக்கும் ஒரு உறுதியான பாலமாக அந்தப் பாடல் இருந்தது. இறப்பையும் தாண்டிச் செல்லும் இணைப்பாக அது அமைந்து போனது அவர்களுக்கு. குழந்தைக்கும் தாய்க்கும் இடையே ஒரு மிக நெருக்கமான உறவை அது ஏற்படுத்தியது. ஓருயிர் ஈருடல் என்பது போன்ற ஒரு நிலையை அது சாத்தியமாக்கியது.

எங்காவது காட்டில் அவள் வேலை செய்து கொண்டிருக்கும்போது அந்தக் குழந்தைக்கு ஏதாகிலும் உடலில் பிரச்சனை வந்தால், வலி வந்தால், அதே போன்ற வலியும் வேதனையும் உடனே தாய்க்கும்

அவளது உடம்பில் அதே பாகத்தில் ஏற்பட்டது. குழந்தையின் பிரச்சனையை அவள் உடனே உணர்ந்து கொண்டாள். எங்காவது குழந்தை பசியால் கதறினால், உடனே தாய்க்கு முலைப்பால் சுரந்து வடிய ஆரம்பித்துவிடும்!

லைலா மஜ்னு காதல் கதை புகழ்பெற்றது. மஜ்னூனை சாட்டையால் அடித்தபோது லைலாவின் உடம்பிலும் சாட்டைக் காயங்கள் ஏற்படுவதை திரைப்படத்தில் பார்த்து நாம் உண்மையான காதலின் மகிமை அது எனக் கொண்டாடி இருக்கிறோம். ஆனால் இங்கே நெருக்கமான உறவோடும், அன்போடும் எந்த இரண்டு பேர் இருந்தாலும், அதில் ஒன்று மிருகமாக இருந்தால்கூட மொழியை மீறிய தொடர்பும், உறவும், இணைப்பும் தற்செயல்கள் மூலமாக சாத்தியம் என்பதைக் காலம் நிரூபித்துவிட்டது.

நம் உடலில் கோடிக்கணக்கான உயிரணுக்கள் உள்ளன. ஒவ்வொன்றும் ஒவ்வொரு வேலையைச் செய்து கொண்டிருக்கிறது. ஒரு உயிரணுவுக்கும் இன்னொன்றுக்கும் நேரடியாகத் தகவல் தொடர்பு எதுவும் இல்லை. ஆனாலும் ஒவ்வொரு உயிரணுவும் அடுத்த உயிரணு என்ன செய்யப் போகிறது என்பதைத் தெரிந்தே வைத்திருக்கிறது. அப்படியொரு 'சிங்க்ரானிசிட்டி' இல்லையெனில், நமது உடல் 'எந்திரன்' படத்து ரோபோ ரஜினி மாதிரி உதிரி உதிரியாகக் கீழே விழுந்துவிடும் என்கிறார் டாக்டர் தீபக் சோப்ரா!

ஏதோ ஒரு வகையில் உயிரணுக்களுக்கு மத்தியில் தகவல் தொடர்பு சாத்தியமாகிறது. ஆனால் அது ஒளியின் வேகத்தில் நடப்பதால் நம்மால் புரிந்து கொள்ள முடிவதில்லை என்றும் அவர் கூறுகிறார். பெண்களின் மாதவிடாய் நிலவின் ஒளியால் பாதிக்கப்படுவதற்கும் கண்ணுக்குத் தெரியாத இந்தத் தொடர்பே, தாக்கமே காரணம் என்றும் அவர் விளக்குகிறார். ஒளியின் வேகத்தில் காரியங்களை நடத்தவும் முடிக்கவும் ஒளியைப் படைத்த, ஒளிகளின் ஒளியாக இருக்கும் இறைவனால் மட்டுமே முடியும் என்பதையாவது நாம் புரிந்து கொள்ள வேண்டும்! இல்லையெனில் நாம்தான் நஷ்டவாளிகளாகிவிடுவோம்.

கண்ணுக்குத் தெரியாத இத்தகைய உறவுகளும், தொடர்புகளும்தான் நம் வாழ்க்கையை ஆட்டி வைக்கின்றன, தீர்மானிக்கின்றன. இறைவனை நோக்கி நாம் ஒரு அடி எடுத்து வைத்தால், அவன் நம்மை நோக்கி பல அடிகள் ஓடி வருகிறான் என்று ஒரு நபிமொழி உள்ளது. தற்செயல்களைப் புரிந்து கொள்ளும் முயற்சிகளுக்கும் இது பொருந்தும்.

தற்செயல்களை நாம் புரிந்து கொள்ள வேண்டும். நம் வாழ்க்கை தொடர்பான பொதுவான ரகசியங்களின் முடிச்சுக்களை நாம் அவிழ்க்க வேண்டும். அப்போதுதான் நாம் நினைக்கும் சிகரங்களை நாம் எளிதாக எட்ட முடியும். அந்த சிகரம் பணமாக, பணியாக, பதவியாக, அந்தஸ்தாக, குடும்ப மகிழ்ச்சியாக, சொத்தாக, செல்வாக்காக, காதலாக, கல்யாணமாக - எதுவாக வேண்டுமானாலும் இருக்கலாம்.

தற்செயல்களைப் புரிந்து கொள்வது, நாம் விரும்பு வதை அடைவதற்கான முதல்படி என்றுகூடச் சொல்லலாம். எனவே தற்செயல் எனும் அற்புத மாளிகைக்குள் நாம் பிரவேசிக்க வேண்டியுள்ளது. நுழைவாயில்வரை உங்களை நான் கொண்டு வந்து விட்டுவிட்டேன். இனி நீங்களாக உள்ளே போக வேண்டியதுதான்.

சில பயிற்சிகள்

தற்செயல் நிகழ்வுகளைப் புரிந்து கொள்ள நாம் மேற்கொள்ள வேண்டிய சில பயிற்சிகள்:

1. ஏற்கனவே சொன்னது போல ஒரு இடத்தையும் நேரத்தையும் தேர்ந்தெடுத்துக்கொண்டு, முகம், கை,கால்களைக் கழுவி விட்டு அமரவும். நேராக அமர வேண்டும். கண்களை மெல்ல மூடிக் கொள்ள வேண்டும். நம் ஐம்புலன்களைக் கவனிக்கும் பயிற்சி இது. நாம் அமர்ந்துள்ள அறையில் அல்லது இடத்தில் என்னென்ன சப்தங்கள் கேட்கின்றன என்று உற்றுக் கவனிக்கலாம். குறிப்பாக நமது மூச்சு, அல்லது மேலே மின்விசிறி சுழலும் சப்தம், அல்லது ஏஸி ஓடும் சப்தம் கேட்கிறதா என்று கவனிக்கலாம். தூரத்தில் நாய் குலைக்கும் சப்தம், வாகனங்கள் ஓடும் சப்தம் எல்லாம் நமக்கு நிச்சயமாகக் கேட்கும். ஆனால் அருகில் உள்ள, நமக்கு உள்ளேயே இருந்து வருகின்ற சப்தங்கள் நாம் அன்றாட அலுவல்களினூடே கேட்பதில்லை.

சப்தம் வேண்டாமென்றால், நம் உடல் எங்கெல்லாம் தொட்டுக் கொண்டும், பட்டுக் கொண்டும் இருக்கிறது, நாம் எப்படி உணர்கிறோம் என்று கவனிக்கலாம்.அல்லது அறையில் வரும்

சுகந்தமான அல்லது மோசமான வாசனைகள் என்னென்ன என்று நுகரலாம்.

அல்லது மூடிய கண்களுக்குள் என்ன அல்லது என்னென்ன தெரிகிறது என்று பார்த்துக் கொண்டிருக்கலாம். நம் ஐம்புலன்களில் ஏதாவதொன்றுக்கு வேலை கொடுத்து அதை கவனிக்க வேண்டும். இதுதான் பயிற்சி

ஒரு ஐந்து நிமிடங்கள் இந்தப் பயிற்சியைத் தினமும் செய்தால் போதும். உன்னிப்பாகக் கவனிக்கும் பழக்கத்தை இந்தப் பயிற்சி ஏற்படுத்தும். தற்செயலாக ஏதாவது நடக்கும்போது நீங்கள் அதை 'மிஸ்' பண்ண மாட்டீர்கள்.

அப்படி ஏதாவது நடக்கும்போது இதன் அர்த்தம் என்ன என்ற கேள்வியை உங்களுக்கு நீங்களே கேட்டுக் கொள்ளுங்கள். ஆனால் பதிலைப் பற்றி யோசிக்க வேண்டாம். அது தானாகத் தெரிய வரும்.

2. அவ்வப்போது நடக்கும் தற்செயலான நிகழ்ச்சிகளை எழுதி வைத்துக்கொள்ளவேண்டும். அதை மாதத்துக்கு ஒரு முறையாவது கவனித்தீர்களென்றால், அதில் மிகச் சின்னதிலிருந்து, மிக மிக முக்கியமான நிகழ்ச்சிகள் தற்செயலாக நடந்திருப்பது தெரிய வரும். இறைவன் நம்மீது எவ்வளவு அன்பு வைத்திருக்கிறான் என்று அப்போதுதான் புரியும். நமது கடவுள் நம்பிக்கையும் மேலும் உறுதிப்படும்.

3. நினைத்துப் பார்க்கும் பயிற்சி. அடிக்கடி நடந்த நிகழ்ச்சிகளை நினைத்துப் பார்ப்பதன் மூலம் தற்செயல்கள் வெளிச்சத்துக்கு வரும். இதை தினசரியோ, அல்லது வாரம் ஒரு முறையோ செய்யலாம்.

4. மேலே சொன்ன பயிற்சியின் இன்னொரு அம்சமாக இப்போது சொல்லப் போவதை எடுத்துக் கொள்ளலாம். ஒவ்வொரு நாள் இரவும் படுக்கப் போகுமுன், நேராக, அசையாமல் அமர்ந்து கொண்டு அன்று காலையில் இருந்து நடந்தவை என்ன என்று அசை போடுவது. முதலில் இது கஷ்டமாக இருக்கும். பின்னர் பழகிவிடும். நினைவுகள் துல்லியமாக வர ஆரம்பிக்கும். தற்செயல்களைப் புரிந்து கொள்ள இது மிக உதவியாக இருக்கும் என்பது மட்டுமல்ல, உங்களுக்கு அபார நினைவாற்றல் வளர்வதற்கும் உதவியாக இருக்கும்.

5. பழக்கமானவுடன், 'இனி நான் கனவு கண்டால், அதுவும் எனக்கு நினைவிருக்க வேண்டும்' என்று ஒரு உத்தரவை உங்கள் ஆழ்மனதுக்குக் கொடுத்துவிட்டு உறங்கச் செல்ல வேண்டும். விரைவிலேயே கனவுகளும் துல்லியமாக நினைவுக்கு வர ஆரம்பிக்கும். கனவுகள் கண்டு கொண்டிருக்கும்போதே நீங்கள் கனவு காண்கிறீர்கள் என்றும், அதைக் கவனிப்பது நீங்கள்தான் என்றும் உங்களுக்குப் புரிந்துவிடும்.

இது ஒரு எளிய ஆனால் மகத்தான பயிற்சி. ஒரு குறிப்பிட்ட பூவை - உதாரணமாக ரோஜா - நான் கனவு கண்டால், இந்த ரோஜாவும் கனவில் வரவேண்டும் என்று உத்தரவு கொடுத்துவிட்டுப் படுக்கலாம் என்கிறார் ஓஷோ. இப்படிச் செய்வதன் மூலம் எந்தக் கனவு வந்தாலும் அதிலந்த ரோஜாவும் சேர்ந்தே வரும். அந்த ரோஜாவைப் பார்த்தவுடன் இது கனவு என்று நாம் புரிந்து கொள்ளலாம் என்கிறார் அவர்!

இந்தப் பயிற்சியின் மூலம் தற்செயல்கள் புரிய ஆரம்பிப்பதோடு, நாம் யார் என்றும் தெரிய ஆரம்பிக்கும். நீங்கள் யார் என்று தெரிந்து கொண்டீர்களேயானால், அப்படித் தெரியாமல் இருந்தபோது உங்களால் செய்ய முடியாமல் இருந்த காரியங்களையெல்லாம் இப்போது செய்ய முடியும்.

இந்த எல்லாப் பயிற்சிகளுமே குறைந்த கால அளவில் செய்யக் கூடியதுதான். ஐந்து நிமிடங்கள் செய்தால் போதும்.

தூங்கப் போகுமுன் கனவுகள் தெரிய வேண்டுமென்ற உத்தரவைக் கொடுக்க சில வினாடிகள் போதும். செய்து பாருங்கள். தற்செயல்கள் யாவுமே விதிப்படி, இறைவன் விதித்தபடி நடப்பவைதான். எல்லாமே விதி என்பது இதுதான். தற்செயல்கள் யாவும் விதிகளின்படி நடக்கும் தெய்வச் செயல்தான். புரிந்துகொண்டால் தற்செயல்கள் யாவும் வரங்களாக அமையும்.

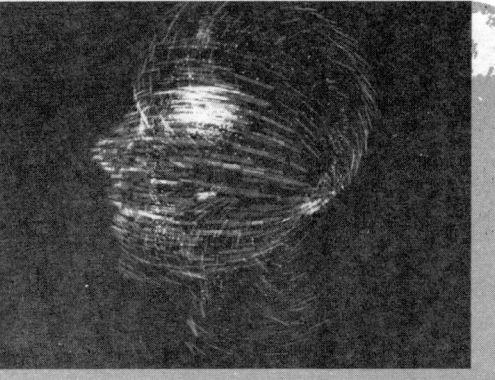

11
நீங்கள்தான் அது

> இந்த உலகத்தில் நான் வாழவில்லை. எனக்குள் இந்த உலகம் வாழ்ந்து கொண்டிருக்கிறது
> —ரமணர்

> ரமணர் பெரியவர். ஞானி. ஆனால் அவர் சொல்வதெல்லாம் நமக்குப் புரியுமா என்ன? இப்படி நீங்கள் நினைத்தால் அது முற்றிலும் தவறு. ரமணரைப் போன்ற மகான்கள் பூடகமாக, புரிந்துகொள்ளக் கடினமாக எதையுமே சொல்லவில்லை. அவர்கள் புரிந்துகொண்ட உண்மையை மிகமிக எளிய மொழியில் அவர்கள் சொன்னார்கள். ரமணர், பரமஹம்சர் போன்ற மகான்கள் நம்மிடம் எதுவும் பேசக்கூட வேண்டியதில்லை. அவர்கள் அருகில் நாம் சும்மா அமர்ந்திருந்தாலே போதும். நம்மை அது என்னவோ செய்யும். நமக்கு எல்லாம் விளங்கிவிடும். ஒரு கை ஓசை என்று ஜென் தத்துவம் வர்ணிப்பதுகூட இதுவாகத்தான் இருக்கும்.

சரி போகட்டும். ஆனால் ரமணர் சொன்ன மேற்கோள் ரொம்ப முக்கியமானது. அது ஒரு ஆன்மிக உண்மை மட்டுமல்ல. விஞ்ஞான உண்மையும்கூட! அப்படியா என்று கேட்கிறீர்களா? ஆமாம். எனக்குத் தெரிந்தவரை சொல்கிறேனே.

ஒரு நாள் புத்தர் தன் சீடர்களிடம் ஒரு ரோஜாவைக் காட்டி, இப்போது என்ன பார்க்கிறீர்கள் என்று கேட்டார். அனைவரும் ரோஜா என்றனர். அதே கேள்வி ஆனந்தரிடமும் கேட்கப்பட்டது. ஆனந்தர் சிரித்துக்கொண்டே கூறினார். "நானும் ரோஜாவைப்

பார்த்தேன். ஆனால் நான் ரோஜாவை மட்டும் பார்க்க வில்லை. வானவில், கடல், மலைகள், மேகம், காலம், இடம் என்று இந்தப் பிரபஞ்சம் முழுவதையுமே பார்த்தேன், பார்ப்பதற்கு ஒரு ரோஜாபோல அவை தோன்றியதைப் பார்த்தேன்'' என்றார்.

புத்தரின் சீடர் சொன்னதும் ரமணர் சொன்னதும் ஒன்று தான். ஒரே விஷயத்தை, ஒரே உண்மையைத்தான் இருவரும் அவரவர் பாணியில் சொல்லியிருக்கிறார்கள். இதில் புத்தர் ஒரு உதாரணம் காட்டிப் புரியவைக்கிறார். ரமணரோ எடுத்த எடுப்பிலேயே முடிந்த முடிவாகச் சொல்லிவிட்டார். ஆனால் உண்மை ஒன்றுதான். யார் எப்படிச் சொன்னாலும் அது மாறப்போவதில்லை. சரி இப்போது விஷயத்துக்கு வருவோம்.

நாம் இந்த உலகத்தில் வாழவில்லை என்று சொன்னால் எப்படி? நாம் இந்த உலகத்தில்தானே வாழ்ந்து கொண்டிருக்கிறோம்? அப்படியானால் ரமணர் பொய் சொல்கிறாரா? அல்லது அவரே புரியாமல் ஏதோ சொல்லிவைத்துவிட்டாரா? இதற்கான பதிலை நான் இன்னொருவரிடம் கேட்கலாம். அவர் யார்

இந்த உலகம் இருப்பதற்குக் காரணம், நீங்கள் விழிப்புணர்வுடன் இருப்பதுதான்!

அதே விநாடி

என்கிறீர்களா? அவர்தான் இந்த உலகமே வியந்து போற்றும் ஐன்ஸ்ட்டீன்! ரமணர் சொன்னது பற்றி ஐன்ஸ்ட்டீன் சொல்கிறாரா? ம்ஹூம். அப்படியில்லை. ரமணரின் மேற்கோள் பற்றி அவர் ஒன்றும் சொல்லவில்லை. ரமணரை அவருக்குத் தெரிந்திருக்குமோ என்னவோ, அதுகூட நமக்குத் தெரியாது. ஆனால் ரமணர் சொன்ன ஒரு விஷயம் பற்றி, ஐஸ்ஸ்ட்டீனும் பேசியிருக்கிறார். அது என்ன?

"உண்மை என்பது மாயையைத்தவிர வேறில்லை. ஆனால் என்ன ஒன்று, அந்த மாயை ரொம்பப் பிடிவாதமாக நான்தான் நிஜம் என்று அடம்பிடித்துக்கொண்டிருக்கிறது" என்று கூறினார். அப்படியானால் உண்மையென்று நாம் நம்பிக்கொண்டிருப்பதெல்லாம் உண்மை யில்லை என்று ஒரு அர்த்தம் வருகிறது! இது எப்படி உண்மையாகும்?

இங்கிருந்து பார்த்தால் சூரியன், சந்திரனெல்லாம் (இரவில்தான்) தெரிகிறது. ஒரு பந்தைப்போல அவை தோன்றுகின்றன. ஆனால் உண்மையில் அவை பந்துகளின் அளவில்தான் இருக்கின்றனவா? இல்லை என்கிறது விஞ்ஞானம்.

நாம் வசிக்கும் உலகைவிட பல ஆயிரக்கணக்கான உலகங்களை உள்ளே வைக்குமளவுக்கு அளவில் பெரியது சூரியன். சந்திரனோ இந்த பூமியின் அளவில் 27 விழுக்காடு எவ்வளவு இருக்குமோ அவ்வளவு பரப்பு கொண்டது என்று ஒரு கணக்கு கூறுகிறது. அங்கேயும் மனிதர்கள் சென்று கொடியையெல்லாம் நாட்டிவிட்டு வந்திருக்கிறார்கள். ஆம்ஸ்ட்ராங் இன்னும் இருக்கிறார் மறுக்கமுடியாத ஆதாரமாக.

அப்படியானால் சூரிய சந்திரர்களின் சின்ன தோற்றம் பொய். ஏன்? ஏனெனில் நம் கண்களால் அவற்றின் உண்மையை அறிய முடியவில்லை. அப்படியானால் நம் கண்கள் பொய்சொல்கின்றன! உள்ளதை உள்ளபடியே பார்ப்பதற்கு கண்களுக்குத் தெரிவதில்லை. சின்னதைப் பெரியதாகவும், பெரியதைச் சின்னதாகவும், வெள்ளையைப் பச்சையாகவும், பச்சையை மஞ்சளாகவும் காட்டு கிறது. கண்ணால் காண்பதும் பொய், காதால் கேட்பதும் பொய், தீர விசாரிப்பதே மெய் என்று பெரியவர்கள் இதற்காகத்தான் சொல்லி வைத்தார்கள் போலும்!

கையில் ஒரு கீறல் ஏற்பட்டு ரத்தம் வந்தால் என்ன தெரிகிறது? சிவப்பாக ரத்தம் தெரிகிறது. ஆனால் அந்த சிவப்பு ரத்தத்துக்குள் உள்ள சிவப்பணுக்கள், வெள்ளணுக்கள் எல்லாம் தெரிகின்றனவா? இல்லையே? எலக்ட்ரான் மைக்ராஸ்கோப்பின் கண்களுக்குத்

தெரியும் உண்மைகள் நம் கண்களுக்குத் தெரிவதில்லையே? அப்படியானால் கண்தான் பொய்யா?

சரி போகட்டும், நம் காதுகளாவது உண்மை சொல்கின்றனவா என்று பார்த்தால், அல்லது கேட்டால், அதுவுமில்லை என்கிறது விஞ்ஞானம். எப்படி? நம் காதுகளின் கேட்கும் சக்தியை ஹெர்ட்ஸ் (H) என்ற அளவைக்கொண்டு அளக்கிறார்கள். ஒரு ஹெர்ட்ஸ் என்பது ஒரு வினாடிக்கு எத்தனை முறை சப்த அதிர்வுகள் சுழன்று வரும் என்பதன் கணக்கு. பத்து ஹெர்ட்ஸ் என்றால் வினாடிக்கு பத்து முறை சப்த அதிர்வுகளின் சுழற்சி இருக்கும் என்று அர்த்தம். மனிதர்களுடைய காதுகளால் 20 Hலிருந்து 20,000 H வரைதான் கேட்க முடியும். இருபதுக்குக் குறைவானதையோ, இருபதாயிரத்துக்கு அதிகமானதையோ நம் காதுகளால் கேட்க முடியாது.

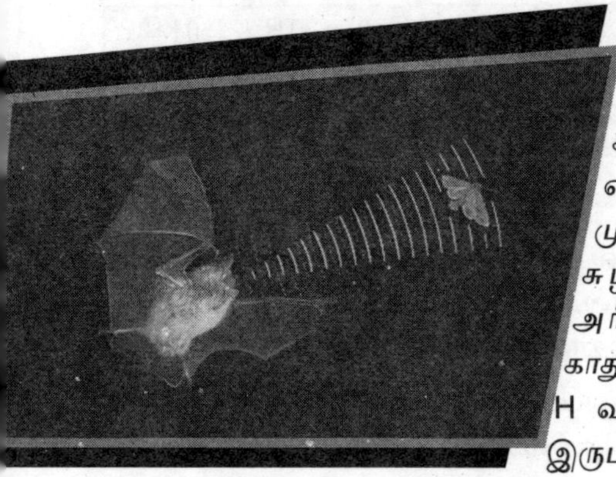

மனிதனின் காதுகளால் கேட்க முடியாததை infrasound என்றும் ultrasound என்றும் வகைப்படுத்தி இருக்கிறார்கள். அதாவது, இருபது ஹெர்ட்ஸுக்கும் குறைவானது இன்ஃப்ரா சௌண்ட். இருபதாயிரத்துக்கும் மேலானது அல்ட்ரா சௌண்ட்.

2004ம் ஆண்டு இந்தியப் பெருங்கடலில் ஏற்பட்ட பாதிப்பு காரணமாக இந்தோனேஷியாவின் சுமத்ராவில் ஒரு பூகம்பமும் சுனாமியும் வந்தது. ஆயிரக்கணக்கானோர் உயிரிழந்தனர். லட்சக் கணக்கானோர் பாதிப்புக்கு உள்ளானார்கள். ஆனால் அந்த சுனாமி வருவதற்கு பல மணி நேரங்களுக்கு முன்னாலேயே அங்கிருந்த ஆடு மாடுகள் யாவும் அந்தப் பகுதியைவிட்டுப் பாதுகாப்பாக வெளியேறிவிட்டன. எப்படி? சுனாமி அனுப்பிய இன்ஃப்ரா சப்தங்களை வைத்து! ஏனெனில் மனிதர்களின் காதுகளால் கேட்கமுடியாத சப்தங்களை அவைகள் கேட்டன! ஒரு சின்ன அட்டவணை தருகிறேன் பாருங்கள்.

இந்த அட்டவணை என்ன சொல்கிறது? நம்மால் கேட்க முடியாத சப்தங்களையெல்லாம் ஆடுகளும், மாடுகளும், பறவைகளும், மிருகங்களும், மீன்களும் கேட்கின்றன! அப்படியானால், நமக்குத்

கேட்கும் திறன்	சாதாரணம்	இன்ஃப்ராசோனிக்	அல்ட்ராசோனிக்
மனிதர்கள்	20 H & 20 KH		
நாய்கள்			40 H & 60 KH
பூனைகள்			55 H & 75 KH
கால்நடைகள்			16 H & 40 KH
யானை		16 H & 12 KH	
டால்ஃபின், திமிங்கிலம்			20 H & 150 KH
வௌவால்கள்			100 KH & 200 KH
எலிகள்			01 KH & 70 KH
பறவைகள்		01 KH & 04 KH	

தெரியாத, நமது அனுபவத்தில் வராத ஒரு உலகம் அவைகளுக்குக் கிடைக்கின்றது. அப்படியானால்? நாம் பார்க்கும், கேட்கும், உணரும் இந்த உலகம் மட்டும்தான் உண்மை என்பது பொய்தானே?

நம்முடைய ஐம்புலன் அனுபவங்களும் காட்டுகின்ற உண்மை முழு உண்மையல்ல என்பது தெளிவாகிவிட்டது. அது உண்மையின் ஒரு பகுதிதான். இப்போ விஷயம் அதுவல்ல. அந்த ஒரு பகுதி உண்மைகூட உண்மையில் உண்மையே அல்ல என்பதுதான் விஷயம்! என்ன, குழப்பமாக உள்ளதா?

நம்முடைய ஐம்புலன்கள் நமக்குக் காட்டும் உலகம் உள்ளதை விடக் கொஞ்சம் கூடுதலாகவோ அல்லது குறைவாகவோ இருக்கிறது என்பது உண்மைதான். அதற்காக அது உண்மையே அல்ல என்று எப்படிச் சொல்லமுடியும்? இதுதானே உங்கள் கேள்வி?

முழு உண்மையானாலும் சரி, பகுதி உண்மையானாலும் சரி, எதுவுமே உண்மையில்லை. எல்லாமே தோற்றம்தான். வேறுவகையில் சொல்வதானால், எல்லாமே மாயைதான். இதுதான் நமது பாரம்பரியம் காலங்காலமாகச் சொல்லி வரும் தத்துவம். அது தத்துவமல்ல, அப்பட்டமான, மறுக்க முடியாத உண்மை என்பதை இன்றைய விஞ்ஞானம் நிரூபிக்கிறது! எப்படி?

தண்ணீர் குடிக்கிறோம். ஆனால் தண்ணீர் என்பது என்ன? அது இரண்டு பங்கு ஹைட்ரஜனும் ஒரு பங்கு ஆக்ஸிஜனும் சேர்ந்த கலவை. அல்லவா? ஆனால் அந்த ஹைட்ரஜனுக்குள்ளும் ஆக்ஸிஜனுக்குள்ளும் என்ன இருக்கிறது? அதற்குள் மட்டுமல்ல, எல்லாவற்றுக்குள்ளும் 'ஆட்டம்' எனப்படும் அணு தான் இருக்கிறது. அணு எதனால் ஆக்கப்பட்டுள்ளது? ப்ரோட்டான்,

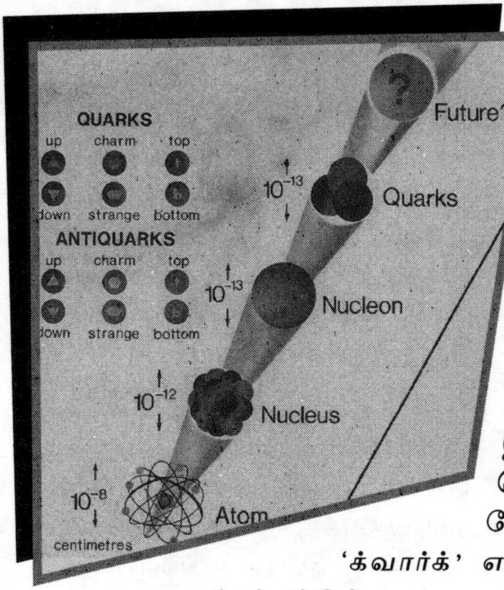

நாசுவர் ஹூமி

எலக்ட்ரான், நியூட்ரான் போன்ற பொருட்களால் ஆக்கப்பட்டுள்ளது. சரி அவை எதனால் ஆக்கப்பட்டுள்ளன? அவற்றைவிடச் சின்ன 'சப் அடாமிக் பார்ட்டிக்கிள்'களால் ஆக்கப்பட்டுள்ளது. அவைகள் எதனால் ஆக்கப்பட்டுள்ளன? இப்படியே குட்டிக்குட்டியாக வெட்டிக்கொண்டே போனால் கடைசியில் எல்லாம் 'க்வார்க்' எனப்படும் ஒரு பொருளால் ஆக்கப்பட்டுள்ளன.

உண்மையில் அந்த 'க்வார்க்' ஒரு பொருளே அல்ல. அது எதனால் ஆக்கப்பட்டுள்ளது? அது எதனாலும் ஆக்கப்படவில்லை. அதைப் பார்க்கவும் முடியாது. அது ஒருவிதமான கண்ணுக்குத் தெரியாத ஆற்றல்! இப்படித்தான் சமீபத்திய விஞ்ஞானம் கூறுகிறது!

எதனாலும் பார்க்க முடியாத, கண்களுக்கும் அறிவுக்கும் புலப்படாத ஒரு ஆற்றலால் எல்லாமே ஆக்கப்பட்டுள்ளது! அந்த 'க்வார்க்'குக்கு உள்ளே என்ன இருக்கிறது என்றால் ஒன்றுமே இல்லை! பூஜ்ஜியத்திலிருந்து உருவான ராஜ்ஜியம் என்பது இதுதான்! எல்லாமே மாயை என்று சொன்னதும், காயமே இது பொய்யடா என்று பாடியதும் இப்போதுதான் புரிகிற மாதிரி இருக்கிறது?

அப்படியானால் எல்லாமே ஒரே சமாச்சாரத்தால் ஆக்கப்பட்ட தாகவே வைத்துக்கொள்வோம். அதனால் அது பொய்யாகிவிடுமா? நான் இந்தப் புத்தகத்தைப் படிக்கிறேன் என்பதை இந்த விஞ்ஞானம் எப்படிப் பொய்யாக்க முடியும்? இதுதான் நமக்குத் தெரியவேண்டிய முக்கியமான கேள்வி இப்போது.

நானும் இந்தப் புத்தகமும் 'க்வார்க்' என்ற நுட்பமான, கண்ணுக்குத் தெரியாத ஒரு ஆற்றலால்தான் ஆக்கப்பட்டுள்ளோம் என்றால், ஒரு க்வார்க் இன்னொரு க்வார்க்கைப் பார்த்துப் படிக் கிறது என்று சொல்லலாமா? லாம், லாம். அப்படியானால், இதுவும் ஆற்றல், அதுவும் ஆற்றல் என்றால், இரண்டும் ஒன்றுதானே? அப்படியானால் புத்தகமும், அதைப் படிக்கின்ற நானும் இரண்டல்ல, ஒன்றுதான் என்று ஆகிறதல்லவா? ஆனால் புத்தகம் என்ற க்வார்க் ஆற்றலிடம் இல்லாத ஒன்று உங்களிடம் உள்ளது. அது என்ன?

அதே விநாடி

அதுதான் விழிப்புணர்வு. நான் புத்தகத்தைப் பார்க்கிறேன், தொடுகிறேன், படிக்கிறேன், புரிந்துகொள்கிறேன் என்ற உணர்வு அல்லது அறிவு. அல்லது இரண்டும். இது புத்தகத்துக்குக் கிடையாது. இந்த அறிநிலை புத்தகத்துக்குக் கிடையாது. சரி, இப்போது அடுத்த கட்டத்துக்குப் போகலாம்.

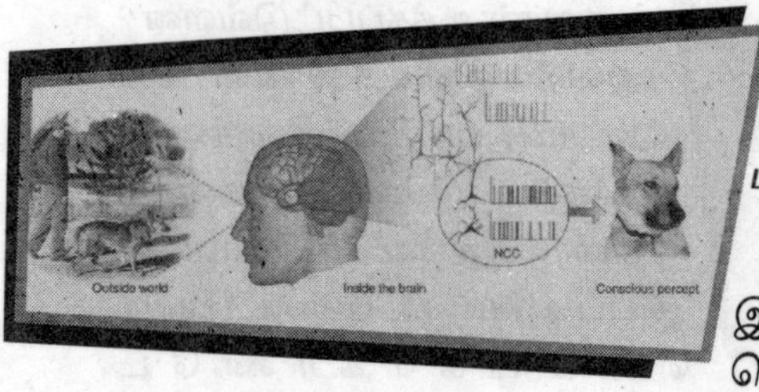

நீங்கள் 'கோமா'வில் இருக்கிறீர்கள் என்று வைத்துக் கொள்வோம். (சும்மா ஒரு உதாரணத்துக்குத்தான். பயப்பட வேண்டாம்). அப்போது இந்த உலகம் இருப்பது உங்களுக்குத் தெரியுமா? தெரியாது. விழிப்பு நிலை ஏற்பட்ட பிறகுதான் தெரியும். 'கோமா' வேண்டாம். ஆழ்ந்த, கனவுகளற்ற தூக்கத்திலிருக்கிறீர்கள். அப்போதும் இந்த உலகம் பற்றிய உணர்வு உங்களுக்கு இருக்காது. அல்லவா? அப்படியானால் அந்த சூழ்நிலைகளில் உங்களைப் பொறுத்தவரை உலகம் என்பது இல்லை. வீடு இல்லை, மனைவி இல்லை, மக்களில்லை, டிவி இல்லை, சீரியல் இல்லை, சந்தோஷமில்லை, துக்கமில்லை, நோயில்லை, ஆரோக்கியமில்லை, பிரச்சனை இல்லை, தீர்வு இல்லை - எதுவுமே இல்லை.

ஆனால் விழிப்பு வந்த பிறகு? எல்லாம் வந்துவிடுகிறது. அப்படியானால் விழிப்பு நிலைதான் எல்லாமே இருப்பதற்குக் காரணமாக இருக்கிறது அல்லவா? உங்கள் விழிப்பு நிலை, உங்கள் 'கான்சியஸ்னெஸ்' அல்லது 'அவேர்னெஸ்' - அதுதான் எல்லாம். உங்கள் விழிப்பு நிலையில் நீங்கள் பெறும் அனுபவங்கள் யாவும் உங்கள் பதிவில் இருக்கும். அப்படியானால் இந்த உலகம் இருப்பதற்குக் காரணம், நீங்கள் விழிப்புணர்வுடன் இருப்பதுதான்! அப்படியானால், உங்கள் விழிப்பு நிலைதான் இந்த உலகமாக விரிகிறது. எனவே நீங்கள் இல்லையென்றால் இந்த உலகமும் உங்களுக்கு இல்லை. அப்படியானால், இந்த உலகத்தில் நீங்கள் இல்லை, இந்த உலகம்தான் உங்களுக்குள் இருக்கிறது என்று ரமணர் சொன்னது சரிதானே? இதைத்தான் அந்தக் கால மகான்கள் 'தத்வம்அஸி' (நீயே அது) என்று சொல்லிவைத்தார்கள்!

12

வெளியே வாருங்கள்

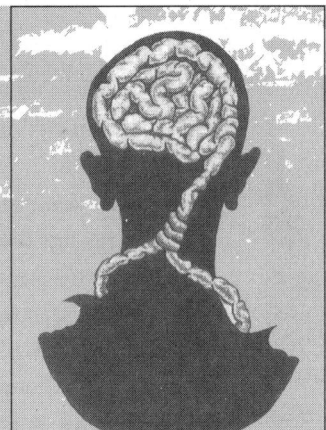

மனதின்
பிடியிலிருந்து
விடுபடக்
கற்றுக்
கொள்வதுதான்
ஞானம்

-எக்ஹார்ட் டாலி

சில நாட்களுக்கு முன்பு ரயிலில் சென்னைக்குச் சென்றுகொண்டிருந்தேன். இரண்டு மூன்று மணி நேரம் போகவேண்டுமே என்ன செய்யலாம், ஏதாவது புத்தகம் படிக்கலாமா என்று யோசித்துக் கொண்டிருந்தபோது ஓடிவந்தது அந்தக் குழந்தை. அழகென்றால் அவ்வளவு அழகு. அது அழகாக இருந்ததற்கு அது கொழுகொழு என்று இருந்தது காரணமா, அதன் அழகான முகம் காரணமா, அதன் சிரிப்பு காரணமா, இவையெல்லாம் சேர்ந்து காரணமா - எனக்குத் தெரியாது. அதையெல்லாம்பற்றி இப்போது சிந்தித்து எழுதுகிறேன்.

ஆனால் அந்தக் குழந்தையைப் பார்த்தபோது எனக்கு இந்த சிந்தனைகள் எதுவும் தோன்றவில்லை. குழந்தை அழகாக இருந்தது. அது என்னை என்னவோ செய்தது. என் பக்கமாக ஓடிவந்த அதை நிறுத்தி அதன் கன்னத்தைத் தடவினேன். அதுவும் கொடுத்துக்கொண்டிருந்தது. உடனே அதைத் தூக்கி என் மடிமீது வைத்துக்கொண்டேன். ரொம்ப சந்தோஷமாக இருந்தது. சற்று நேரத்துக்கெல்லாம் அதன் பாட்டி ஓடி வந்தார் பாப்பாவைத் தேடி. நான் இறக்கிவிட்டேன். அது மறுபடியும் ஓடியது. பின்னாலேயே பாட்டியும் ஓடிக்கொண்டிருந்தார், பாவம். ஒரு மணி நேரத்துக்கும் மேலாக இந்த நாடகம் நடந்துகொண்டிருந்தது.

சரி, இதையெல்லாம் ஏன் சொல்கிறேன்? ஒரு உண்மையைச் சொல்லத்தான். நான் அந்தக் குழந்தையைப் பார்த்த கணத்தில் இருந்து, அதன் கன்னம் தடவியது, அதைத் தூக்கி மடிமீது வைத்துக் கொண்டது, அதை கன்னத்தில் முத்தமிட்டது உள்ளிட்ட எல்லா சம்பவங்களும் நடந்தேறியதற்கு சில வினாடிகள்தான் பிடித்திருந்தன. ஆனால் அந்த சில வினாடிகளில் நான் எதைப் பற்றியும் சிந்திக்கவே இல்லை. ரொம்ப சந்தோஷமாக இருந்தேன். இதுதான் விஷயம்.

என்ன புரியவில்லையா? நான் சிந்திக்காத அந்த சில வினாடிகள்தான் சந்தோஷமாக இருந்தேன். அப்படீன்னா என்ன அர்த்தம் என்று கேட்கிறீர்களா? சொல்கிறேன். ஒரு மனிதனுடைய சிந்தனை அவனுக்கு என்றைக்குமே மகிழ்ச்சியைக் கொண்டுவராது! என்ன, ஆச்சரியமாக உள்ளதா? ஆச்சரியம், ஆனால் உண்மை!

சிந்தனைக்கும் சந்தோஷத்துக்கும் சம்பந்தமே இல்லை! சிந்தனை ஒரு மனிதனுக்குப் புரிதலைக் கொடுக்கலாம், நம்பிக்கையைக் கொடுக்கலாம், தெளிவைக் கொடுக்கலாம், பெருமையைக் கொடுக்கலாம். இன்னும் எதையெதை வேண்டுமானாலும்

நீங்கள் மூச்சை கவனித்துக் கொண்டிருக்கும்போது எண்ணங்கள் இருக்காது

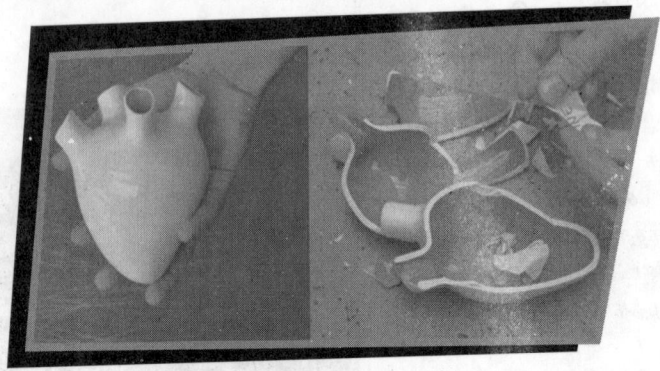

கொடுக்கலாம். ஆனால் சிந்தனையால் ஒரு மனிதனுக்கு சந்தோஷத்தைக் கொடுக்கவே முடியாது. நீண்ட நெடிய சிந்தனைக்குப் பிறகே நான் இந்த உண்மையைக் கண்டுபிடித்தேன்!

இதையே வேறு கோணத்தில் சொல்வதானால் இப்படிச் சொல்லலாம். ஒரு மனிதன் சந்தோஷமாக இருக்கும் தருணங்களில் சிந்தித்துக்கொண்டிருப்பதில்லை! அதற்கெல்லாம் அவனுக்கு அப்போது நேரம் இருப்பதில்லை. சிந்தனை என்பது சந்தோஷத்தின் சத்ரு! சந்தோஷம் வரும்போது அது உடல் பூராவும் பரவுகிறது. ஒவ்வொரு உயிரணுவிலும் அது ஓடுகிறது. ஒரு கணம் போதும். அதை அனுபவிக்க.

கண்டதும் காதல் என்று நீங்கள் கேள்விப்பட்டதில்லையா? லைலா மஜ்னூன், பாரிஸ் ஹெலன், ரோமியோ ஜூலியட், ஆண்டனி க்ளியோபாட்ரா என்று இலக்கியத்தில் பேசப்பட்ட காதலாகட்டும், அனார்கலி சலீம், மேரி க்யூரி பியர் க்யூரி, ராணி விக்டோரியா ஆல்பர்ட், நெபோலியன் ஜோசஃபைன் - என வரலாற்று காதலாகட்டும் எல்லாமே கண்டதும் காதல் ரகம்தான். காதல் என்பது ஒரு உணர்வு. அது கண்டவுடன் வருவது. யோசித்துச் செய்தால் அது காதலல்ல. யோசித்துச் செய்வது வியா பாரம் அல்லது திட்டம். ஒரு உணர்வின் உந்துதலால் வருவதால்தான் ஜாதி, மதம், நிறம், வயது என்று எதையும் காதல் பார்ப்பதில்லை.

காதல் சொல்லிக் கொண்டெல்லாம் வராது. திடீரென்று வந்து உங்களைப் பிடித்துக்கொள்ளும் பேய் அது. அதனால்தானோ என்னவே ''காதல் பிசாசே'' என்று யுகபாரதி பாடல் எழுதினார்! Whoever loved that loved not at first sight? (கண்டதும் காதல் கொள்ளாதவன் எவன்?) என்று ஷேக்ஸ்பியரும் கேட்கிறார்.

மனம் என்ற ஒன்றுக்குள் எண்ணங்கள் மட்டுமில்லை, உணர்வுகளும் அங்கிருந்துதான் வருகின்றன. இன்னும் சொல்லப்போனால், மனமும் உடலும் சந்திக்கும் இடத்தில் உணர்ச்சி வெளிப்படுகிறது. மனதுக்கு உடல் கொடுக்கும் எதிர்வினைதான் உணர்ச்சிகளாகும். உதாரணமாகக் கோபம் ஏற்படும்போது ரத்த ஓட்டம் தலைக்கேறும். கண்கள் சிவக்கும். உடல் முன்னால் பாயத் துடிக்கும். அச்சம் வரும்போது இதயத்துடிப்பு அதிகமாகும். கால்கள் ஓடத் தயாராகும். ஆச்சரியம் ஏற்பட்டால் புருவங்கள் மேலே போகும். நிஜமாக, மனம்விட்டுச் சிரிக்கும்போது கண்களின் ஓரத்தில் காகத்தின் கால்களைப் போல கோடுகள் தோன்றும். இப்படி உதாரணங்கள் காட்டலாம்.

சந்தோஷம், காதல் மட்டுமல்ல, கோபம், காமம், அச்சம் இப்படிப்பட்ட உணர்வுகளும் சிந்தனையற்ற தருணங்களில்தான் வருகின்றன. யோசித்தால் எவனாவது பாலியல் வன்கொடுமை செய்வானா? உணர்ச்சி வெறியாகப் பரிணமித்து, சிந்தனையை சாகடித்த பிறகே கொடுமையான வன்முறைகள், கொலைகள், தீவிரவாதம் போன்ற செயல்கள் அரங்கேறுகின்றன. சிந்திக்காத தருணங்களில் எது வந்தாலும் சரி, அவை எல்லாவற்றுக்கும் ஒரு ஒற்றுமை இருக்கிறது. அது என்ன? யோசிக்கிறீர்களா? யோசிக்காதீர்கள் என்றுதானே சொன்னேன்? சரி, இப்போது ஒரு கதை சொல்கிறேன் கேளுங்கள்.

ஒரு பிரபலமான மகானைப் பார்க்க ஒரு அறிவாளி சென்றிருந்தார். அறிவாளியிடம் ஆயிரம் கேள்விகள் இருந்தன. அப்போதுதானே அவர் அறிவாளி?! எல்லாக் கேள்விகளுக்கும் அந்த ஞானி பதில் சொல்வார் என்ற நம்பிக்கையில் அவர் சென்றார். சென்றவுடன் தான் யார், எதற்காக வந்திருக்கிறேன் என்று சொல்லிவிட்டு தன் கேள்விக்கணைகளை சரமாரியாகத் தொடுக்க ஆரம்பித்துவிட்டார்!

நான் யார்? எங்கிருந்து வந்தேன்? எங்கு திரும்பிச் செல்வேன்? கடவுள் இருக்கிறாரா? அப்படி இருந்தால் எங்கே இருக்கிறார்? அவருக்கு உருவம் உண்டா இல்லையா? சொர்க்கம் நரகமெல்லாம் உண்டா? இப்படிக் கேள்விகள் முடிவில்லாமல் சென்றுகொண்டே இருந்தன.

அந்த ஞானி எந்தக் கேள்விக்கும் பதில் சொல்லவில்லை. லேசாகப் புன்முறுவல் பூத்துக்கொண்டிருந்தார்.

''நீங்கள் மலைமீதேறி என்னைப் பார்க்க வந்திருக்கிறீர்கள். ரொம்பக் களைப்பாக இருப்பீர்கள். முதலில் கொஞ்சம் தேநீர்

அதே விநாடி

குடியுங்கள்" என்று சொல்லி ஒரு காலிக் கோப்பையை அவர் முன் வைத்து அதில் ஒரு கூஜாவிலிருந்த தேநீரை ஊற்ற ஆரம்பித்தார். ஊற்றிக்கொண்டே இருந்தார். இன்னும் ஒரு சொட்டுத் தேநீர் விழுந்தால் கோப்பை நிரம்பி வழிந்து ஓடும் என்ற நிலை வந்தது. ஆனால் அந்த மகான் தேநீரை ஊற்றிக்கொண்டே இருந்தார். கோப்பை வழிந்து தேநீர் கீழே ஓடியது.

அதைப் பார்த்த அந்த அறிவாளி, "மகான் அவர்களே, போதும் நிறுத்துங்கள், கோப்பை நிரம்பிவிட்டது. இனிமேல் ஒரு துளிகூட ஊற்ற முடியாது. எல்லாம் கீழே ஓடி வீணாகிவிடும்" என்று கூறினார்.

தேநீர் ஊற்றுவதை நிறுத்திய ஞானி கூறினார், "ஐயா, மிகச் சரியாகச் சொன்னீர்கள். உங்கள் மனமும் இப்படித்தான் இருக்கிறது. அது ஏகப்பட்ட கேள்விகளாலும், அவை பற்றி நீங்கள் ஏற்கனவே திணித்துவைத்துள்ள பதில்களாலும் நிரம்பியுள்ளது. நான் சொல்லப் போகும் பதில்களை வைப்பதற்கு அங்கே இடமே இல்லை. முதலில் உங்கள் மனதைக் காலி செய்துவிட்டு வாருங்கள். அப்போதுதான் என்னால் பதில் சொல்லமுடியும். கோப்பை நிரம்பியிருக்கும்போது மேற்கொண்டு ஒருதுளிகூட ஊற்ற முடியாது" என்று சொன்னார்!

அந்த ஞானி நிச்சயமாக நான் இல்லை. ஆனால் அந்த அறிவாளி நிச்சயமாக நீங்கள்தான். உங்கள் மனம் கேள்விகளாலும், எண்ணங்களாலும், உணர்ச்சிகளாலும் நிரம்பி இருக்கும்போது எந்த உண்மையையும் உங்களால் புரிந்துகொள்ளவோ ஏற்றுக்கொள்ளவோ முடியாது. "உங்கள் கால்களுக்கு நங்கூரமிடப்பட்டிருக்கும்போது, உங்களால் எவ்வளவு தூரம் செல்ல முடியும்?" என்று கேட்கிறார் ஞானி ஜெ.கிருஷ்ணமூர்த்தி! எவ்வளவு உண்மை! முதலில் உங்கள் மனதைக் காலி செய்ய வேண்டும். அப்போதுதான் காதல், அன்பு, அழகு, உருவாக்கம், கருணை போன்ற அழகான, அற்புதமான விஷயங்களெல்லாம் உள்ளே வரமுடியும்.

சரி, மனம் என்பதுதான் என்ன? அது நம் மூளைக்குள் எங்கோ ஒளிந்துகொண்டு வேலை செய்யும் ஒன்றல்ல. அது மூளைக்குள் இருக்கிறது என்ற நினைப்பே தவறானது. அது ஒரு ஏமாற்று வேலை. மூளைக்குள்தான் அறிவு இருக்கிறது என்று நினைப்பது ஒருவிதமான மூளைகெட்டத்தனம்! மனம் என்பது எண்ணங்கள் மற்றும் உணர்ச்சிகளின் தொகுப்பு. அது எங்கிருந்து வந்தால் என்ன? அது நமக்குள்ளிருந்தும் வரலாம். நமக்கு வெளியிலிருந்தும் தகவல்கள் அனுப்பப்படலாம். எது எப்படி இருந்தாலும் மனமானது இரண்டு காரியங்களைத்தான் செய்கிறது.

▶ ஒன்று, அது எப்போது பார்த்தாலும் கடந்தகாலத்தைப் பிடித்துக் கொண்டு தொங்குகிறது அல்லது
▶ எதிர்காலத்தை நோக்கி எம்புகிறது

அது எப்போதுமே நிகழ்காலத்தில் இருப்பதில்லை. அதுதான் பிரச்சனையே. யாராவது 'பைக்'கில் சென்று விபத்துக்குள்ளாகிவிட்டார் என்ற செய்தி உங்களுக்குக் கிடைக்கிறது என்று வைத்துக்கொள்வோம். அப்போது உங்கள் மகன் அல்லது சகோதரர் 'பைக்'கை எடுத்துக் கொண்டு வெளியில் செல்லக் கிளம்பினால் என்ன சொல்வீர்கள்? நிச்சயம் ஏதாவது சொல்வீர்கள். "ஏதோ ஆக்சிடண்ட் ஆயிடுச்சாம் போக வேண்டாம்" என்று சொல்வீர்கள். அல்லது "பார்த்துப் போ" என்பீர்கள். அல்லது குறைந்த பட்சம், "கவனமாக, மெதுவாகப் போ" என்றாவது சொல்வீர்கள்.

இப்படியெல்லாம் சொல்வதற்கு என்ன காரணம்? ஏற்கனவே கிடைத்த அந்தத் தகவல்தான். அது ஒரு எதிர்மறையான தகவல். அப்படி உங்கள் மகனுக்கும் ஆகிவிடுமோ என்று உங்களுக்கு அச்சம் வருகிறது. அந்த அச்சத்துக்குக் காரணம் முடிந்துவிட்ட அந்த விபத்து பற்றிய செய்தியை உங்கள் மனதுக்குள் போட்டுவைத்திருப்பதுதான். அது கடந்த காலத் தகவலை எடுத்து வைத்துக்கொண்டு, எதிர்காலத்தைப் பற்றிய தேவையற்ற அச்சத்தை உருவாக்கியதுதான் காரணம்.

நம்மை நிகழ்காலத்தில் இருக்க நம் மனது விடுவதில்லை. அப்படி விட்டால் அது செத்துப்போகும்! ஆமாம். நாம் நிகழ்காலத்தில் இருக்கும்போதெல்லாம் மனம் செயலற்று செத்துப்போகிறது. நாம் நிகழ்காலத்தை மறந்துவிடும்போதெல்லாம் அது மீண்டும் உயிர் பெற்று கடந்த காலத்தையும் எதிர்காலத்தையும் நிகழ்காலத்துக்குள் திணித்து நிகழ்காலத்தைக் கொல்லுகிறது!

"ஹோஷ் பர் தம் நஸர் பர் கதம்" (உங்கள் மூச்சையும் காலடிகளையும் கவனியுங்கள்) என்ற பாரசீக சூஃபிப் பாடல் சொல்லவருவதும் அதுதான்.

நவீன ஆன்மிக குருவான எக்ஹார்ட் டாலி தனது 'த நியூ எர்த்' (The New Earth) என்ற நூலில் ஒரு நிகழ்ச்சியைக் குறிப்பிடுகிறார்.

அதே விநாடி

பல்கலைக்கழகத்துக்குப் போவதற்காக அவர் ஒரு ரயிலில் ஏறுகிறார். அதில் ஒரு பெட்டியில் மட்டும் யாருமே இல்லை. ஒரே ஒரு பெண்ணைத்தவிர. ஏன்? அந்தப் பெண் ஒரு பைத்தியக்காரி. ஏதாவது செய்துவிடுவாள் என்ற அச்சத்தில் யாரும் அந்தப் பெட்டியைத் தொந்தரவு செய்யவில்லை.

ஆனால் எக்ஹார்ட் டாலி ஏறிக்கொள்கிறார். அந்தப் பெண் தனக்கு எதிரில் யாரோ இருப்பது போன்ற கற்பனையில் இல்லாத யாரையோ அசிங்கம் அசிங்கமாகத் திட்டிக்கொண்டே இருக்கிறாள். ஓயாமல் தொடர்ந்து பேசிக்கொண்டே இருக்கிறாள். அவர் ஒன்றும் சொல்லாமல் அவளைக் கவனித்துக்கொண்டே செல்கிறார்.

தனது நிறுத்தம் வந்ததும் டாலி இறங்கிக்கொள்கிறார். அப் பெண்ணும் இறங்கிக் கொள்கிறாள். அவர் பல்கலைக்கழகத்துப் போகிறார். அந்தப் பெண்ணும் பல்கலைக்கழகத்துக்கு வருகிறாள்! அவருக்குக் கொஞ்சம் ஆச்சரியம். அவர் நூல் நிலையத்துக்குச் சென்றார். அந்தப் பெண்ணும் நூல் நிலையத்துக்குச் சென்றாள்! டாலிக்கு ஒரே ஆச்சரியம். எங்கே இறங்க வேண்டும், எங்கே போக வேண்டும் என்றெல்லாம் அவளுக்கு மிகத்தெளிவாகத் தெரிகிறது. என்ன, இல்லாத ஒரு மனிதனை தனக்கெதிரில் இருப்பதாக எண்ணி அவள் ஏசிக்கொண்டே இருக்கிறாள். அது ஒன்றுதான் வித்தியாசம்.

அந்த மனநிலை பாதிக்கப்பட்ட பெண்ணுக்கும் நமக்கும் என்ன வேறுபாடு என்று டாலி யோசிக்கிறார். அந்த சிந்தனையில் முடிவில் ஒரு உண்மை அவருக்குப் புலப்படுகிறது. அது என்ன? இதுதான் அது:

அவள் வெளியில் பேசிக்கொண்டிருக்கிறாள்.

நாம் உள்ளே பேசிக்கொண்டிருக்கிறோம்!

இவ்வளவுதான்வித்தியாசம்!நம்முடையமனதில்சிந்தனையானது எந்நேரமும் ஓடிக்கொண்டே இருக்கிறது. இருபத்தி நான்கு மணி நேரமும் நாம் உள்ளுக்குள்ளே பேசிக்கொண்டே இருக்கிறோம்! இடைவெளியே விடாமல்! அப்படி ஆகிவிடுமோ, இப்படி ஆகிவிடுமோ என்று கடந்த காலத்தையும் எதிர்காலத்தையும்

எண்ணி அஞ்சுகிறோம். கவலைப்படுகிறோம். இன்னும் என்னென்னவோ செய்கிறோம். ஆனால் இன்றை, இப்பொழுதைக் கோட்டைவிட்டுவிடுகிறோம்.

பேசிக்கொண்டே சாப்பிடுகிறோம். அதாவது, சாப்பிடுவதாக நினைத்து வயிற்றை நிரப்பிக்கொண்டிருக்கிறோம். தொலைக்காட்சி பார்த்துக்கொண்டே படிக்கிறோம். அதாவது, படிப்பதாக நினைத்து கண்களின் சக்தியை வீணடித்துக்கொள்கிறோம். பல் துலக்கும்போது காலை டிஃபன் என்னவாக இருக்கும் என்ற சிந்தனையிலேயே பல் துலக்குகிறோம். ஒரே நேரத்தில் கவனத்தை ஒன்றுக்கு மேற்பட்ட விஷயங்களில் வைத்து ஒரு காரியம் செய்வதால் இரண்டு தீமைகள் விளைகின்றன. ஒன்று, நாம் அந்தக் காரியத்தைச் செய்யவே இல்லை. அதோடு, நிகழ்காலத்தில், இன்றில், இப்பொழுதில் வாழும் வாய்ப்பைத் தவறவிட்டுவிடுகிறோம்.

ஒரு ஞானி தன் இறுதிக் கணங்களில் இருந்தார். அவரைச் சுற்றி அவரது சீடர்கள் கூடியிருந்தனர். அவர் கடைசியாகச் சொல்லப் போகும் முக்கியமான செய்திக்காகக் காத்துக்கொண்டு. வெளியூருக்குச் சென்றிருந்த அவரது பிரதம சீடன் ஒருவன் அவர் இறந்துகொண்டிருப்பதைத் தன் ஞானதிருஷ்டியால் உணர்ந்துகொண்டு அவருக்குப் பிடித்த ஒரு பழத்தை வாங்கிக் கொண்டு வந்தான். அதை அவர்முன் வைத்தான். பழம் ஆப்பிள் என்று வைத்துக்கொள்வோம். இறந்துகொண்டிருந்த மகான் ஒரு அர்த்தமுள்ள புன்னகை ஒன்றைத் தவழவிட்டுவிட்டு, ஆப்பிளைச் சுவைக்க ஆரம்பித்தார். சீடர்கள் பொறுமையிழந்து காணப்பட்டனர். அவர் கடைசி நேரத்திலும் ஆப்பிள் சாப்பிட்டதில் அவர்களுக்கு ஒன்றும் வருத்தமில்லை. ஆனால் அவர்கள் காத்துக்கொண்டிருந்தது அவரது இறுதிச் செய்திக்காக. ஒரு சீடன் பொறுமை இழந்து, "குருவே, உங்களுடைய கடைசிச் செய்திக்காக நாங்கள் காத்துக் கொண்டிருக்கிறோம்" என்று சொல்லியேவிட்டான்.

குரு புன்னகைத்தார். "எழுதிக்கொள்ளுங்கள், இதுதான் என் கடைசிச் செய்தி. ஆப்பிள் ரொம்ப இனிப்பாக இருக்கிறது" என்று சொல்லிவிட்டு உயிர் துறந்தார்.

மனதின் பேச்சிலிருந்து நாம் எப்போது வெளியே வர முடியுமோ அப்போதுதான் நிகழ்காலத்துக்கு வருவோம். ஆனால் குழந்தைகள் எப்போதுமே நிகழ்காலத்திலேயே இருக்கின்றன. நிகழ்காலத்திலேயே வாழ்கின்றன. அதனால்தான் அவைகளைப் பார்த்தவுடன் நாமும் நிகழ்காலத்துக்கு வந்துவிடுகிறோம்.

வேறு வார்த்தைகளில் சொன்னால், கொஞ்ச நேரத்துக்கு நாம் ஞானிகளாகிவிடுகிறோம்!

ஆமாம். மனதிலிருந்து வெளிவரும் வித்தையைக் கற்றுக் கொள்வதே ஞானம். சும்மா இரு என்று நமது பாரம்பரியம் சொல்வதன் அர்த்தம் எந்த செயலும் ஆற்றாமல் சோம்பேறியாக இரு என்ற அர்த்தத்தில் அல்ல. சிந்தனைகளில் உழன்று நிகழ்காலத்தைக் கோட்டைவிட்டுவிடாதே, இன்றில் இரு, இப்பொழுதில் இரு என்பதைத்தான் அப்படிச் சொன்னார்கள்.

எதிர்காலத்தைப் பற்றி நான் சிந்திப்பதில்லை. ஏனென்றால் அது தானாகவே வந்துவிடுகிறது என்று மேதை விஞ்ஞானி ஐன்ஸ்ட்டீன் சொன்னதன் அர்த்தமும் இதுதான். கூட The Power of Now என்று எக்ஹார்ட் டாலி ஒரு புத்தகமே எழுதியிருக்கிறார்.

மனிதனுக்கும் மிருகத்துக்கும் மற்ற உயிரினங்களுக்கும் உள்ள வித்தியாசமே சிந்தனைதானே? அது கூடாதென்றால் அது மனிதனை சிறுமைப்படுத்தாதா என்று நீங்கள் கேட்கலாம். கேட்கவேண்டும். அது உண்மைதான்.

சிந்தனையைப் பயன்படுத்தவே கூடாது என்று நான் கூறவில்லை. உண்மையைச் சொன்னால் சிந்தனையை மனிதர்கள் பயன் படுத்துவதே இல்லை. சிந்தனைதான் மனிதனைப் பயன்படுத்திக் கொண்டிருக்கிறது! இதுதான் நடப்பு.

இந்த நிலை மாறவேண்டுமென்றால், முதலில் எண்ணங்களை விட்டு வெளியில் வரத் தெரிந்துகொள்ளவேண்டும்.

அப்படித் தெரிந்துகொண்டால், வேண்டும்போது எண்ணங்களை, அவற்றிற்கு அடிமையாகிவிடாமல், நாம் பயன்படுத்தலாம். இதுதான் உச்சபட்ச ரகசியம். அதற்கு எண்ணங்களிலிருந்து எப்படி வெளியில் வருவது என்று தெரிந்துகொள்ளவேண்டும். ஏனெனில் சிந்திப்பதில்தான் மனிதனின் அறிவு வெளிப்படுகிறது என்பது முழு உண்மையல்ல. சிந்தனை அறிவை வெளிப்படுத்தலாம். ஏன், உங்கள் முட்டாள்தனத்தைக்கூட அது வெளிப்படுத்தலாம்.

ஒருமுறை சூரியனால் அதிகப் பயனா சந்திரனால் அதிகப் பயனா என்று ஒரு விவாதம் நடந்துகொண்டிருந்தது. சூரியனைக்

கொண்டுதான் அதிகம் பயன் என்று பலர் விவாதித்தனர். ஆனால் அங்கே வந்த முல்லா, ''சந்திரனைக் கொண்டுதான் நமக்கு அதிகம் பலன் கிடைக்கிறது'' என்று கூறினார். எப்படி என்று அனைவரும் கேட்டனர். அதற்கு முல்லா, ''இரவில்தானே நமக்கு வெளிச்சம் தேவை. அதைச் சந்திரன்தானே கொடுக்கிறது'' என்று லாஜிக் பேசினார்! இப்படித்தான் நமது அறிவு, சிந்தனை பெரும்பாலும் முடிவு செய்கிறது!

நமது எண்ணங்களில் வெளிப்படும் அறிவை விட, நமது மூளைக்கு உள்ள அறிவை விட, நம்முடைய ஒவ்வொரு உயிரணுவுக்கும் அறிவிருக்கிறது. ஒரேயொரு உயிரணுவுக்குள் இருக்கும் டி.என்.ஏ. ஒரு லட்சம் பக்கங்களைக் கொண்ட புத்தகம் எழுதும் அளவுக்குத் தகவல்களைத் தன்னுள் வைத்திருக்கிறது என்கிறது விஞ்ஞானம்! நமது உடலுக்குள் முந்நூறு கோடி உயிரணுக்களுக்கு மேல் உள்ளன! அந்தப் பேரறிவின் ஒரு குட்டிப் பகுதி தான் நமது சிந்தனை.

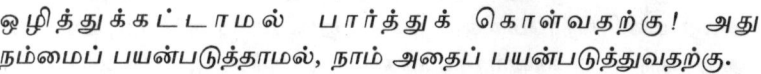

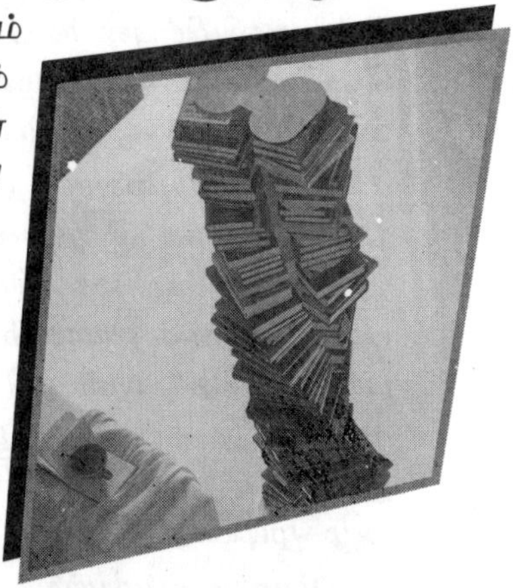

எனவே எண்ணங்களைவிட்டு வெளியில் வரவேண்டும் என்று சொல்வது சிந்தனையை ஒழித்துக் கட்டுவதற்கல்ல. அது நம்மை ஒழித்துக்கட்டாமல் பார்த்துக் கொள்வதற்கு! அது நம்மைப் பயன்படுத்தாமல், நாம் அதைப் பயன்படுத்துவதற்கு.

மூச்சோட்டத்தைக் கவனித்துக்கொண்டே இருக்கச் சொல்லும் பயிற்சிகளின் பின்னால் இருக்கும் ரகசியமும் இதுதான். நீங்கள் மூச்சை கவனித்துக்கொண்டிருக்கும்போது நிகழ்காலத்தில் இருப்பீர்கள். இன்றில், இப்பொழுதில் வாழ்ந்துகொண்டிருப்பீர்கள். அப்போது எண்ணங்கள் இருக்காது. சில கணங்களுக்காவது மனமற்ற நிலையில் நீங்கள் இருப்பீர்கள்.

எண்ணத்தின் பின்னால் என்னென்ன எண்ணங்கள் வருகின்றன என்று கவனித்துக்கொண்டே சென்றாலும் நடப்பது இதுதான். வருகின்ற எண்ணங்களையெல்லாம், இது தப்பு, இது சரி, இது சூப்பர், இது மட்டமாக உள்ளது, இது ரொம்ப அசிங்கமாக உள்ளது, இது அழகான சிந்தனை - இப்படி லேபிள் போடாமல், வெறுமனே என்னென்ன எண்ணங்கள் வருகின்றன என்று கவனித்துக்கொண்டே அவற்றின் பின்னால் சென்று கொண்டிருந்தாலும் நடப்பது

அதே விநாடி

இதுதான். எண்ணங்களின் ஆக்கிரமிப்பில் இருந்து விடுபட்டு, அதன் பின்னாடியே ஓடிக்கொண்டிருக்காமல், கவனமாகவும், அதனை கவனித்துக்கொண்டும் இருப்பீர்களேயானால், நீங்கள் இக்கணத்தில் வாழ்வீர்கள்.

கவனித்துப் பல் துலக்கும்போதே, கவனமாக பைக், கார் ஓட்டும்போதோ, கவனமாக, உணர்ச்சிவசப்படாமல் பேசும்போதோ, உணர்ந்து உங்கள் உடலை அசைக்கும்போதோ - இப்படி விழிப்புணர்வுடன் எதைச் செய்தாலும் அப்படிச் செய்யும்போதெல்லாம் நீங்கள் மனமற்ற நிலையை அடைகிறீர்கள். நீங்களே விழிப்புணர்வாக, விழிப்புணர்வே நீங்களாக மாறிவிடுகிறீர்கள்.

இப்படியெல்லாம் நீங்கள் செய்கின்ற பயிற்சிகள் ஒரு சில நிமிடங்களாக இருக்கலாம். அது போதும். புத்தர், மகாவீரர் மாதிரி குடும்பத்தை விட்டுவிட்டு காட்டுக்குச் சென்று நம்மால் பல ஆண்டுகள் தியானம் செய்ய முடியாது. விவேகானந்தர் மாதிரி பாறை மீதெல்லாம் ஏறி உட்கார்ந்து கொண்டு இருக்கமுடியாது. முஹம்மது நபியைப்போலக் குகைக்குள் சென்று தியானிக்க முடியாது. ரமணரைப்போலப் பூமிக்குக் கீழே சென்று சமாதியில் ஆழ முடியாது.

நம்முடைய முயற்சிகளும் பயிற்சிகளும் ஒரு நாளில் அதிகபட்சம் அரை மணி நேரமோ ஒரு மணி நேரமோ இருக்கமுடியும். ஏன், அது ஒரு சில வினாடிகளாகக்கூட இருக்கலாம். இருக்கட்டும். ஆனால் அந்த விநாடிகள் மிகமிக முக்கியமானவை. இன்றில், இப்பொழுதில் நீங்கள் வாழும் அந்த விநாடியில், அதே விநாடியில், போதி மரத்தில் புத்தருக்கு என்ன கிடைத்ததோ அது, பஞ்சவடியில் பரமஹம்சருக்கு என்ன கிடைத்ததோ அது, அருணாச்சலத்தில் ரமணருக்கு என்ன கிடைத்ததோ அது, உங்களுக்கும் கிடைக்கலாம். நீங்கள் யார் என்ற உண்மை உங்களுக்குப் புரியலாம். முயற்சித்துத் தான் பாருங்களேன். அவர்களுக்கு அருள்பாலித்த அந்த விநாடி, உங்களுக்கு அருள் பாலிக்கும் இந்த விநாடியாக இருக்கலாம். ஆமாம். அந்த விநாடிதான். அதே விநாடி.

பயிற்சிகள்

> இந்த அத்தியாயத்தில் கொடுக்கப்பட்டுள்ள பயிற்சிகள் யாவும் உங்களுக்கு

- ஆரோக்கியம்
- வெற்றி
- சந்தோஷம்
- அமைதி
- மன இறுக்கத்திலிருந்து விடுதலை

ஆரோக்கியம், வெற்றி, சந்தோஷம், அமைதி, மன இறுக்கத்திலிருந்து விடுதலை ஆகியவற்றைக் கொடுப்பதோடு நீங்கள் யார் என்ற உண்மையை நீங்கள் அறிந்துகொள்ளவும் நிச்சயம் உதவும். எனவே மிகுந்த சிரத்தையுடனும் மரியாதையுடனும் இப்பயிற்சி களை அனைத்தையும் அல்லது முடிந்தவற்றை தினந்தோறும் செய்துவரவும். ஒரே இடம், ஒரே நேரம், முகம், கைகள், பாதங்களை மூன்று முறை கழுவி சுத்தம் செய்துகொள்ளுதல், நேராக கால்களை மடக்கி அமர்ந்துகொள்ளுதல், உடலை அசைக்காமலிருத்தல், கண்களை மெல்ல மூடிக்கொள்ளுதல் ஆகிய பொதுவான நிபந்தனைகளையும் கடைப்பிடிக்கவும் (வயதுக்கும் உடல் நிலைக்கும் ஏற்றவாறு இந்நிபந்தனைகளுக்குத் தளர்ச்சியும் உண்டு. அவற்றை கீழே காணலாம்).

மூச்சுப் பயிற்சி எதையும் செய்யுமுன்னர், நீங்கள் இயல்பாக விடும் மூச்சு முறையாக உள்ளதா, ஆழமாக உள்ளதா அல்லது மேம்போக்காக உள்ளதா என்று தெரிந்துகொள்ளவேண்டியது அவசியம். ஆனால் இது ஒன்றும் கம்பசூத்திரமல்ல. நேராக அமர்ந்துகொண்டு, கண்களை மெல்ல மூடிக்கொள்ளுங்கள். சில வினாடிகளுக்குப் பிறகு கவனித்து மூச்சை உள்ளே இழுத்து, கவனித்து மூச்சை வெளியே விடுங்கள். இரண்டையும் சேர்த்து ஒன்று என்று மனதால் எண்ணிக்கொள்ளுங்கள். இதுபோல முப்பது வினாடிகளில் எத்தனை மூச்சு விடுகிறீர்கள் என்று

குறித்துக்கொள்ளுங்கள். பின்பு அந்த எண்ணிக்கையை இரண்டால் பெருக்கிக்கொள்ளுங்கள். ஒரு நிமிடத்திற்கு எத்தனை முறை மூச்சு விடுகிறீர்கள் என்ற கணக்கு வந்துவிடும்.

அக்கணக்கின்படி, நிமிடத்திற்கு எட்டு முறை மூச்சு விட்டீர்களென்றால் ஓகே. சரியாகத்தான் மூச்சுவிடுகிறீர்கள் என்று அர்த்தம். எட்டுக்கு மேல், பத்து, பதினைந்து என்று இருந்தால் உங்கள் மூச்சு இருக்கவேண்டிய அளவு ஆழமாக இல்லை என்று அர்த்தம் எட்டுக்குக் குறைவாக இருந்தால் ஏற்கனவே ஆழமாகத்தான் மூச்சு விட்டுக் கொண்டிருக்கிறீர்கள் என்று அர்த்தம்.

ஆஹா, ஆழமாக மூச்சு விட்டுக்கொண்டிருக்கிறோம், அதனால் மூச்சுப் பயிற்சி எதுவும் தேவையில்லை என்ற முடிவுக்கு நீங்கள் வந்துவிட முடியாது. ஏனெனில் அது ஒரு குத்துமதிப்புதான் நிச்சயப்படுத்தப்பட்ட, மாற்ற முடியாமல் நிலைத்துவிட்ட கணக்கு அல்ல. எனவே ஆழமான மூச்சு விடுவதை பழக்கமாக்க வேண்டிய அவசியம் நமக்கு இருக்கிறது.

நாடி சுத்தி

மூச்சு தொடர்பான எந்த பயிற்சியையும் செய்வதற்கு முன் நாம் நாடி சுத்தி எனப்படும் ஒரு காரியத்தைச் செய்துகொள்ளவேண்டிய அவசியமுள்ளது. நம் உடலினுள் உள்ள கோடிக்கணக்கான நரம்புகளையெல்லாம் நாம் தூய்மைப் படுத்த வேண்டிய அவசியம் உள்ளது. எனவே எல்லாப் பயிற்சிகளுக்கும் முன்னர் இதுதான் முதல் பயிற்சியாக இருக்கவேண்டும். இதைச் செய்துவிட்டு எந்த மூச்சுப் பயிற்சியைச் செய்தாலும் அதற்கு நல்ல பலனிருக்கும். மூச்சு சம்பந்தப்படாத சில தியானங்களுக்கு இது தேவையில்லை.

அதே விநாடி
செய்முறை

▶ நேராக அமர்ந்துகொள்ளவேண்டும்
▶ உடலை அசைக்காமல் உட்காரவேண்டும்
▶ கண்கள் திறந்தும் இருக்கலாம், மெல்ல மூடியபடியும் இருக்கலாம்
▶ வலது கைப் பெருவிரலால் வலது நாசித்துவாரத்தை அழுத்தி மூடிவிட்டு, இடது நாசித் துவாரத்தினால் மூச்சைக் கவனித்து உள்ளே இழுக்கவேண்டும்
▶ பிறகு இடைவெளிவிடாமல் உடனே இடது நாசித்துவாரத்தை வலதுகை ஆள்காட்டிவிரலால் மூடிக்கொண்டு வலது நாசித் துவாரத்தின் வழியாகக் காற்றை வெளியே விட்டுவிடவேண்டும்.
▶ பின் உடனே அப்படியே வலது நாசித்துவாரத்தால் மூச்சை உள்ளே இழுத்து, வலதுகைப் பெருவிரலால் வலது நாசித்துவாரத்தை மூடிவிட்டு இடது நாசித்துவாரத்தின் மூலம் காற்றை வெளியே விடவும். இது ஒரு சுற்று
▶ இப்படி மாற்றி மாற்று மூன்று சுற்றுகள் செய்யலாம். காலையில், பகலில், மாலையில் என. இப்படிச் செய்தால் இரண்டு வாரங்கள் அல்லது ஒரு மாதத்தில் உங்கள் நரம்பு மண்டலம் முழு வதும் பரிபூரணமாகத் தூய்மையாகிவிடும் என்று ராஜயோகம் என்ற மிக முக்கியமான நூலில் அடித்துக் கூறுகிறார் சுவாமி விவேகானந்தர். இனி மூச்சுப் பயிற்சிகளுக்குச் செல்லலாம்.

பயிற்சி 1 - உணர்ந்து மூச்சுவிடுதல்
(Conscious Breathing)

1. ஒரு குறிப்பிட்ட இடத்தைத் தேர்ந்தெடுத்துக் கொள்ள வேண்டும். அது உங்கள் அறையாக, ஒரு தோட்டமாக, மொட்டை மாடியாக - எதுவாக வேண்டுமானாலும் இருக்கலாம்.

2. ஒரு குறிப்பிட்ட நேரத்தைத் தேர்ந்தெடுத்துக் கொள்ள வேண்டும். இந்த இரண்டும் மிகமிக முக்கியம். இடமும் நேரமும் மாறக் கூடாது. மாறினால் பயிற்சியினால் கிடைக்கும் பலன் கிடைக்காது. நேரம் அதிகாலையாக இருந்தால் ரொம்ப நல்லது. முடியாவிட்டால் எந்த நேரமும் பரவாயில்லை. ஆனால் ஒவ்வொரு நாளும் அதே நேரம்தான் செய்ய வேண்டும். எனவே, தொந்தரவுகள் குறைந்த ஒரு வசதியான நேரத்தை நீங்களே தேர்ந்தெடுத்துக் கொள்ளுங்கள். காலம் நேரத்தின் முக்கியத்துவம் பற்றி ஏற்கனவே கொஞ்சம் விரிவாகப் பார்த்துவிட்டோம்.

3. வயிறுநிறைந்திருக்கக்கூடாது. அதற்காக கொலைபட்டினியாகவும் இருக்கக் கூடாது. உதாரணமாக, கொஞ்சம் டீயோ காபியோ குடித்திருக்கலாம். அல்லது ஒரு இட்லி சாப்பிட்டிருக்கலாம். (ம்ஹ்ம், இதற்கு சாப்பிடாமலேயே இருக்கலாம் என்கிறீர்களா?!)

4. முகம், கை, கால்களை மூன்று முறை சுத்தமான நீரில் கழுவித் துடைத்துக் கொள்ள வேண்டும் (ஏன் மூன்று முறை, நான்கு முறை கழுவினால் தப்பா என்று கேட்கலாம். நான்கு முறை என்ன, நாற்பது முறைகூடக் கழுவுங்கள். ஆனால் ஒவ்வொரு நாளும் நாற்பது முறை கழுவ வேண்டும், ஓகேயா?)

5. அணிந்திருக்கும் உடை இறுக்கமாக இருக்கக் கூடாது.

6. ஒரு மெத்தை மீதோ அல்லது மெத்தை மாதிரியான அமைப்பின் மீதோ கால்களை சம்மணம் கொட்டி, முதுகுத் தண்டு நேராக இருக்குமாறு நிமிர்ந்து உட்கார்ந்து கொள்ள வேண்டும். எதிலும் சாயக் கூடாது. (ரொம்ப வயதானவர்கள் நாற்காலியில் அல்லது சோஃபாவில் சாய்ந்துகொள்ளலாம்).

7. உடலை அசைக்கவே கூடாது. (பயிற்சியின் போது அதுவாக அசைந்தால் பரவாயில்லை). இது மிக முக்கியமான நிபந்தனை.

அதே விநாடி

உடலை அசைத்தால் அந்த அசைவின் வழியாக நமது சக்தி வெளியேறிவிடும்.

8. கண்களை மெல்ல மூடிக்கொள்ள வேண்டும். கண்களை மூடினால் நம் உடல் 80 விழுக்காடு ரிலாக்ஸ்ட் ஆகிவிடும்.

9. சில வினாடிகள் எதுவும் செய்யாமல் சும்மா இருக்க வேண்டும். அல்லது அந்த இடத்தில் கேட்கும் சப்தங்களை கவனித்துக் கொண்டிருக்கலாம்.

10. மெதுவாக, நிதானமாக, ஆழமாக மூச்சை உள்ளே இழுக்க வேண்டும். அது உள்ளே போவதைக் கவனிக்க வேண்டும். உள்ளே போன மூச்சு அதுவாக சில வினாடிகள் உள்ளே இருக்கும். நீங்களாக வலுக்கட்டாயமாக அதை உள்ளே நிறுத்தி வைக்க வேண்டாம். அதாவது கும்பகம் வேண்டாம். இயல்பாக இருக்கும்வரை அதை விட்டால் போதும்.

11. பின் வெளி வரும் மூச்சையும் நிதானமாக, ஆழமாக, கவனிக்க வேண்டும். மூச்சு உள்ளே போகும்போது வயிற்றுப் பகுதியும் மார்புப் பகுதியும் பருக்கும். இது இயற்கைதான். அப்போது வேண்டுமென்றே வயிற்றுப் பகுதியை மட்டும் உள்ளே இழுத் தால் இன்னும் நீளமான மூச்சை விட முடியும். இப்படியும் செய்யலாம்.

12. உள்ளே போன மூச்சையும், வெளியே வந்த மூச்சையும் சேர்த்து ஒன்று என்று மனதால் எண்ணிக் கொள்ள வேண்டும்.

13. இவ்விதமாக 40 அல்லது 50 மூச்சுகளை விட வேண்டும். இதுதான் முதல் பயிற்சி. செய்யத் தொடங்கு முன் மணி பார்த்துக் கொண்டு துவங்கலாம். செய்து முடித்த பின் மணி பார்க்கும்போது குறைந்தது கால் மணி நேரம் ஆகியிருக்க வேண்டும். இல்லையெனில், மூச்சின் அளவைக் கொஞ்சம் அதிகரித்துக் கொள்ள வேண்டும்.

எத்தனை நாளைக்குச் செய்ய வேண்டும் என்ற கேள்வி எழுமானால், அதற்கு ஒரே பதில்தான். எத்தனை நாளைக்கு நீங்கள் சாப்பிட வேண்டும்? தொடர்ந்து நான்கு மாதங்கள் செய்துவிட்டால் இது பழக்கமாகிவிடும். இந்தக் கேள்வி அழிந்துவிடும்.

பயிற்சி 2 - மூச்சை கவனித்தல் (Breath Watching)

மேலே சொன்ன பயிற்சிக்கும் இதற்கும் ஒரேஒரு வித்தியாசம்தான். இதில் நீங்களாக மூச்சை இழுக்கக்கூடாது. ஆனால் போய் வந்துகொண்டிருக்கும் மூச்சை கவனிக்கமட்டும் செய்யவேண்டும். போன பயிற்சிக்கான அதே நேரத்திற்கே இதையும் செய்யலாம்.

பயிற்சி 3 - மூச்சு ஊஞ்சல் (Breath-Swing)

இந்தப் பயிற்சிக்கு 'ஃபிக்கர்' என்று பெயர் (figure அல்ல). இதற்கும் மேலே சொன்னதுபோலத்தான் செய்ய வேண்டும். ஒரேயொரு வித்தியாசம் உண்டு. நீங்கள் நிதானமாக மூச்சை கவனித்து உள்ளே இழுக்கவும், கவனித்து வெளியே விடவும் செய்யும்போது மூச்சு ஒரு ஊஞ்சல் மாதிரி, தொட்டில் மாதிரி முன்னும் பின்னும் தாளகதியில் போய் வந்து கொண்டிருக்கிறது. ஆனால் ஊஞ்சலில் யாருமே இல்லை. வெறும் ஊஞ்சல் அது. தூளியில் ஒரு குழந்தையைப் போட்டு ஆட்டினால்தான் நன்றாக இருக்குமல்லவா? அதைத்தான் நாம் இந்தப் பயிற்சியில் செய்ய இருக்கிறோம்.

மூச்சு மரத்தின் கிளைகள் நம் உடலின் கோடிக்கணக்கான செல்களுக்கும் நாடி நரம்புகளுக்கும் பரவிச் செல்கிறது என்று ஏற்கனவே பார்த்தோம். ஒரு மூச்சை நாம் ஒழுங்காக இழுத்து விட்டோம் என்றால் அது நம் நுரையீரல் பைகளையெல்லாம் நிரப்புவதோடு நமது ரத்த நாளங்கள் அனைத்திலும் ஓடிக் கலக்கிறது. நம் ரத்தத்தைத் தூய்மைப் படுத்துகிறது. நம் உடலில் உள்ள ஒவ்வொரு அணுவுக்கும் ஆக்ஸிஜனை அனுப்புகிறது. ஆனால் அந்த வெறும் தொட்டிலில் ஒரு அழகான குழந்தையையும் போட்டு அனுப்பினால் ?!

ஆமாம். நம் எண்ணங்கள், நம் ஆசைகள். அவைகள்தான் குழந்தைகள். ஏதாவது ஒரு எண்ணத்தை எடுத்துக் கொள்ளுங்கள். அது நிறைவேறாத ஆசையாக இருக்கட்டும். நீங்கள் ஒரு மாணவனாக இருந்தால் எல்லாத் தேர்வு களிலும் 'பாஸ்' ஆவதாக நினைத்துக் கொள்ளலாம். அல்லது அதிக மதிப்பெண்கள் வாங்குவதாக நினைத்துக் கொள்ளலாம். நீங்கள் ஒரு விளையாட்டு வீரன் அல்லது வீராங்கனையாக இருந்தால், நீங்கள் தங்கப் பதக்கம் பெறுவதாக எண்ணலாம். ஒரு பிஸ்னஸ்மேனாக இருந்தால் வியாபாரம் நிறைய லாபம் தருவதாக நினைக்கலாம். இப்படியாக, ஏதாவதொரு நிறைவேற வேண்டிய ஆனால் இன்னும் நிறைவேறாத நல்ல எண்ணத்தையும் மூச்சோடு சேர்த்து அனுப்ப வேண்டும். எப்படி?

மூச்சை உள்ளே இழுக்கும்போது அந்த எண்ணத்துடன் சேர்த்து இழுக்க வேண்டும். மூச்சை வெளியே விடும்போது அந்த எண்ணத்துடன் சேர்த்து வெளியே விட வேண்டும். வார்த்தை மாறாத ஒரே வாக்கியமாகவோ அல்லது காட்சியாகவோ நினைத்துக் கொள்ளலாம். உதாரணமாக, 'நான் ஒரு மாதத்துக்கு லட்ச ரூபாய் சம்பாதிக்கிறேன்' என்ற வாக்கியத்தையோ, அல்லது லட்ச ரூபாய் சம்பளம் வாங்குவது மாதிரியான காட்சியையோ நினைத்துக் கொண்டே மூச்சுப் பயிற்சியைச் செய்யலாம்.

அப்போது ஒரு அற்புதம் நடக்கிறது. மூச்சு செல்லும் இடமெல்லாம் நம் கற்பனையும், நம் எண்ணமும் செல்கிறது. நமது எண்ணம் ரத்த ஓட்டத்துடன் கலந்து உடல் முழுக்க அந்த எண்ணம் ஓடி வியாபிக்கிறது. நமது நாடி நரம்புகளிலெல்லாம் அந்த எண்ணமே ஓடிக் கலக்கிறது. முடியைப் போட்டு மலையை இழுப்பது என்றால் இதுதான். ஆனால் இதில் ஆச்சரியம் என்னவென்றால் மலை நாம் இழுத்த இழுப்புக்கு வந்துவிடுவதுதான்!

எப்போது ஒரு எண்ணம் நம் மனதில் மட்டும் அடைபட்டுக் கிடக்காமல் நம் உடல் முழுக்க வியாபித்துப் பரவி விடுகிறதோ அப்போது அதற்கு ராட்சச பலம் வந்துவிடுகிறது. நமது எண்ணம் நிறைவேறுவதற்கான வாய்ப்புகள் வாழ்வில் விரைவிலேயே தோன்ற ஆரம்பித்துவிடுகின்றன.

மூச்சுதான் வாழ்வு என்றால் மூச்சுதான் உயிர் என்று மட்டும் அர்த்தமல்ல. மூச்சுதான் எல்லாம். நம் கனவுகள் நிறைவேறுவது மூச்சால்தான். தோல்விக்கான மூச்சை தொடர்ந்து விட்டுக் கொண்டிருப்பதால்தான் நாம் தோற்றுக் கொண்டிருக்கிறோம். இனிமேலாவது வெற்றிக்கான மூச்சை, பரிபூரண மூச்சை, முறையான மூச்சை, தாளகதியோடு இயங்கும் கவனிக்கப்பட்ட மூச்சை விடுவதன் மூலம் வெற்றி பெறுவோமாக.

எனவே மூச்சுதான் முதல் பாடம். மூச்சுதான் முடிவான பாடமும்கூட. என்றாலும் மூச்சோடு நாம் முடித்துக் கொள்ளப் போவதில்லை. மூச்சுக்கு உறு துணையாக நிற்கும் பல விஷயங்களையும் பற்றிப் பேசத்தான் போகிறோம். ஆனால் முதல் பாடம் புரிந்தால்தான் அடுத்தடுத்த பாடங்கள் புரியும். எனவே ஒன்றுப் பத்து முறை இந்த அத்தியாயத்தை நிதானமாகப் படித்துக் கொள்ளுங்கள். எதிலும் அவசரம் கூடாது. பதறிய காரியம் நிச்சயம் சிதறித்தான் போகும். ஏனெனில் பதறும்போது, அவசரப்படும்போது நமக்கு ஓடும் மூச்சு தோல்வியின் மூச்சு! எல்லாவற்றுக்கும் உரிய காலம் ஒன்று உண்டு.

சென்னையின் சாலைகளில் ஹெல்மெட் போட்டுக் கொண்டு பைக் ஓட்டிக் கொண்டு போகும்போது திடீரென்று நடு மண்டையில் அரித்தால் நீங்கள் ஒரு ஞானியாக இருந்தாலும் உடனே சொரிந்து கொள்ள முடியாது. பைக்கை நிறுத்தி, ஓரங்கட்டிவிட்டு, ஹெல்மெட்டை கழட்டினால்தான் காரியம் நடக்கும். அதற்குள் அரிப்பு நின்று போயிருக்கலாம். அல்லது அதிகமாகியிருக்கலாம். எல்லாவற்றுக்கும் கால அவகாசம் தேவை. மூச்சுப் பயிற்சி பழக்கமாவதற்கும் இப்படித்தான்.

கேளுங்க, கேளுங்க, கேட்டுக்கிட்டே இருங்க என்ற விளம்பரத்தைப் போல, மூச்சுப் பயிற்சி செய்யுங்க, செய்யுங்க, செஞ்சுகிட்டே இருங்க. வெற்றி வரும் வரை. வந்த பிறகு நிறுத்தி விடலாமா? அதுதான் முடியாது. நமக்கு என்ன ஒரே ஒரு ஆசை தானா இருக்கிறது?! மூச்சிருக்கும்வரை ஆசைகள் இருக்கும்.

190 அதே விநாடி

ஆசைகள் இருக்கும்வரை மூச்சைப் பயன்படுத்திக் கொண்டே இருக்கலாம். இந்த பயிற்சியிலும் முயற்சியிலும் நீண்ட ஆயுளும், நிறைந்த ஆரோக்கியமும் உபரியாகக் கிடைக்கும்!

பயிற்சி 4 - மந்திர மூச்சு

மூச்சை கவனிக்கும் பயிற்சி அல்லது மூச்சு ஊஞ்சல் பயிற்சி செய்யும்போது ஒரு சின்ன மாற்றம் செய்து அதனை மந்திர மூச்சுப் பயிற்சியாகவும் மாற்றலாம்.

அதாவது மூச்சை கவனித்து உள்ளே இழுக்கும்போதும் வெளியே விடும்போதும் உங்களுக்குப் பிடித்த ஏதாவது மந்திரத்தை மனதுக்குள் உச்சரித்துக்கொள்ளலாம். உதாரணமாக லாயிலாஹ இல்லல்லாஹ், ஓம், சோஹம், - இப்படி. இதன் மூலம் அந்த சொற்கள் வியாபித்து மூச்சுக்கு ஒரு அர்த்தம் கொடுக்கும். இறைவனின் திருநாமமும் இறைவனும் வேறுவேறல்ல என்று பரமஹம்சர் சொல்லியிருப்பது இங்கே நினைவுகூறத்தக்கது. இறைவனின் திருநாமங்களில் ஏதாவதொன்றை மனதால் உச்சரித்துக்கொண்டே மூச்சு விடுவதன் மூலம், கொஞ்ச நேரத்துக்கெல்லாம் உங்கள் நாடி நரம்புகளிலெல்லாம் இறைவன் குடிகொண்டிருப்பான்! ஒரு புதிய சக்தி உண்டாகும். இது முற்றிலும் வித்தியாசமான நல்ல அனுபவமாக இருக்கும். செய்து பாருங்கள். இறைவனின் திருநாமங்களின் மகத்துவமும் புரியும்.

பயிற்சி 5 – உள் உடலைக் கவனித்தல்

நம் உடலினுள்தான் உயிர் மறைந்துள்ளது. உயிர் இருப்பதனால்தான் நம்மால் இயங்க முடிகிறது. இதெல்லாம் நமக்குத் தெரியும்தான். ஆனால் என்றைக்காவது நமக்குள் இருக்கும் உயிரை உணர நாம் முயற்சி செய்திருக்கிறோமா? ம்ஹூம். கிடையாது என்பதுதான் உண்மையான பதிலாக இருக்கும். ஆனால் இப்படி உணர முயற்சிப்பதால் என்ன நன்மை? இது சரியான கேள்வி. இப்படி உணர முயற்சிப்பதால் உண்மையில் நாம் யார் என்பதை உணரும் வாய்ப்பு நமக்குக் கிடைக்கும். நாம் யார் என்பதை உணர முதலில் நம் எண்ணங்களின் முடிவற்ற அசைவுகளை நாம் நிறுத்தவேண்டும். அது மிகவும் கடினமான காரியம்தான்.

ஆனால் அதைச் செய்துதான் ஆகவேண்டும். ஆனால் எப்படிச் செய்வது. மூச்சுப் பயிற்சிகள் அதற்கு ஒரு வழி. இன்னொரு அழகிய எளிமையான வழி உள் உடலை கவனிப்பது. ஆம். சரி, இந்தப் பயிற்சியை எப்படிச் செய்வது?

- முகம், கை, பாதங்களைக் கழுவிக்கொள்ள வேண்டும்
- இடம், நேரம் இவற்றை முன்போலவே தேர்ந்தெடுத்துக் கொள்ளவேண்டும்
- நேராக அமரவேண்டும்

- கண்களை மெல்ல மூடிக்கொள்ளவேண்டும்
- உடலை அசைக்கக்கூடாது
- அப்படியே கொஞ்ச நேரம் இருக்க வேண்டும். ஏதாவது எண்ணங்கள் வருகின்றனவா என்று ஒருசில வினாடிகள் கவனிக்க வேண்டும். இப்படி கவனிக்க ஆரம்பித்தாலே எண்ணங்கள் வருவது நின்றுபோகும். அல்லது கணிசமாகக் குறைந்துபோகும்
- பின்பு மெல்லமெல்ல தலை முதல் கால்வரை உடலுக்குள்ளே என்னென்ன நடக்கிறது என்று கவனிக்க வேண்டும். எங்காவது அரிப்பு தென்படலாம். எங்காவது திடீரென்று வலிக்கலாம். ஏதாவதொருஉடலின்பாகம்மரத்துப்போயிருக்கலாம்.இன்னொரு பாகம் கனமாக இருக்கலாம். ஏதாவதொரு பூச்சி ஊர்வதுபோல இருக்கலாம். இப்படி அந்த உணர்வு எப்படிப்பட்டதாக வேண்டுமானாலும் இருக்கலாம். அதையெல்லாம் சும்மா கவனிக்கவேண்டும். இது நல்லது இது கெட்டது என்று யோசிக்கக்கூடாது. இப்படி வலிக்கிறதே, இதற்குக் காரணம் அதுவாக இருக்குமோ என்று நினைக்கக்கூடாது. ஏற்படும் உணர்வுகளை அப்படியே உணரவேண்டும். அவ்வளவுதான். ஒரு பத்து நிமிடம் இந்தப் பயிற்சியை செய்வது நல்லது. நீங்கள் யார் என்று உணர உணர, அப்படி உணராமல் இருந்தபோது முடிக்க முடியாமல் இருந்த காரியங்களையெல்லாம் இப்போது முடிக்கலாம். அல்லது அவைகளாகவே முடிந்துபோகும்.

பயிற்சி 6 - ஆல்ஃபா தியானம்

நம் அனைவருக்குமே ஏதாவது பிரச்சனைகள் இருக்கும். அல்லது ஏதாவது ஆசைகள் இருக்கும். அல்லது இரண்டுமே இருக்கலாம். ஒன்றே இன்னொன்றாகவும் இருக்கலாம். நமது பிரச்சனைகளையெல்லாம் தீர்க்கவல்ல, நமது நியாயமான ஆசைகளையெல்லாம் நிறைவேற்றவல்ல ஒரு தீர்வு உண்டா என்றால் உண்டு. அதன்பெயர்தான்ஆல்ஃபாதியானம். (இந்ததியானவகுப்பை நான் பல ஆண்டுகளாக சென்னையில் நடத்திக்கொண்டிருக்கிறேன். பலன் பெற்றவர்களிடமிருந்து எண்ணிடலங்காத மின்னஞ்சல்களும் அலைபேசி அழைப்புகளும் வந்துகொண்டுதான் உள்ளன).

ஆல்ஃபா என்பது ஒருவித மனநிலை. அமைதியான, மன இறுக்கங்கள் அற்ற வெற்றி மனநிலை என்று இதைச் சொல்லலாம். வாழ்க்கையில் பெரிய வெற்றியை யாரெல்லாம் பெற்றிருக்கிறார்களோ அவர்கள் அனைவரும் தெரிந்தோ தெரியாமலோ ஆல்ஃபா மனநிலையில்தான் இருந்திருக்கிறார்கள். அந்த மனநிலையைத் தெரிந்தோ தெரியாமலோ கோட்டை விட்டதனால்தான் வெற்றியையும் கைநழுவ விட்டிருக்கிறார்கள். இப்போது நாம் தெரிந்தே அந்த மனநிலை ஏற்படுத்த முடிந்தால் நம் காரியங்களை நிறைவேற்றித்தரும் பூதத்தை - நமக்குள் இருக்கும் பேராற்றலை - எழுப்பி நம் காரியங்களை நாம் நிறைவேற்றிக் கொள்ளலாம். அதற்குத்தான் இந்தப் பயிற்சி.

- முகம், கை, பாதங்களைக் கழுவிக்கொள்ள வேண்டும்
- ஒரே இடம், ஒரே நேரம் இவற்றை முன்போலவே தேர்ந்தெடுத்துக் கொள்ளவேண்டும்

- நேராக அமரவேண்டும்
- கண்களை மெல்ல மூடிக்கொள்ளவேண்டும்
- உடலை அசைக்கக்கூடாது
- அப்படியே கொஞ்ச நேரம் இருக்கவேண்டும்
- மூன்று முறை, அல்லது ஐந்து முறை அல்லது ஏழு முறை மெல்ல மூச்சை கவனித்து உள்ளே இழுத்து கவனித்து வெளியே விடவேண்டும்
- பின்னர் அமைதியாக, அவசரமே இல்லாமல் தலை முதல் பாதம் வரை, மேலிருந்து கீழாக ஒரு சில வினாடிகள் எப்படி இருக்கிறது என்று மனக்கண்ணால் உற்று கவனிக்கவேண்டும். தலையில் முடி காற்றில் ஆடுகிறதா, எங்காவது அரிப்பு போன்ற உணர்விருக்கிறதா, மூடிய கண்களுக்குள் ஏதாவது தெரிகிறதா (தெரியவேண்டும் என்ற அவசியமில்லை), எப்படி மூச்சு உள்ளேயும் வெளியேயும் போய்க்கொண்டிருக்கிறது, எச்சில் விழுங்குவதால் தொண்டைப் பகுதியில் ஏதாவது அசைவு இருக்கிறதா, மூச்சு விடுவதன் காரணமாக மார்புப் பகுதி, வயிற்றுப் பகுதி ஆகியவற்றில் ஏதாவது அசைவு தென்படுகிறதா, கைகள், தொடைகள், கால்கள், பாதங்கள், பாதங்களின் கீழே உள்ள பகுதி எல்லாவற்றையும் ஒரு சில வினாடிகள் கவனிக்கவேண்டும். புருவங்களுக்கு மத்தியில் ஆக்ஞா

சக்கரம் இருக்கிறது என்பதால் அந்த இடத்தில் கொஞ்சம் அதிக நேரம் கவனிக்கவேண்டும். அதேபோல பாதங்களுக்குக் கீழே உடலின் உள்ளுறுப்புக்கள் அனைத்திற்கும் தொடர்பு இருப்பதால் அதையும் கொஞ்ச அதிக நேரம் கவனிக்கவேண்டும். அப்போது நம் உள்ளுறுப்புகளெல்லாம் தூண்டப்பட்டு ஆரோக்கியம் பெற வழி பிறக்கும்

▶ பின்னர் மீண்டும் ஒருமுறை கவனித்து, ஆழமாக மூச்சை இழுத்துவிட்டுக் கொள்ளவேண்டும். மூன்று / ஐந்து / ஏழு என்ற கணக்கில்

▶ பின் கண்களை மூடியவண்ணமே நாம் இருக்கும் அறைக்குள்ளிருந்தும் அறைக்கு வெளியிலிருந்தும் என்னென்ன சப்தங்கள் வருகின்றன என்று கவனிக்கவேண்டும். நம் உடல் எங்கெல்லாம் தொட்டுக்கொண்டும் பட்டுக்கொண்டும் இருக்கிறது என்பதையும் கவனிக்க வேண்டும். ஏதாவது செண்ட் அடித்திருந்தாலோ, பூ, வர்த்தி ஏதாவது ஏற்றிவைத்திருந்தாலே அதிலிருந்து வரும் வாசத்தையும் உணரவேண்டும்

▶ பின்னர் மீண்டும் ஒருமுறை கவனித்து, ஆழமாக மூச்சை இழுத்துவிட்டுக்கொள்ளவேண்டும். மூன்று / ஐந்து / ஏழு என்ற கணக்கில். இப்போது உங்கள் உடல் முற்றிலுமான

ரிலாக்ஸ் ஆகியிருக்கும். இனி மனம் என்ற கண்ணுக்குத் தெரியாத ஒன்றையும் ரிலாக்ஸ் செய்யவேண்டும். அதற்காக கீழே கொடுக்கப்பட்டுள்ள கற்பனையை செய்ய வேண்டும்:

- ஒரு உயரமான இடத்தில் நீங்கள் நின்றுகொண்டிருக்கிறீர்கள். அது ஒரு மலையாகவோ, குன்றாகவோ, மொட்டை மாடியாகவோ இருக்கலாம். மேலேயிருந்து கீழே நீங்கள் பார்க்கிறீர்கள். நெரிசல் மிகுந்த சாலை தெரிகிறது. வாகனங்களும், மக்களும் போய்க்கொண்டும் வந்துகொண்டும் இருக்கிறார்கள். நீங்கள் மேலே இருந்து பார்க்கப் பார்க்க, நெரிசல் குறைந்துகொண்டே போய் ஒரு கட்டத்தில் சாலை வெற்றுச் சாலையாகிவிடுகிறது
- இப்போது இந்த வெற்றுச் சாலைதான் உங்கள் மனம். இப்போது உங்கள் மனதில் ஒன்றுமே இல்லை. ஆனால் இப்படி இருப்பதும் நல்லதல்ல. தேவையில்லாத குப்பைகளையெல்லாம் மனதிலிருந்து நீக்கிவிட்டோம். இப்போது எது தேவையோ அதை மட்டும் வைக்கவேண்டும்
- இப்போது உங்கள் வாழ்க்கையில் நடந்த ஒரு சந்தோஷமான ஏதாவதொரு நிகழ்ச்சியை மனதுக்குக் கொண்டுவந்து மீண்டும் அதை ஒரு சில வினாடிகள் அனுபவித்துப்பார்க்க வேண்டும். உதாரணமாக ஒரு பாடல் என்றால் அதை மீண்டும் மனதால் கேட்டுப்பாருங்கள். ஒரு உணவு என்றால் மீண்டும் அதை மனதால் உண்டு சுவைத்துப் பாருங்கள். இப்படி ஒரு சில வினாடிகள் செய்த பிறகு உங்கள் மனத்திரையில் உங்கள் நிறைவேறாத ஆசைகளில் ஒன்றை ஓட விடுங்கள்

  உதாரணமாக ஒரு பைக் வாங்கவேண்டும் என்று விருப்பமிருந்தால் அந்த பைக்-கை இப்போது வாங்கி விட்டீர்கள். அதை ஓட்டிக்கொண்டுபோவதைப் போலக் கற்பனை செய்யுங்கள். அதாவது எந்த ஒரு ஆசை மனதில் நிறைவேறாமல் இருக்கிறதோ அது இப்போது நிறைவேறிக்கொண்டிருப்பதாகக் கற்பனை செய்யுங்கள்
- ஒரு பிரச்சனை என்றால், அது இப்போது தீர்ந்துவிட்டதைப்போல, தீர்ந்துவிட்டால் என்ன நடக்குமோ அது நடப்பதாகக் கற்பனை செய்யுங்கள்
- பின்னர் இதுவரை உங்களுக்கு எல்லாவற்றையும் கொடுத்த இறைவனுக்கு நன்றி என்று நினைத்துக்கொள்ளுங்கள்
- பின்னர் பத்திலிருந்து ஒன்றுவரை மனதுக்குள் எண்ணுங்கள். ஒன்று வந்த பிறகு கண்களை மெல்லத் திறந்து சகஜ நிலைக்கு வாருங்கள்.

பின்னர் ஆல்ஃபா தியானம் செய்ததை மறந்து விடுங்கள். காரியங்கள் தாமாக நடக்க ஆரம்பிக்கும். புரிந்துகொள்ளுங்கள். (விரிவாகத் தெரிந்துகொள்ள விரும்பினால் என் வகுப்புக்கு வரலாம்)

ஆல்ஃபா பயிற்சியை தினமும் செய்யவேண்டும். அல்லது வியாழன், வெள்ளி, ஞாயிறுகளில் செய்யவேண்டும். மற்ற பயிற்சிகளை ஒவ்வொரு நாளும் செய்யவேண்டும். அலட்சியம் கூடாது. நல்ல விளைவுகள் ஏற்படவேண்டும், உங்கள் வாழ்க்கை அமோகமாக மாறவேண்டும் என்ற ஆசை இருந்தால் அலட்சியம் செய்யக்கூடாது. நான் சொல்வதையெல்லாம் சரியாக நீங்கள் புரிந்துகொண்டீர்கள் என்றால், புரிந்து கொண்ட அதே விநாடி உங்கள் வாழ்க்கையும் மாறத்தொடங்கிவிட்டது என்பதும் புரியும். நிகழ்காலத்திலேயே உங்களுக்கான வருங்காலத்தை ஏற்படுத்த முடியும். எல்லாம் வல்ல இறைவன் உங்கள் முயற்சிகளில் உங்களுக்குத் துணை நிற்பானாக.

நாகூர் ரூமியின் பிறநூல்கள்

1. ALPHA MEDITATION ₹150
2. வெற்றிக்கொடி கட்டு ₹90
3. திராட்சைகளின் இதயம் ₹110
4. ஸூஃபி வழி: இதயத்தின் மார்க்கம் ₹300
5. சக்கர நாற்காலியில் சிக்கிய பிரபஞ்சம் ₹75
6. தாயுமானவள் ₹95
7. இந்த வினாடி ₹150

குறிப்புகளுக்காக

குறிப்புகளுக்காக